AF741976

ഗ്രീൻ ബുക്സ്

ഇരുട്ടിൽ ഉറങ്ങാതിരിക്കുന്നു

കൃഷ്ണദാസ്

എഴുത്തുകാരൻ, വിവർത്തകൻ, പ്രസാധകൻ.
തൃശ്ശൂർ ജില്ലയിലെ ഏങ്ങണ്ടിയൂരിൽ ജനനം.
യുണൈറ്റഡ് അറബ് എമിറേറ്റ്സിലെ ഹോങ്കോംഗ് ബാങ്കിൽ
ദീർഘകാലം ഉദ്യോഗസ്ഥനായിരുന്നു. *ദേശാഭിമാനി* പത്രത്തിന്റെ
മിഡിൽ ഈസ്റ്റ് കോളമെഴുത്തുകാരനായും,
ഗൾഫ് സംഘർഷ കാലത്ത് ലേഖകനായും പ്രവർത്തിച്ചു.

ഇതര കൃതികൾ: *ദുബായ്പ്പുഴ (ഓർമ്മ), കടലിരമ്പങ്ങൾ (നോവൽ), മരുഭൂമിയുടെ ജാലകങ്ങൾ,* ഗബ്രിയേൽ ഗാർസിയാ മാർക്വേസിന്റെ *പ്രവചിക്കപ്പെട്ട ഒരു മരണത്തിന്റെ പുരാവൃത്തം, നിഷ്കളങ്കയായ എറിണ്ടീര (വിവർത്തനങ്ങൾ).*

അനുഭവം

ഇരുട്ടിൽ ഉറങ്ങാതിരിക്കുന്നു

കൃഷ്ണദാസ്

ഗ്രീൻ ബുക്സ്

green books private limited
little road, ayyanthole, thrissur- 680 003
ph: 0487-2361038
website: www.greenbooksindia.com
e-mail: info@greenbooksindia.com

(malayalam)
iruttil urangathirikkunnu
(experience)
by
krishnadas

first published september 2015

cover design : rajesh chalode
cover photo : baranov e/shutterstock

branches:
thrissur 0487-2422515
palakkad 0491-2546162
kannur 0497-2763038
Thiruvananthapuram 9846670899

isbn : 978-81-8423-443-5

GBPL/690/2015

ജീവിതം എന്നെ എന്തു പഠിപ്പിച്ചു?

പ്രവാസം

പ്രവാസികൾ തിങ്ങിനിറഞ്ഞ വിദേശനഗര
ങ്ങളിലായിരുന്നു യൗവനത്തിന്റെ
മൂന്ന് പതിറ്റാണ്ടുകൾ കഴിച്ചുകൂട്ടിയത്.
മരുഭൂമികൾ ചുറ്റിവളഞ്ഞ നഗരങ്ങളിലേക്ക്
ശൈത്യവും പൊടിക്കാറ്റും ഉഷ്ണവും
ഇരച്ചു കയറി. വിദേശിയുടെ അനാഥത്വവും
പ്രവാസിയുടെ ഒറ്റപ്പെടലും തിരിച്ചറിഞ്ഞു.

നാട്ടിലെത്തുന്ന ഇടവേളകളിൽ
ജന്മനാടിന്റെ സൗന്ദര്യം പച്ചത്തഴപ്പുകളുടെ
രാഗങ്ങളായി ജനൽപ്പാളികളിലൂടെ കടന്നുവന്നു.
പ്രവാസം കഴിഞ്ഞിട്ടും ആ അനുരാഗം
അവസാനിക്കുന്നില്ല. ജന്മനാടിന്റെ
സൗന്ദര്യത്തിനും സുരക്ഷിതത്വത്തിനും
പകരം വെയ്ക്കാൻ മറ്റൊന്നില്ല.

വിപ്ലവം

വിപ്ലവത്തിന്റെ ഉപാസകനും പ്രചാരകനു
മായിരുന്നു. ക്രെംലിനിൽ ലെനിൻപ്രതിമകൾ
വീണുടഞ്ഞപ്പോഴും ദുബായ്പ്പുഴയോരത്ത്
റഷ്യൻവേശ്യകൾ വന്നിറങ്ങിയപ്പോഴും
ആത്മസംഘർഷമുണ്ടായി. ഉറക്കം നഷ്ടമായി.
വിപ്ലവത്തിനും പരാധീനതകളുണ്ടെന്ന്
മനസ്സിലായി. യാന്ത്രികപദാവലികളിലും
വ്യാഖ്യാനങ്ങളിലും അനുകരണങ്ങളിലും
വിപ്ലവം നാശോന്മുഖമാവരുത് എന്നും ആഗ്രഹിച്ചു
ചരിത്രഘടനയിൽ രണ്ടാമത്തേതാണെന്നതു
കൊണ്ടുമാത്രം വ്യക്തിസത്തയെ
അപമാനിക്കരുത് എന്നും ആശിച്ചു.

എന്നിരുന്നാലും വിപ്ലവം ചരിത്രത്തിന്റെ
ഒരു ദശാസന്ധിയിൽ വന്നെത്തുമെന്നുതന്നെ
വിശ്വസിക്കുന്നു. നന്മകൾ സഫലീകരിക്ക
പ്പെടുമെന്ന വിശ്വാസമില്ലാതെ
ഈ ഭൂമിയിൽ ജീവിക്കാനാവില്ല.

ജീവിതം

ഇച്ഛകൾക്കതീതമാണ് ജീവിതമെന്നതിനാൽ
ദുഃഖങ്ങളേയും ധർമ്മസങ്കടങ്ങളേയും ഉൾക്കൊണ്ട്
ജീവിതത്തെ ഒരു നിയോഗമായി കാണുന്നു.
പൊരുത്തക്കേടുകളും സങ്കീർണ്ണതകളുമാണ്
ജീവിതത്തിൽ മുഴച്ചുനിൽക്കുന്നത്. വ്യക്തിയുടെ
നിഷ്കളങ്കതയെ കാർമേഘപടലങ്ങൾ
പൊതിയുന്നത് ഞാൻ കാണുന്നുണ്ട്.
മഴ പെയ്തൊഴിയുമെന്നും ആകാശം
നീലിമയാകുമെന്നുള്ള ഇച്ഛയാണ് ജീവിതം.

ശ്രീ.ടി.എൻ.ജയചന്ദ്രനുമായി പങ്കുവെച്ചത്.
(ജീവിതം എന്നെ എന്തു പഠിപ്പിച്ചു? മലയാളം വാരിക)

ഇനി ഞാനുണർന്നിരിക്കാം;
നീയുറങ്ങുക!
ഇനിയും കിനാവുകൾ
കണ്ടു ചിരിക്കുക!

ഒ.എൻ.വി. കുറുപ്പ്
(ശാർങ്ഗകപ്പക്ഷികൾ)

ഉള്ളടക്കം

പ്രകൃതി • യാത്ര

വനപാതയിലെ കാട്ടുമൈനകൾ

വിജനമായ വനപാതയിലുടനീളം കാട്ടുമൈനകളുണ്ടായിരുന്നു. വാലിട്ടെഴുതിയ കണ്ണുകൾ. മോഹനമായ കൺതടങ്ങൾ, കുണുങ്ങി യുള്ള നടത്തം, കണ്ണുകളിൽ പ്രേമപാരവശ്യം. ചിരപരിചിതനെപ്പോലെ മൈന എന്നോടു പറഞ്ഞു: "ഓ, നീ വന്നെത്തിയോ? ഞാനെത്ര നേര മായി കാത്തിരിക്കുന്നു. സൂക്ഷിച്ചു പോകൂ. അവിടെ ആനക്കൂട്ടങ്ങൾ മേയുന്നുണ്ട്. ശല്യം ചെയ്യരുതേ..."

ഏതോ, നിയോഗം പോലെ, ആർക്കോ വേണ്ടിയുള്ള അലസമായ ഒരു കാത്തിരിപ്പു പോലെ, ഇളംവെയിലേറ്റ് മൈനകൾ പാതയ്ക്കിരു വശവും ഉണ്ടായിരുന്നു.

ഒരുപക്ഷേ, എന്നോടു മാത്രമല്ല വനാന്തരത്തിലെ എല്ലാ ജീവ ജാലങ്ങളോടും ഈ മൈന അങ്ങനെയായിരിക്കും സംസാരിക്കുക. മഞ്ഞിന്റെ ഈർപ്പമുള്ള പച്ചപ്പുല്ലുകൾ കടിച്ചുതിന്നുന്ന കലമാനോടും മൈന കുശലം ചോദിച്ചു: "ഇന്നലെ ചെന്നായ്ക്കൾ നിന്നെയും തേടി നടന്നിരുന്നുവല്ലോ? സൂക്ഷിച്ചോളൂ, അപ്പുറത്തെ പടർപ്പിൽ അവ രുണ്ട്..." കലമാൻ ഭയചകിതയായി ചുറ്റും നോക്കി. എന്നാലും ഈ വനാന്തരത്തിലെ എത്ര നല്ല കൂട്ടുകാരി! മൈനയുടെ പ്രേമപാരവശ്യം ആ മാൻകണ്ണുകളിലുമുണ്ടായിരുന്നു. തുമ്പിക്കൈയിൽ അധികാര പൂർവം ചെന്നിരുന്ന് ആനകളോടും മൈന കുശലം പറഞ്ഞു. ആന പറഞ്ഞു: "കാട് വേനലിൽ കത്തിയെരിയുകയാണ് മൈനേ. ഈറ്റ മരങ്ങൾ കണ്ടില്ലേ, ഒരു തീപ്പൊരിമതി എല്ലാം കത്തിയെരിയാൻ. ഞങ്ങൾ ഇന്നു രാത്രിതന്നെ കബനിയുടെ തീരത്തേക്കു മടങ്ങും. അവിടെ ഹരിതമാർന്ന ഈറ്റക്കാടുകളുണ്ട്. കബനി ഇപ്പോഴും നിറഞ്ഞൊഴുകുന്നു." എന്നിട്ട് തന്റെ തുമ്പിക്കൈ നീട്ടി. "ഒന്നു വൃത്തിയാക്കൂ മൈനേ." മൈന ശ്രദ്ധാപൂർവം പുഴുക്കളെ ചികഞ്ഞു കൊണ്ടിരുന്നു.

അപ്പോൾ മറ്റു മൈനകൾ പറന്നെത്തി. പിന്നെ മൈനക്കൂട്ടങ്ങൾ കലഹിക്കാൻ ആരംഭിച്ചു. നീ എന്തിനാണ് ഞങ്ങളുടെ കൂടുകൾ നശിപ്പിച്ചത്? നീയെന്തിനാണ് ഞങ്ങളുടെ മുട്ടകൾ പച്ചപ്പടർപ്പിലെ

പാമ്പുകൾക്ക് കാണിച്ചുകൊടുത്തത്? കലഹം വല്ലാതെ ഉറക്കെയായി. പിന്നെ അവയെല്ലാം എങ്ങോ പറന്നുപോയി...

മൈനകൾക്ക് 'കലഹപ്രിയ' എന്നും സംസ്കൃതത്തിൽ പേരുണ്ടത്രേ. എൻ.കെ. ദേശം മാസ്റ്റർ എന്നെ ഓർമ്മിപ്പിക്കുന്നു. "എന്നാലും നേത്രവതിയായ ആ മൈനയുടെ പ്രേമഭരിതമായ കണ്ണുകൾ കണ്ടില്ലേ?" ഞാൻ തിരക്കുന്നു. "വൈലോപ്പിള്ളിക്ക് പ്രേമം അന്യമായിരുന്നുവോ? എന്തുകൊണ്ടാണ് മൈനയെ വെറുമൊരു ഏഷണിക്കാരിയായി ചിത്രീകരിച്ചത്?" എന്റെ ആശങ്കകൾ നിരത്തുന്നു.

വിജനമായ ഈ കാട്ടുപാതയിലൂടെയാണ് നമ്മുടെ വാഹനങ്ങൾ ഇരമ്പിപ്പായുന്നത്. നഗരത്തിലെ വാഹനപ്പെരുപ്പം ഈ കാടിനെയും ബാധിച്ചിരിക്കുന്നു. ഗൂഡല്ലൂർവഴി തമിഴ്നാടിനേയും മൈസൂരിനേയും താണ്ടുന്ന വനപാതകൾ. ഇപ്പോൾ രാത്രി പത്തു മണിമുതൽ രാവിലെ ആറു മണിവരെ ഗതാഗത നിരോധനമുണ്ടത്രെ. ഈ നിരോധനം കൂടി എടുത്തു മാറ്റണമെന്ന് നമ്മുടെ രാഷ്ട്രീയക്കാർ പറയുന്നു.

നിങ്ങൾ കവികളും കലാകാരന്മാരും കാല്പനികതയുടെ ഗൂഢമായ സ്വപ്നങ്ങൾ നെയ്തെടുക്കുന്നു. എന്നിട്ട് യാഥാർത്ഥ്യങ്ങളോട് പുറംതിരിഞ്ഞു നിൽക്കുന്നു. ഈ വനങ്ങളിലും പാവപ്പെട്ട മനുഷ്യർ താമസിക്കുന്നുണ്ട്. ഇവിടെ കാട്ടുമൃഗങ്ങളും വിഷപ്പാമ്പുകളുമുണ്ട്. ഇന്നലെ രാത്രി പാമ്പുകടിയേറ്റ് ഒരു കുട്ടി മരിച്ചു. സമയത്തിന് വിദൂരമായ ആശുപത്രിയിലെത്തിക്കാൻ കഴിഞ്ഞില്ല. വാഹനനിരോധനമല്ലേ?

സ്വപ്നങ്ങളും യാഥാർത്ഥ്യങ്ങളും ഇടകലരുന്ന സംഘർഷങ്ങൾക്കിടയിൽ മൈന വീണ്ടും കടന്നു വന്നു.

ദിവസം മുഴുവൻ വീടിന്നരികിലിരുന്ന്
പാടിക്കൊണ്ടിരുന്ന ആ കൊച്ചുമൈന
ഒന്നു പറന്നുപോയെങ്കിൽ
എന്നാണ് ഞാനാഗ്രഹിച്ചത്
ഗാനം സഹിക്കാനാകാതായപ്പോൾ
ഞാൻ ഹസ്തതാഡനം കൊണ്ടതിനെ തുരത്തി
ഇപ്പോൾ ഒരു പാതി കുറ്റസമ്മതം:
കുഴപ്പം എനിക്കുതന്നെയായിരുന്നില്ലേ?
ഒരു പക്ഷിയുടെ പാട്ടിനെ നിശ്ശബ്ദമാക്കാൻ
മുതിർന്ന നീയെത്ര നിന്ദ്യൻ!
ഏതൊരു ഗാനാലാപനവും
പ്രപഞ്ചത്തിൽ അഭംഗുരം ഒഴുകട്ടെ.

(റോബർട്ട് ഫ്രോസ്റ്റ് - ഞാനും കൊച്ചുപക്ഷിയും)

മനസ്സിൽ സന്ദേഹവും ജീർണ്ണതയും ബാധിച്ചവർക്കുവേണ്ടിയാണ് കവി ഇങ്ങനെ എഴുതിയതെന്ന് ഞാൻ വിശ്വസിക്കുന്നു.

പക്ഷേ, എന്റെ ഹൃത്തടങ്ങളിൽ പ്രേമവതിയായ ഒരു മൈനയിരുന്ന് കരയുന്നുണ്ട്.

അന്നു രാത്രി ഒരു കോട്ടേജിൽ ഞങ്ങൾ മസനഗുഡിയിലെ ആകാശവും കണ്ടു കിടന്നു. അറേബിയൻ മരുഭൂമികളിലാണ് ഞാനിത്രയും ചേതോഹരമായ ആകാശം കണ്ടിട്ടുള്ളത്. കാട്ടിൽ സുഖകരമായ തണുപ്പുണ്ടായിരുന്നു. മുകളിൽ പാതിവിരിഞ്ഞ ചന്ദ്രനും നറുംനിലാവും നക്ഷത്രജാലങ്ങളും. ആകാശച്ചെരുവുകളിൽ കൊള്ളിയാനുകൾ മിന്നിമറയവേ കാട്ടിൽ ചിവീടുകളും ജീവജാലങ്ങളും സംഗീതം തകർത്തു. ജീവജാലങ്ങളുടെ സംഗീതത്തെ ഒരിക്കൽ ഞാൻ 'നക്ഷത്രപ്പാട്ടുകൾ' എന്നു വിളിച്ചിരുന്നു. എന്റെ പിന്നിട്ടുപോയ ബാല്യങ്ങളിലെവിടെയോ ഇങ്ങനെയൊരു ആകാശം വീണുകിടക്കുന്നുണ്ടല്ലോ. രമാപദചൗധരിയുടെ* അവശനായ നായകൻ കൽക്കത്താനഗരത്തിന്റെ നഷ്ടമായ ആകാശങ്ങളെ പഴുതുകളിലൂടെ എത്തിനോക്കുന്ന വ്യഥയാർന്നൊരു ചിത്രമുണ്ട്. എപ്പോഴാണ് നമുക്ക് ആകാശങ്ങളും നഷ്ടമായത്?

സുഹൃത്ത് മൊഴിഞ്ഞു: "ജീവിതം കലുഷിതമാകുമ്പോൾ, അമർഷങ്ങളും വ്യഥകളും നമ്മെ തളർത്തുമ്പോൾ ജീവിതത്തിൽനിന്ന് ഒളിച്ചോടാതിരിക്കാനെങ്കിലും നമുക്കീ കാടുകളിൽ വന്ന് പാർക്കാം. ഇതൊരു ആത്മശുദ്ധീകരണമായിരിക്കട്ടെ..." എന്നിട്ട്

"അനന്തമായ പ്രകൃതിയും കാലവുമാണ് സത്യം.
നദികളും വനാന്തരങ്ങളും പോലെ
ഇനിയെന്നോട് 'ബിയോ ബിയോ' എന്നു സംവദിക്കുവിൻ.
അവയെനിക്ക് രാത്രിമഴയിലും ചെളിയിലും കുതിർന്ന
ഗീതങ്ങൾ പകർന്നു തരുന്നു."

എന്ന നെരൂദയുടെ കവിത ഞങ്ങൾ ആലപിച്ചു.

അപ്പോൾ കലമാൻ കൂട്ടങ്ങൾ കടന്നുവന്നു. ഇളംനിലാവിൽ അവ പച്ചപ്പുല്ലുകൾ കാർന്നുതിന്നാൻ തുടങ്ങി, ഒരു സ്വപ്നം പോലെ....

(മാധ്യമം വാരിക)

■

---

* രമാപദചൗധരിയുടെ ഹൃദയം എന്ന ബംഗാളിനോവലിൽ നിന്ന്.

മകരവിളക്കും മുനിയാണ്ടിയും

കോട്ടയത്തുനിന്നും വണ്ടിപ്പെരിയാറിലെത്തി, അവിടത്തെ വള്ളക്കടവ് വനപാലകരുടെ ചെക്ക്പോസ്റ്റു കൂടി താണ്ടിയാൽ കാട്ടിലേക്കുള്ള യാത്ര ആരംഭിക്കുകയായി. ഇടതൂർന്ന പശ്ചിമഘട്ടത്തിലെ വനപ്രദേശവും കേന്ദ്രഗവൺമെന്റിന്റെ കീഴിലെ കിലോമീറ്ററുകൾ പരന്നുകിടക്കുന്ന പെരിയാർ കടുവാ സംരക്ഷണകേന്ദ്രവും ഇവിടെനിന്നാണ് തുടങ്ങുന്നത്.

ചെക്ക്പോസ്റ്റിൽ സാമാന്യം തിരക്കുണ്ടായിരുന്നു. ഞങ്ങൾക്കു പോകേണ്ടിയിരുന്നത് ഗവി എന്ന കേരളാ വനംവകുപ്പിന്റെ വിശ്രമകേന്ദ്രത്തിലേക്കാണ്. അവിടെ കുടുംബസമേതം തങ്ങാം. കാടും മേടും താണ്ടാം. വനത്തിലെ തടാകത്തിൽ ജലയാത്ര നടത്താം. മൃഗങ്ങളെയും പക്ഷികളെയും കാണാം. അരുവികളിൽ ജലയാത്ര നടത്താം.

സന്ധ്യയാകുംമുമ്പേ ഗവിയിലെത്തണം. വനപ്രദേശമായതിനാൽ വന്യമൃഗങ്ങൾക്കുള്ള സാധ്യത തള്ളിക്കളയാനാവില്ല. ഗവിയിലേക്കുള്ള പാത തിരിയുന്നിടത്ത് ഞങ്ങൾക്കു വഴിതെറ്റി. ടാറിടാത്ത മുള്ളുമുരടുകൾ നിറഞ്ഞ ഒരു പാത. ദുർഘട സ്വഭാവമുള്ള വെളിച്ചമിരുണ്ട പാതയിലൂടെ കാർ ക്ലേശിച്ചു പൊയ്ക്കൊണ്ടിരുന്നു. പിന്നീട് ഒറ്റപ്പെട്ടൊരു വണ്ടി കണ്ടെത്തി. പുല്ലുമേട് എന്ന ദുർഗ്ഗമ വനമേടിലൂടെയാണ് ഞങ്ങൾ സഞ്ചരിക്കുന്നതെന്ന് മനസ്സിലാക്കി. ഒരു ഉൾക്കിടലത്തോടെ തിരിച്ചുപോക്ക് നടത്തി. സാമാന്യം ക്ലേശിച്ച് ഗവിയിലെത്തിച്ചേർന്നു. പിന്നീട് മനസ്സിലായി പുല്ലുമേട് എന്ന പാത തമിഴ്നാട്ടിൽനിന്ന് അയ്യപ്പന്മാർ എത്തിച്ചേരുന്ന വഴിയത്രെ. അയ്യപ്പന്മാരുടെ സീസൺ അപ്പോൾ കനംവയ്ക്കുന്നതേ ഉണ്ടായിരുന്നുള്ളൂ.

ഗവിയിൽ ധാരാളം ടൂറിസ്റ്റുകളുണ്ട്. വിദേശികളാണ് കൂടുതൽ. ഒരു ദിനം കഴിച്ചുകൂട്ടാനുള്ള മുറികളൊരുങ്ങി. മുനിയാണ്ടിയെന്ന ഗൈഡിനെയും കൂട്ടിനു തന്നു. അന്ന് വൈകുന്നേരവും പിറ്റേന്ന് പ്രഭാതവുമാണ് യാത്രാസഫാരികൾ. മുനിയാണ്ടി എന്ന ഗൈഡ് തമിഴ്നാട്ടുകാരനാണ്. കഴിഞ്ഞ മൂന്നു പതിറ്റാണ്ടിലേറെയായി

കേരളത്തിൽ ജോലി ചെയ്യുന്നു. മുനിയാണ്ടിക്ക് ചരിത്രവും ഭൂമിശാസ്ത്രവും നന്നായി അറിയാം. പുൽമേടുകൾ കാൽനടയായി താണ്ടുമ്പോഴും ശരീരത്തിൽ അറിയാതെ കയറിപ്പറ്റിയ അട്ടകൾ രക്തം കുടിക്കുമ്പോഴും ചെന്നായ്ക്കൾ കൊന്നുതീർത്ത കലമാനുകളുടെ വിസർജ്ജ്യാവശിഷ്ടം കാണിച്ചുതരുമ്പോഴും പത്തനംതിട്ട, ഇടുക്കി ജില്ലകളിൽ വ്യാപിച്ചു കിടക്കുന്ന വനപ്രദേശത്തെക്കുറിച്ചുള്ള വിലമതിക്കുന്ന ഉൾക്കാഴ്ചകൾ മുനിയാണ്ടി നിർത്താതെ തന്നുകൊണ്ടിരുന്നു.

ശബരിമല തീർത്ഥാടകരുടെ പ്രവാഹമാണിപ്പോൾ. ഇക്കഴിഞ്ഞ കാലത്ത് തമിഴ്നാട്ടിൽനിന്ന് പുല്ലുമേടു വഴി ധാരാളം സന്ദർശകരെത്തുന്നുണ്ടെന്ന് മുനിയാണ്ടി പറഞ്ഞു. ഒരു പുൽമേടിന്റെ ഉയരങ്ങളിലേക്ക് ഞങ്ങൾ ക്ലേശിച്ചു കയറി. അവിടെ ചെന്നാൽ ശബരിമല ക്ഷേത്രം വിദൂരതയിൽ കാണാനാകും. പുകയുയരുന്ന ശബരിമലയിലേക്ക് മുനിയാണ്ടി വിരൽ ചൂണ്ടി. അവിടെ അസാധാരണമായ വെളിച്ചം നിറയുന്നു. മകരദർശനത്തിനു പേരുകേട്ട പൊന്നമ്പലമേട് അതാ എന്ന് ചൂണ്ടിക്കാട്ടി. ഞാൻ ആലോചിച്ചു, ഈ പശ്ചിമഘട്ടത്തിലെ ഇടതൂർന്ന കാടുകൾ സാക്ഷാൽ അയ്യപ്പന്റെ പൂങ്കാവനം തന്നെ! പ്രകൃതിമനോഹരമായ നിബിഡ വനങ്ങൾ. കണ്ണഞ്ചിപ്പിക്കുന്ന ഹരിതമായ പുൽമേടുകൾ, കരിങ്കുരങ്ങുകൾ, സിംഹവാലന്മാർ, അകലെ മേയുന്ന കാട്ടുപോത്തുകൾ, കലമാനുകൾ, ഈറ്റകളൊടിച്ചുകൊണ്ട് മേയുന്ന ആനക്കൂട്ടങ്ങൾ.....

കുളിരാർന്ന അടുത്ത പ്രഭാതത്തിലും യാത്രകൾ തുടർന്നു. വെളിച്ചം കീറിവരുന്നതേയുള്ളൂ. ആനത്താരകളിലൂടെ വെട്ടിത്തെളിയിച്ച കാട്ടുപാതകൾക്ക് തൊട്ടടുത്ത് ചുള്ളിക്കാടുകളും ഈറ്റകളും ഒടിയുന്നു. സാക്ഷാൽ കാട്ടാനകളെ അടുത്തു കണ്ടു. മുനിയാണ്ടി ഒരു ഗൈഡിന്റെ പാരവശ്യവുമായി എത്തി. പിന്നെ ഒരു കൂറ്റൻ കടുവയെ ഒരു ദൈവദർശനംപോലെ കണ്ടു. ഒരാക്രോശത്തോടെ അവൻ ഘോരപടർപ്പുകളിലേക്കു മറഞ്ഞു. ഞാൻ അയ്യപ്പനോട് മനസാ നന്ദി പറഞ്ഞു. കടുവയെ കണ്ട ദർശനത്തിൽ ഞങ്ങൾ ആഹ്ലാദചിത്തരായി. പെരിയാർ കടുവാ കേന്ദ്രം എന്നൊക്കെ എഴുതിവച്ചിട്ടുണ്ടെങ്കിലും ഒരു കടുവയെ ദർശിക്കുക അപൂർവ ദൃശ്യമത്രെ. മുനിയാണ്ടിയുടെ മൂന്നു പതിറ്റാണ്ടുകാലത്തെ ഗൈഡു ജീവിതത്തിൽ അഞ്ച് പ്രാവശ്യം മാത്രമാണ് അയാൾ കടുവകളെ കണ്ടിട്ടുള്ളൂ. ഞങ്ങൾ കടുവയെ കണ്ട സമയവും തീയതിയും ടൂറിസ്റ്റ് ഗൈഡിന്റെയും പേരെഴുതി ഗവിയിൽ സമർപ്പിച്ചു. അതൊരു ചിട്ടയത്രെ. കടുവകളെ കാണാൻ തീരെ കിട്ടാറില്ലത്രെ. സന്ദർശകർ ആത്മരോഷത്തോടെയാണ് പറയുക. കൊട്ടിഘോഷിക്കുന്ന കടുവാകേന്ദ്രത്തിലെ നിങ്ങളുടെ കടുവകൾ എവിടെയാണ്?

പൊന്നമ്പലമേട് ആരംഭിക്കുന്ന കുന്നിൻചരുവിലെത്തിയപ്പോൾ മുനിയാണ്ടി വിശദീകരിച്ചു. ദാ, ഈ ഒറ്റയടിപ്പാതയിലൂടെയാണ് പൊന്നമ്പലമേട്ടിലേക്കു പോകേണ്ടത്. പുറത്തു നിന്നുള്ളവർക്ക് നിരോധനമുണ്ട്. മകരജ്യോതി ദർശനം വരികയല്ലേ. അവിടെ ഇനി നിർത്താതെ പോലീസ് പാറാവുണ്ടാകും. പണ്ട് ഇലക്ട്രിസിറ്റി ബോർഡ്, ഇപ്പോൾ ദേവസ്വം ബോർഡ് മകരജ്യോതി കത്തിക്കാൻ ടൺകണക്കിന് കർപ്പൂരവുമായി പോകുന്നത് ഇതുവഴിയാണ്- മുനി യാണ്ടി വിശദീകരിക്കുന്നു. പണ്ട് അറുപതുകളിൽ ഇവിടെ യുക്തി വാദികൾ കയറി പൊന്നമ്പലമേട്ടിൽ തീവച്ചു. അതിനുശേഷം പോലീസ് ബന്തവസ്സിലാണ് ഈ സ്ഥലം. "സാറേ, പൊന്നമ്പലമേട്ടിൽ ദേവസ്വംബോർഡ് കർപ്പൂരം കത്തിച്ച് മകരജ്യോതി കാണിക്കുന്നു എന്നു പറഞ്ഞാൽ എന്റെ നാട്ടുകാരായ തമിഴന്മാർ പ്രകോപിതരാകും. അവർ എന്റെ ചെവിക്കല്ല് അടിച്ചു തകർക്കും."

ഞാൻ ആലോചിക്കുന്നു. അന്ധവിശ്വാസത്തെ പ്രോത്സാഹി പ്പിച്ചും മദ്യവിൽപ്പന പ്രോത്സാഹിപ്പിച്ചും കൂടുതൽ ധനമാർഗ്ഗം പുണരുന്ന നമ്മുടെ ഭരണകൂടം മദ്യപാനത്തെക്കുറിച്ചും അന്ധ വിശ്വാസത്തെക്കുറിച്ചുമൊക്കെ ഇടയ്ക്കിടയ്ക്കെ പ്രബോധനങ്ങൾ നടത്തും.

മടക്കയാത്രയിൽ കുമളിയിൽ തങ്ങി. അന്താരാഷ്ട്ര ടൂറിസം താങ്ങാനാകാതെ ഇടുങ്ങിയ മുഷിഞ്ഞ വാഹനസാന്ദ്രമായ റോഡു കൾ. ശ്വാസം മുട്ടിക്കുന്ന വൃത്തിഹീനമായ കുമളിയിൽനിന്ന് തമിഴ് നാട്ടിലെ തേനിയിലെ മുന്തിരിത്തോട്ടങ്ങളും കൃഷിയിടങ്ങളും കണ്ടു മടങ്ങിയപ്പോൾ ആശ്വാസമായി ഒരു കുളിർക്കാറ്റ് ഞങ്ങളെ തഴുകി.

ഗവിയാത്ര കഴിഞ്ഞ് അധികം താമസിയാതെ കേരളത്തെ പിടിച്ചു കുലുക്കിയ പുല്ലുമേട് ദുരന്തത്തെക്കുറിച്ചുള്ള വാർത്തകൾ വന്നു. പിന്നെ മകരജ്യോതിയെപ്പറ്റിയുള്ള വിവാദങ്ങളും. യാത്രാമദ്ധ്യേ ദുർഘടമായ പുല്ലുമേടിലെ വഴിയിൽ ഞങ്ങളും വന്നുപെട്ടിരുന്നുവല്ലോ എന്ന് ഭീതിയോടെ ഞാൻ ചിന്തിച്ചു.

(മാധ്യമം വാരിക)

■

ജംബുകപുരാണം

ഒരു രാത്രിയിൽ ജംബുകൻമാർ ആർപ്പുവിളികളുമായി എന്റെ നഗര ജീവിതത്തിലേക്കു കടന്നുവന്നു. ഞാൻ ഞെട്ടി ഉണർന്നു. ഉറങ്ങുന്ന എന്റെ ശ്രീമതിയെ വിളിച്ചുണർത്തി: "നീ കേൾക്കുന്നില്ലേ ശബ്ദ ങ്ങൾ!" ഞങ്ങൾ ചെവി വട്ടം പിടിച്ചു - കുറുനരികളുടെ ആരവം ഉയ രുന്നു! ജനലകൾ തുറന്ന് പുറത്തേക്കു നോക്കി. നഗരവിളക്കുകളുടെ പ്രകാശമുണ്ടായിരുന്നില്ല. സർവ്വത്ര ഇരുട്ട്. ശബ്ദം അടുത്തുനിന്ന് എവിടെയോ ആണ്. അഞ്ചു മിനിറ്റു കഴിഞ്ഞില്ല, അയൽവക്കത്തെ പീറ്റർമാസ്റ്ററുടെ വീട്ടിൽനിന്നും ബഹളം കേട്ടു. കോഴികൾ കരയുന്നു... പിറകെ ബഹളങ്ങളും ശബ്ദങ്ങളും ഉയർന്നു. മാസ്റ്ററുടെ വളർത്തു കോഴികളെ കുറുക്കന്മാർ തിന്നാനെത്തിയിരിക്കുന്നു!

നേരംപുലർന്നപ്പോൾ, തലേ രാത്രിയിൽ കുറുക്കന്മാർ വന്നെത്തി യതിന്റെ ക്ഷോഭവുമായി പീറ്റർമാസ്റ്ററും മേരിച്ചേച്ചിയും അരമതിലി നപ്പുറമുണ്ടായിരുന്നു. കോഴികളൊന്നും നഷ്ടമായില്ല എന്ന ആശ്വാസമുണ്ട്. എന്നാൽ കുട്ടിക്കാലങ്ങളിൽ എവിടെയോ നഷ്ടമായ കുറുക്കനെന്ന നാടോടിക്കഥയിലെ കഥാപാത്രം അവരുടെ കണ്ണുകളി ലുണ്ടായിരുന്നു.

നഗരം കയ്യേറിയ ഒരു കുന്നിൻച്ചെരുവിലാണ് ഞങ്ങളുടെ തെരുവ്. കോർപ്പറേഷന്റെ ടാറിട്ട ഇടവഴികൾ, വെളിച്ചം വിതറുന്ന വിളക്കു കാലുകൾ, പ്രകാശപൂർണ്ണമായ ഭൂമിയിലെ ജീവിതത്തെ അലോസര പ്പെടുത്തിക്കൊണ്ടാണ് ഇരുട്ടിൽനിന്ന് അജ്ഞാതരായ കുറേ കുറു ക്കന്മാർ വന്നെത്തിയിരിക്കുന്നത്. ഇന്നലെ വന്നെത്തിയ ജംബുക ന്മാരെപ്പറ്റിയും പഴയ ജീവിതത്തെപ്പറ്റിയും ഞങ്ങൾ പറയാൻ തുടങ്ങി. തങ്ങൾ ഒരിക്കൽ വിഹരിച്ച പഴയ പാടങ്ങളിലേക്കും കുന്നിൻപുറ ങ്ങളിലേക്കുമാണ് കുറുക്കന്മാർ ഒരോർമ്മതെറ്റുപോലെ വന്നെത്തി യത് എന്ന് ഞാൻ പറഞ്ഞു.

"The fox's coat is white and red
with two pointy ears upon his head..."

പീറ്റർ മാസ്റ്റർ തന്റെ നഷ്ടപ്പെട്ട ബാല്യങ്ങളിലേക്ക് ഒരു കുട്ടിക്കവിതയുമായി തീർത്ഥയാത്ര നടത്തുകയാണ്...

ബാല്യത്തിന്റെയും കൗമാരത്തിന്റെയും കുതൂഹലങ്ങളെവിടെയോ പൊട്ടിയൊഴുകുന്നുണ്ട്. കാലത്തിന്റെ നനവാർന്ന ഓർമ്മകൾ. തീരദേശത്തെ വീട്ടിൽ എപ്പോഴും കണ്ണും കാതും തുറന്നിരിക്കുന്നത് അമ്മയാണ്. ഒരു പാതിരാവിൽ അമ്മയുണരുന്നു. ദാ കുറുക്കന്മാർ വന്നെത്തിയിരിക്കുന്നു... കോഴിക്കൂട്ടിൽനിന്ന് കോഴികളുടെ കരച്ചിൽ... ടോർച്ചും വടിയുമായി ഞങ്ങൾ അച്ഛനും മക്കളും ഒരുപാതി ആലസ്യത്തിൽ പുറത്തേക്കൊഴുകുന്നു... കുറുക്കൻ കോഴിക്കൂട്ടിൽ കയറിയതേയുള്ളൂ. എന്നാൽ എല്ലാവരെയും കബളിപ്പിച്ചുകൊണ്ട് ഒരു കോഴിയുമായി അവൻ കടന്നുകളഞ്ഞല്ലോ! ഇരുട്ടിലേക്കു നോക്കിയപ്പോൾ ഞങ്ങൾ തീഗോളംപോലെയുള്ള കണ്ണുകൾ കണ്ടു. പിന്നെ വേറെയും കണ്ണുകൾ. തുടർന്ന് അന്തരീക്ഷമാകെ അധോലോകവായുവിന്റെ ഗന്ധം പരന്നു. മൂക്കു പൊത്തി... ഒരു ജാള്യതയിലും നഷ്ടബോധത്തിലും ഞങ്ങൾ പിൻവാങ്ങി. പിറ്റേന്ന് അമ്മ കോഴിക്കണക്ക് എടുത്തു: "പൊന്മുട്ടയിടുന്ന താറാവിനെത്തന്നെയാണല്ലോ അവൻ കൊണ്ടുപോയത്." കണ്ണുനീരിന്റെ നനവോടെ അമ്മ പറഞ്ഞു.

അന്ന് നേരിട്ടു കാണാൻ കഴിയാത്ത ഈ കൗശലക്കാരനെ പിന്നീട് തൃശൂരിലെ മൃഗശാലയിൽ വച്ചു കണ്ടുമുട്ടി. മൃഗശാലയിൽ ഒരു വിരുന്നുയാത്രയ്ക്ക് ഞാനും ജ്യേഷ്ഠനും അനിയനുമൊത്ത് പോയതാണ്. അഴികളിട്ട ഒരു മുറിയിൽ മെലിഞ്ഞുണങ്ങി ക്ഷീണിച്ച വിഷണ്ണരായ കുറെ കുറുക്കന്മാർ. ഞങ്ങളുടെ വളർത്തുകോഴികളെ തിന്നാനെത്തുന്ന ദുഷ്ടന്മാർ - ഒരു അട്ടഹാസമായി ജ്യേഷ്ഠനാണ് അത് തുടങ്ങിവെച്ചത്. ഞങ്ങൾ കല്ലുകളെടുത്ത് അഴികൾക്കുനേരെ എറിയാൻ തുടങ്ങി. കുറുക്കന്മാർ ദൈന്യമായ മിഴികളോടെ പേടിച്ചരണ്ട് ചുമരിനോടു ചേർന്നു നിന്നു. അപ്പോൾ മൃഗപാലകൻ കടന്നു വന്നു. അയാൾ ഗർജ്ജിച്ചു: "നിർത്തെടോ! ഈ സാധു മൃഗങ്ങളെയാണോ നിങ്ങൾ കല്ലെറിയുന്നത്. നാണമില്ലേ? - ജാള്യതയോടെ ഞങ്ങൾ കല്ലുകൾ താഴെയിട്ടു. മെലിഞ്ഞു ക്ഷീണിച്ച കുറുക്കന്മാരെ ഞാൻ പിന്നെയും നോക്കി. ഇവനോ അതിശൂരൻ? അതെയെന്ന് ആ കണ്ണുകൾ പറഞ്ഞു. ആ കുറുക്കൻ കണ്ണുകളുടെ തിളക്കം എനിക്കു മറക്കാനായില്ല.

വിളഞ്ഞ വയലേലകൾക്കു നടുവിലും നാട്ടിൻപുറത്തെ ഏകാന്തമായ ഇടവഴികളിലും വഴിതെറ്റി പകൽവെളിച്ചത്തിലെത്തിയ കുറുക്കന്മാരെ നാട്ടുകാർ ആരവങ്ങളോടെ വളഞ്ഞിട്ടു പിടിച്ചു. കുഞ്ഞൻ കുമാരനായിരുന്നു മുന്നിൽ. നാലണ കൊടുത്ത് മുത്തച്ഛൻ ചത്ത കുറുക്കനെ വാങ്ങി, പാടത്തു പണിയെടുക്കുന്ന കാളകൾക്ക് പച്ചമരുന്നുകൾ ചേർത്ത് വേവിച്ചുകൊടുക്കുവാൻ...

രാത്രികാലങ്ങളിൽ നിലാവിന്റെ തിളക്കമുള്ള പറങ്കിമാവിൻ കൂട്ടങ്ങൾക്കിടയിൽനിന്ന് കുറുക്കന്മാർ സംഘഗാനമുതിർത്തു. ഞങ്ങൾ കുട്ടികൾ കണ്ണുകൾ ആഴത്തിൽ വിടർത്തി. കഥകളിലെയും ജീവിതത്തിലെയും കുറുക്കന്മാരെ തിരയുകയായിരുന്നു. അമ്മ പറഞ്ഞു: "കേട്ടില്ലേ, മേളങ്ങൾ. കുറക്കന്റെ കല്ല്യാണമാണിന്ന്."

പിൽക്കാലത്ത് പ്രവാസഭൂമികളിൽ അലഞ്ഞപ്പോഴും ഞാൻ കുറുക്കന്മാരുടെ ശബ്ദം കേട്ടു. ഖോർഫക്കാനിലെ മലഞ്ചെരിവുകളിൽ കുറുക്കന്മാരുടെ സംഘഗാനം മുഴങ്ങുന്നു. ഒരു വ്യത്യാസവുമില്ലല്ലോ! എന്റെ മനസ്സ് ആഹ്ലാദചിത്തമായി. നമ്മുടെ അതേ കുറുക്കന്മാർ. ഒരു ഗൃഹാതുരത്വത്തോടെ ഞാൻ കുറുക്കനെ ഹൃദയത്തോടു ചേർത്തുവച്ചു, പ്രിയ കുറുക്കാ...

പ്രവാസം കഴിഞ്ഞ് നാട്ടിലേക്കു തിരിച്ചെത്തി. നഗരത്തിന്റെ ഭാഗമായി അയ്യന്തോളിൽ താമസമായി. അയ്യന്തോളിന്റെ കുന്നിൻ നിറുകയിലാണ് തൃശൂർ നഗരത്തിന്റെ ഭരണകേന്ദ്രമായ പടുകൂറ്റൻ കലക്ടറേറ്റ് കെട്ടിടം. രാമറാവു എന്ന ഭാവനാസമ്പന്നനായ ഒരു ബ്യൂറോക്രാറ്റിന്റെ സംഭാവനയത്രെ ഈ കെട്ടിടം. ഒരു ഭരണസിരാകേന്ദ്രത്തിന്റെ എല്ലാ തിരക്കുകളും ഇവിടെയുണ്ട്. വക്കീലന്മാരും കുറ്റവാളികളും ജഡ്ജിമാരും സമരക്കാരും നിരാഹാരവ്രതക്കാരും ലാത്തിയേന്തിയ പൊലീസുകാരും മന്ത്രിമാരും ഉദ്യോഗസ്ഥന്മാരും കൈക്കൂലിക്കാരും നിരങ്ങുന്ന ബഹളമാർന്ന പകലുകൾ... സായാഹ്നമാകുന്നതോടെ എല്ലാം നിശ്ശബ്ദമാകും. അയ്യന്തോൾ ഉറങ്ങുന്ന ഒരു പഴയ ഗ്രാമമായി മാറും.

എന്റെ പുസ്തകത്താളുകളിൽ ഒരു നാടോടികഥയ്ക്കു കാറ്റു പിടിക്കുന്നു;

"തണുത്തുറഞ്ഞൊരു ശീതകാലരാത്രിയിൽ
കുറുക്കൻ നിലാവിനോടു പ്രാർത്ഥിച്ചു:
എനിക്കു വെളിച്ചം തരേണമേ...
നഗരത്തിലെത്താൻ
ഇനിയും കാതങ്ങളുണ്ടല്ലോ.

അന്ന് രാത്രി താറാവിന്റെ കരച്ചിൽ കേട്ട്
അമ്മൂമ പുറത്തേക്ക് തലയിട്ട്
കരഞ്ഞു പറഞ്ഞു:
ജോണീ, ജോണീ അവൻ
നമ്മുടെ താറാവിനെ
കൊണ്ടു പോയി...
കുറുക്കൻ നഗരത്തിലെത്തിയിരിക്കുന്നു!

അന്ന് കുറുക്കനും ഭാര്യക്കും
കുട്ടികൾക്കും കുശാലായിരുന്നു.
കുറുക്കൻകുട്ടികൾ പറഞ്ഞു:
അച്ഛാ, പട്ടണത്തിലേക്കുതന്നെ വീണ്ടും തിരിച്ചു പോകൂ
അത് അഴകാർന്ന ഒരു സുന്ദരനഗരം തന്നെയാണല്ലോ!"

അയ്യന്തോളിന്റെ അതിർത്തി കടന്നും നഗരം വളരുകയാണ്. ലുലു അന്താരാഷ്ട്ര കൺവൻഷൻ സെന്റർ, ശോഭാ സിറ്റി, വരാനിരിക്കുന്ന എയർപോർട്ട്, ബസ്സ്റ്റാന്റുകൾ... അരികെ കോൺക്രീറ്റും കമ്പികളും നിറഞ്ഞ കണ്ണുനീരൊലിപ്പിക്കുന്ന പാടങ്ങൾ. എത്രയോ പാടങ്ങൾ നികത്തി. വില്ലകളും ഫ്ളാറ്റുകളും ഉയർന്നു. എന്നാലും നെല്ലറ സ്വപ്നങ്ങൾ പൂത്തുനിൽക്കുന്ന കണ്ണെത്താത്ത കോൾപാടങ്ങൾ ഈ നഗരത്തിനു ചുറ്റും ഇനിയും ബാക്കിയുണ്ടല്ലോ എന്നാശ്വസിക്കും. വിലങ്ങൻകുന്നിനുമപ്പുറത്ത് ഇളംകാറ്റ് തഴുകുന്ന വയലേലകളിലെ വിദൂരമായ ഒരു പച്ചത്തുരുത്ത് ചൂണ്ടിക്കാട്ടി അയൽക്കാരൻ രാമേട്ടൻ പറയും. അവിടെ ആ തുരുത്തിൽ കുറുക്കൻ തന്റെ സർഗ്ഗാത്മകമായ ജീവിതം നയിക്കുന്നുണ്ട് എന്ന്. അപ്പോൾ ഭീതിയോടെ ചിന്തിക്കുന്നു: എൻഡോസൾഫാനുകളുമായി അവിടെയും അവർ, നാശം വിതയ്ക്കുന്നവർ വന്നെത്തുമോ, ബന്ധങ്ങളുടെ സ്നേഹത്തിന്റെ പ്രകൃതിയുടെ പച്ചപ്പുകൾ വറ്റിവരളുന്ന കാലമല്ലേ.

ഇപ്പോൾ അയ്യന്തോളിലേക്ക് കുറുക്കന്മാർ വന്നെത്താറേയില്ല. എല്ലാ ആരവങ്ങളും മാഞ്ഞുപോയിരിക്കുന്നു. ഗൃഹാതുരത്വത്തിന്റെ വരണ്ട ചാലുകളിലേക്ക് തെളിനീർ പകരാൻ കുറുക്കാ നീ വീണ്ടും വന്നെത്തുമോ? നിശ്ശബ്ദമായ രാത്രികളിൽ ജനവാതിലുകൾ തുറന്നിട്ട് ഞാൻ പ്രാർത്ഥിക്കുന്നു. ഞങ്ങളുടെ സ്വപ്നങ്ങളെ ചേതോഹരങ്ങളാക്കാൻ ഒരു പ്രാർത്ഥന പോലെ ഈ ഗ്രാമത്തിലേക്ക് വീണ്ടും നീ തിരിച്ചു വരികയില്ലെ?

അയൽക്കാരനും ഇംഗ്ലീഷ് പ്രൊഫസറുമായിരുന്ന പീറ്റർമാസ്റ്റർ കഴിഞ്ഞ വർഷമാണ് മരിച്ചുപോയത്. മേരിചേച്ചി ഓർമ്മകളില്ലാത്ത ലോകത്ത് ഡിമെൻഷ്യയുമായി കഴിയുന്നു. ഞാൻ മാത്രം ചിതലെടുത്ത ഒരു നൊസ്റ്റാൾജിയയിൽ കുരുങ്ങി ബഷീറിനെപ്പോലെ ഒരു കുറുക്കനെ താമ്രപത്രമെടുത്ത് എറിയുകയാണ്.

(ചന്ദ്രിക ആഴ്ചപ്പതിപ്പ്)

■

മുളങ്കാടുകളുടെ മരണം

ഒന്ന്

ഇളംകാറ്റ് വീശുന്ന മുളങ്കാടുകൾ പാടെ അപ്രത്യക്ഷമായിരുന്നു. "ലല്ലലലം പാടി വരും തെന്നലേ" എന്നൊരു ഗാനത്തിന്റെ പ്രണയ മധുരവും എവിടെയോ ചോർന്നുപോയിരുന്നു. കാട്ടിലുടനീളം അവ മരിച്ചു കിടന്നു. ഒരു ശവദാഹത്തിനെന്നവണ്ണം തലങ്ങും വിലങ്ങും, ചെരിഞ്ഞും, അജ്ഞാതമായ ഒരു വിധിജീവിതംപോലെ അവ ആരെയോ കാത്തുകിടന്നു. മുളന്തണ്ട്, മുളങ്കാറ്റ്, മുളവീണ, മുള നാഴി എന്നിങ്ങനെ ഹൃദയഹാരിയായ പദങ്ങളും എവിടെയൊക്കെയോ വീണുടഞ്ഞുപോയിരുന്നു. മുളങ്കാടിനു മുകളിൽ എപ്പോഴോ വിരിഞ്ഞു നിന്ന ചന്ദ്രനും, മുളങ്കാടിന്റെ കവിതയും എന്റെ മനസ്സിൽ നഷ്ടബോ ധത്തിന്റെ അലയൊലികൾ കോറിയിടാൻ തുടങ്ങി.

"ഉയരങ്ങളിലേക്കാണ്ടുപോയ മുളങ്കാടുപോലെ
കാറ്റിലും കൊടുങ്കാറ്റിലും ആടിയുലയുമ്പഴും
ഞാൻ അക്ഷ്യോഭനായി നിന്നു......"

മുളങ്കാടിന്റെ മരണത്തിൽ ആത്മവിശ്വാസത്തിന്റെ കരുത്ത് ചോർന്നു പോവുകയാണോ? പതിവുപോലെ കാട് നിശ്ശബ്ദവുമായി രുന്നു. കാടിന്റെ ഇളം തണുപ്പേറ്റുവാങ്ങി പുള്ളിമാനുകൾ അലയു ന്നുണ്ടായിരുന്നു. അകലെ ആനക്കൂട്ടങ്ങളുമുണ്ടായിരുന്നു.

പക്ഷേ, മുളങ്കാടിന്റെ മരണം അസുഖരമായ ഒരു കാഴ്ചയായി രുന്നു.

രണ്ട്

വയനാടൻ കാടുകളിൽ മാസങ്ങൾക്കുമുമ്പ് മുളങ്കാടുകളുടെ മരണം പ്രവചിക്കപ്പെട്ടിരുന്നു. ഒരിക്കൽ നിറയെ പൂത്തുലഞ്ഞ മുളങ്കാടുകൾ അപ്രത്യക്ഷമാകുന്നു. ആ ജീവിതചക്രം അമ്പതുവർഷമാണ്. പിന്നെ ഒരു ക്ഷാമത്തിന്റെയും അജ്ഞാതമായ വിപത്തുകളുടെയും

മുന്നോടിയെന്നപോലെ മരിച്ച മുളങ്കാടുകളുടെ മുളയരി തിന്നാൻ എലികളും ചാഴിക്കൂട്ടങ്ങളും വന്നെത്തും. കൂട്ടത്തിൽ മുളയരിതേടി ആദിവാസികളുമുണ്ടാകും. അവർ മുളംതണ്ടുകളിൽ അരിയും തേനും കലർത്തി ഹൃദയത്തിന്റെ നിറമുള്ള മുളയട ചുട്ടെടുക്കും. അപ്പോൾ മുളയരിയും മുളങ്കൊമ്പും കൊമ്പനു നൽകാൻ എവിടെ? -അവൻ കാട് വിട്ട് നാട്ടിലിറങ്ങും. നാട്ടിലെ കൃഷിയിടങ്ങൾ ആന കയറിയ കരിമ്പിൻ തോട്ടങ്ങളായി മാറും. എന്നാലും മുളയിലയും മുളംകമ്പു നൽകുന്ന സംതൃപ്തിക്ക് പകരം നൽകാൻ മറ്റൊന്നിനുമാകില്ലല്ലോ. വയനാടൻ തണുപ്പിൽ പാതവക്കിലെ തന്റെ ചായക്കടയിൽ സമോവറിന്റെ സംഗീതത്തിലലിഞ്ഞിരിക്കുകയായിരുന്ന സെയ്താലിയും അതുതന്നെയാണ് പറഞ്ഞത്. സെയ്താലിയുടെ ചൂടുചായ കുടിക്കവെ അതിരാവിലെ, കാട്ടുമൈനകൾ സൗഹൃദം പുതുക്കാനായി വന്നെത്തി.

"കൂട്ടുകാരാ കാട്ടിലേക്ക് വീണ്ടും സ്വാഗതം. കാട് ഒഴിയാബാധയായോ ചങ്ങാതി?" മൈന ചോദിക്കുന്നു. പിന്നെ വർത്തമാനങ്ങളായി. ഞാൻ ആനകളെക്കുറിച്ചാണ് ചോദിച്ചത്. ആനകൾ മുന്നൂറിനും അഞ്ഞൂറിനുമിടയ്ക്കാണെന്നാണ് വയനാടൻ കണക്ക്. ജലസമൃദ്ധി വയനാടൻ കാടുകൾക്കത്രെ. മനുഷ്യർ കെട്ടിപ്പൊക്കിയ അതിർവരമ്പുകൾ താണ്ടി തമിഴ്നാട്ടിൽനിന്നും മൈസൂരിൽനിന്നും വറുതിക്കാലത്ത് ആനക്കൂട്ടങ്ങളെത്തും. അവ ആയിരങ്ങൾ കവിയാറുണ്ട്. പക്ഷേ, ഇത്തവണ കണക്ക് തെറ്റുമെന്നാണ് സെയ്താലി പറഞ്ഞത്. മൈനയും അത് ശരിവെച്ചു.

മുളങ്കാടുകൾ ചിതറിയ മൃതശരീരങ്ങളായി എവിടെയും ചിതറിക്കിടക്കുന്നു.

മൂന്ന്

ഇന്നലെ രാത്രിമുഴുവൻ നായ്ക്കന്മാരുടെ കുടികളിൽ പാട്ടും കൂത്തും ഉയർന്നു കേട്ടു. തുടിയുടെ താളവും കുഴലിന്റെ നാദവും. അരംപോലെ ഉയരുന്ന ആദിവാസിയുടെ ഈണവും കാട്ടിൽ ഒരു പെരുമ്പറയായി മുഴങ്ങി. അവ കാടിന്റെ നിശ്ശബ്ദയിലേക്കുയരുന്ന വന്യമായ നിലവിളികളായി മാറി. ഉറക്കഭംഗവുമായി ഞാൻ പുറത്തെ ഇരുട്ടിലേക്ക് തുറിച്ചു നോക്കിക്കൊണ്ടിരുന്നു. ഒരാഴ്ചയായി ഈ പാട്ടും കൂത്തും ഉയരുന്നുവെന്ന് വാച്ചർ പറഞ്ഞു. മരിച്ചവനുവേണ്ടി ആദിവാസി നടത്തുന്ന ചടങ്ങാണിത്. അവിടെയൊരു ചെറുപ്പക്കാരൻ മരിച്ചുപോയിരിക്കുന്നു. മദ്യപാനംകൊണ്ട് കരൾ തകർന്ന ഒരു യുവാവിന്റെ കഥയാണ് ആദിവാസിയുടെ ദുഃഖത്തിന്റെ തുടികൾക്ക്

പറയുവാനുണ്ടായിരുന്നത്. ഒരു മാസം മുമ്പ് അവന്റെ സഹോദരിയും ഒരു ദുർമരണത്തിന് ഇടയായി. ഒറ്റയാന്റെ ചവിട്ടേറ്റാണ് അവൾ മരിച്ചത്. പുഴയിൽ അലക്കുകയായിരുന്നു. തുടരെയുള്ള മരണങ്ങളിൽ ആടിയുലഞ്ഞ ഒരു ഗോത്രകുടുംബത്തിന്റെ കടുംതുടികളാണ് ഇപ്പോൾ കാടിന്റെ നിശ്ശബ്ദതയിലുയരുന്നത്. കാട് ഒരു ഗോത്ര കവിതയായി എന്നിൽ നിറഞ്ഞുനിന്നു. ഞാൻ മുത്തങ്ങയെ ഒരു ഹൈക്കുവിൽ പ്രതിഷ്ഠിച്ചു.

മഞ്ഞുപൊഴിയുന്ന രാത്രി
ഉയർന്നുപൊങ്ങുന്ന ചന്ദ്രൻ
ആത്മാക്കളലയുന്ന കാട്
പാറകൾക്കുമേൽ കുറുനരികൾ,
ഗതികിട്ടാത്ത ആത്മാക്കളെയും
നോക്കിയിരിപ്പാണവർ.

കാട്ടിലെ പ്രഭാതസവാരിയിൽ തേൻകൂടുകൾ നിറഞ്ഞ കാട്ടു മരങ്ങൾക്കിടയിലൂടെ ഞങ്ങൾ കടന്നുപോയി. ഇളംതണുപ്പു ഭേദിച്ച് ഞങ്ങളുടെ ജീപ്പ് കാടിന്റെ ഹൃദയങ്ങളിലേക്കിറങ്ങി. രണ്ടു ദിനം മുമ്പ് തകർത്തുപെയ്ത മഴയുടെ ചളിക്കുണ്ടുകൾ അവ താണ്ടി. ഗൈഡ് ചൂണ്ടിക്കാണിച്ചു "അതാ മുത്തങ്ങയിലെ സമരഭൂമി." സി.കെ.ജാനു നയിച്ച ആദിവാസിയുടെ പടനിലം അവിടെ അനാഥമായി കിടക്കുന്നു. അവിടെയാണ് അവർ അമ്പും വില്ലും പ്രതിരോധവുമായി നില കൊണ്ടത്. ഒരാനക്കൂട്ടം ആ പടനിലം താണ്ടി കടന്നുപോയി. പിന്നെ ഞങ്ങളുടെ പാതയെ പ്രതിരോധിച്ച് വീണ്ടും ഒരാനക്കൂട്ടം കുറുകെ കടന്നുവന്നു. കൂട്ടത്തിൽ പിറന്നുവീണ ഒരാനക്കുട്ടിയെ കൈപിടിച്ചു നടത്തുന്ന പിടിയാനയേയും കൊമ്പനേയും കണ്ട് ഹൃദയം നിറഞ്ഞു. അവർ ഞങ്ങളോട് ഇങ്ങനെ പറയുന്നുണ്ട്. "സാധുക്കളായ ഞങ്ങളെ നിങ്ങൾ നാട്ടിലേക്കിറക്കി അടിമപ്പണി ചെയ്യിക്കുന്നു. ഞങ്ങൾക്ക് ഉന്മാദം വരുമ്പോൾ മയക്കുവെടി വെയ്ക്കുന്നു."

ഇപ്പോൾ സി.കെ.ജാനുവും സംഘവും മാനന്തവാടി കേന്ദ്രീ കരിച്ചാണ് പ്രവർത്തിക്കുന്നതെന്ന് ഗൈഡ് ഞങ്ങളോട് പറഞ്ഞു.

അവർ കത്തിയും കഠാരയുമായി വന്നു.
എന്നിട്ട് ഇന്ത്യക്കാരനോട് പറഞ്ഞു
നീ പോയെ മതിയാവൂ...
പ്രകൃതിയുടെ നിഷ്കളങ്കതയും
ഭൂമിയുടെ സുഗന്ധവും
അവർക്കന്യമായിരുന്നു.

ഞാൻ മുത്തങ്ങയുടെ പശ്ചാത്തലത്തിൽ ഒരു പഴയ അധിനിവേശ കവിത ഓർത്തെടുത്തു. ലോകത്തെവിടെയും ആദിവാസിയുടെ കഥ ഒന്നാകുന്നു. അതെന്തുകൊണ്ട് എന്ന ചോദ്യത്തിന് ഉത്തരം കണ്ടെത്തുകയായിരുന്നു ഞാൻ.. അമേരിക്കൻ ഇന്ത്യക്കാരനും അബോർജിനും ആഫ്രിക്കൻ ഗോത്രവർഗക്കാരനും മുത്തങ്ങയിലെ ആദിവാസിയും സ്വൈര്യജീവിതം നഷ്ടപ്പെട്ടവരായി മാറുന്നത് എന്തുകൊണ്ട്? ലാഭക്കൊതിയിൽ നഷ്ടപ്പെട്ട ലോകസംസ്കാരത്തിൽ നിഷ്കാസിതനും പാർശ്വവത്കരിക്കപ്പെടുന്നവനുമായ ആദിവാസി- അതെന്നത്തേയും സത്യമായി മാറുന്നു.

നാല്

രാത്രി കോട്ടേജിൽ വൈദ്യുതി ഉണ്ടായിരുന്നില്ല. ഞാനും കുടുംബവും വയനാടൻ രാത്രിയുടെ കറുപ്പിൽ ആമഗ്നരായി, കാട്ടിലെ ശബ്ദങ്ങൾക്ക് ചെവിയോർത്തു. കോട്ടേജിനുചുറ്റും തിളക്കമുറ്റ കണ്ണുകൾ നിറയുന്നു. അവ കലമാനുകളായിരുന്നു. സ്ഥലത്ത് റേഞ്ചർ സുഹൃത്ത് ഇരുട്ടിലൂടെ തുഴഞ്ഞെത്തി. സാഹിത്യകുതുകി, സംസാരപ്രിയൻ ഇത്രയും പോരെ. സംഭാഷണങ്ങൾക്ക് ചിറകുമുളച്ചു "നിങ്ങൾക്കറിയുമോ ഈ കലമാനുകൾ മനുഷ്യരെ സ്നേഹിക്കുന്നവയാണ്; അവയെ നാം സ്നേഹിക്കുന്നതുപോലെത്തന്നെ. എല്ലാ രാത്രികളിലുമവർ കൂട്ടത്തോടെ കോട്ടേജുകൾക്കു സമീപം വന്നുനിൽക്കും. തങ്ങളെ കൊന്നുതിന്നാൻ വരുന്ന വന്യമൃഗങ്ങളിൽനിന്ന് സുരക്ഷിതത്വം തേടി." അയാൾ പറയുവാൻ തുടങ്ങി.

റേഞ്ചറുടെ സംഭാഷണത്തിൽ ഒരു കാട് നിറഞ്ഞുനിന്നു. അവിടത്തെ ആദിവാസിയും തീവ്രവാദിയും വിപ്ലവവും പ്രകൃതി സംരക്ഷണവും ഒന്നൊന്നായി കടന്നുവന്നു. "കഴിഞ്ഞ വർഷം കോളേജ് വിദ്യാർത്ഥികൾക്ക് വനബോധവത്കരണത്തിന് ഞാനും ക്ലാസ്സെടുക്കാൻ പോയിരുന്നു. ഗാഡ്ഗിൽ റിപ്പോർട്ട് നടപ്പാക്കണമെന്നാണ് ഞാൻ പറഞ്ഞത്. എന്റെ മേലധികാരികൾക്ക് അത് വേണ്ടത്ര രസിച്ചില്ല." വനമേഖലയിലെ സാധാരണക്കാരിൽ ഭീതിപടർത്താനായിട്ടാണ് നിഗൂഢമതരാഷ്ട്രീയ കക്ഷികൾ നിലകൊള്ളുന്നത്. എവിടെയും മുതലെടുപ്പ് രാഷ്ട്രീയമാണ്. റോഡിനു വീതി കൂട്ടിയാൽ വീടു പോകുമെന്ന് ഭയപ്പെടുത്തി തങ്ങളുടെ കൂടെ നിർത്തുന്ന ഹീനരാഷ്ട്രീയം. എന്നാൽ റോഡിനു വീതി കൂട്ടേണ്ടി വരില്ലേ? ഒരിക്കൽ സത്യം തിരിച്ചുവരും. പിന്നെ കാട്ടിൽ ചുറ്റിത്തിരിയുന്ന മാവോവാദികളിലായി സംസാരം. "നിങ്ങൾ സുന്ദരിയെപ്പറ്റി കേട്ടിട്ടില്ലേ. കർണാടകകേന്ദ്രമാക്കി പ്രവർത്തിക്കുന്ന മാവോയിസ്റ്റുകളാണ് സുന്ദരിയും ഭർത്താവും. ഓടി മറയുന്നൊരു ജീപ്പിന്റെ വെട്ടത്തിൽ സുന്ദരിയെ ഇന്നലെ കാട്ടിൽ

പൊലീസുകാർ കണ്ടുവത്രെ. അവർ പിടികിട്ടാപ്പുള്ളികളാണ്. സംഭാഷണം പിന്നെ രൂപേഷിലേക്കും ഷൈനയിലേക്കുമെത്തി. പിന്നെ വസന്തത്തിലെ പൂമരങ്ങളായി. കാല്പനികസ്വപ്നങ്ങളുമായി ജീവിക്കുന്ന ഒരു സാധു വിപ്ലവകാരിയാണയാൾ.... ഞാൻ പറയാൻ തുടങ്ങി. അപ്പോൾ സംഭാഷണത്തിന് വിരാമമിട്ടുകൊണ്ട് വൈദ്യുതിയെത്തി.

അന്നു രാത്രി ഞങ്ങൾ ഉറങ്ങാൻ കിടന്നു കോട്ടേജിലെ ലൈറ്റുകളണച്ചു. ചുറ്റും കലമാൻ കണ്ണുകളുടെ തിളക്കം ആയിരം മിന്നാമിന്നികളായി പടർന്നു. കാടിപ്പോൾ നിശ്ശബ്ദമാണ്. നായ്ക്കന്മാരുടെ തുടികളും നിലച്ചിരിക്കുന്നു. പിന്നെ കാട്ടുപോത്തും കലമാനും ആനക്കൂട്ടവും ആദിവാസിയുമുൾക്കൊള്ളുന്ന വന്യവും അജ്ഞാതവുമായ കാടിന്റെ മുഴക്കം രാത്രിയുടെ സംഗീതമായി പതുക്കെ ഉണരാൻ തുടങ്ങി. ഒരു കാല്പനികതയിൽ അഭിരമിച്ച് ഞാനും ഉറങ്ങിപ്പോയി.

■

മരുഭൂമിയിൽ വസന്തങ്ങൾ വിരിയുമ്പോൾ

ഈ മരുഭൂമിയെ എനിക്കു വേണ്ടുവോളമറിയാമല്ലോ
പടരുന്ന അതിന്റെ രാത്രികൾ; അശ്വാരൂഢരായ യോദ്ധാക്കൾ
പിന്നെ പടനിലങ്ങൾ; അതിന്റെ ഗദ്ഗദങ്ങൾ
ഇവിടെ ഞാനെന്റെ ഓലയും എഴുത്താണിയുമായി...

(ആയിരത്തൊന്നു രാവുകളിലൂടെ പ്രശസ്തനായ,
എട്ടാം നൂറ്റാണ്ടിൽ ജീവിച്ചിരുന്ന അബു നവാസിന്റെ കവിത)

വർഷങ്ങളുടെ ഇടവേളകൾക്കുശേഷം ഷാർജ എനിക്കു മുൻപിൽ അംബരചുംബികളുടെ ഒരു മഹാനഗരമായി കൺതുറന്നു. അറേബ്യൻ സാഹിത്യചരിത്രത്തിലെ മഹാകവികളായ ഇബിൻ കുത്തേബയേയും ഉമുറൽ ഖൈസിനേയും അബു നവാസിനെയും ചുമന്നുകൊണ്ടാണ് ഞാൻ ഷാർജയിലെത്തുന്നത്. പഴയ കൂടാരങ്ങളെയോർത്ത് വിലപിക്കുന്ന ചരിത്രത്തിലെ മഹാകവികൾ. പരുക്കൻ കാറ്റിലമർന്ന എന്റെ പഴയ കൂടാരങ്ങൾ എവിടെ? അവരെപ്പോലെ ഞാനും കണ്ണുനീർ പൊഴിക്കാൻ തുടങ്ങി.

റോളാ എന്നു വിളിക്കുന്ന പഴയ അരയാൽമരം, കൊളോണിയൽ മുഖഭാവം പേറി നിൽക്കുന്ന ഷാർജ, പഴയ മിലിട്ടറി സങ്കേതങ്ങൾ, സദാ ഇരമ്പുന്ന റോയൽ എയർഫോഴ്സ് ക്യാമ്പ്, റോയിറ്റേഴ്സ് ബുള്ളറ്റിൻ എന്ന ചുവന്ന തലപ്പാവ് അണിഞ്ഞ വർത്തമാനപത്രം, തെക്കൻ അറേബ്യയിലെ വാസ്തുശില്പമാതൃകയിൽ പണിതെടുത്ത ഭാർഗവീനിലയം, കുലപതിയുടെ ശരത്കാലം എന്ന മാർക്വേസ് നോവലിലെ കൊട്ടാരത്തെ അനുസ്മരിപ്പിക്കുന്ന പൊലീസ് സ്റ്റേഷൻ, കടലിലേക്ക് ഉന്തിനിന്ന കടൽപ്പാലം....

എന്റെ അറേബ്യൻ ഓർമ്മകളിൽ ഏറ്റവും പച്ചപിടിച്ചുനിൽക്കുന്ന നഗരം ഷാർജ തന്നെയാണ്. ആ ഓർമ്മകൾക്ക് അര നൂറ്റാണ്ട് തികയാൻ ഇനിയും അധികം കാലമില്ലല്ലോ എന്ന് വിസ്മയത്തോടെ ഓർക്കുന്നു. എന്റെ എഴുത്തുരേഖകളിലെല്ലാം 'സൈനിക നഗരം'

എന്നാണ് ഷാർജയെ ഞാൻ അടയാളപ്പെടുത്തിയിട്ടുള്ളത്. തദ്ദേശീയരുടെ സേന എന്ന പേരിൽ ട്രഷ്യൽ ഒമാൻ സ്കൗട്ട് (TOS), ബ്രിട്ടീഷ് സൈനികവാഴ്ചയുടെ പ്രതീകമായി റോയൽ എയർ ഫോഴ്സ് ക്യാമ്പും (RAF) അന്ന് അവിടെ നിലവിലുണ്ടായിരുന്നു. ഏക്കറു കണക്കിന് വിസ്താരമുള്ള വലിയ ക്യാമ്പുകൾ. വെള്ളക്കാരൻ എവിടെയും മേധാവിത്വം പുലർത്തിയ പഴയ നാളുകൾ.

TOS ക്യാമ്പിലെ കാന്റീൻ പ്രമാണിയായ ഈസാ മൂസയെ ഞാനോർക്കുന്നുണ്ട്. ഒരിക്കൽ ഞാനും കൂട്ടുകാരനും അയാളെ ചെന്നു കാണുന്നു. ഇറാനി വംശജനാണ്. ഞങ്ങൾ താഴ്മയോടെ തിരക്കുന്നു. “സാർ ഞങ്ങൾക്കൊരു ജോലി വേണം.” “അതിനെന്താ” ഈസാ മൂസാ തന്റെ പുഴുപിടിച്ച പല്ലുകൾ മലർക്കെ കാട്ടി ചിരിക്കുന്നു. എന്നിട്ട് ജോലി വിശദീകരിച്ചുതരുന്നു: “കുട്ടികളെ, ഇതൊക്കെയാണ് ജോലി. വേണമെങ്കിൽ ആലോചിച്ചു നാളെ വരൂ.” പുറത്ത് നട്ടുച്ച സൂര്യൻ. മദ്ധ്യാഹ്നം തിളയ്ക്കുന്നു. ഈസാ മൂസാ കനിവോടെ പറയുന്നു. “നിങ്ങൾ ചോറുണ്ടു പോയാൽ മതി.” അറബിയുടെ ചാവലും മീൻകറിയും ആദ്യമായി രുചിക്കുകയാണ് എന്നോർക്കുന്നു. ഇതിന് അറബി മസാലയുടെ പുത്തൻ ഗന്ധമാണ്. ഈ കറിയിൽ പുളി വേണ്ടത്രയില്ലല്ലോ. ജീരകഗന്ധം ഉയർന്നുനിൽക്കുന്നുണ്ടല്ലോ. എന്നാലും ഷാർജയിലെ എന്റെ പുതിയ രസഗന്ധങ്ങളെ തൊട്ടുണർത്തിയ അറബിയുടെ മീൻകറിയായിരുന്നു അത്.

ഇംഗ്ലീഷ് പട്ടാളക്കാരും വൈദേശീയച്ചുവയും ചേർന്ന് ഒരു കൊളോണിയൽ ഗന്ധം പരത്തുന്ന എയർഫോഴ്സ് ക്യാമ്പ്. “നമുക്ക് എയർഫോഴ്സ് ക്യാമ്പിൽ പോകാം. ഗേറ്റ് പാസ് സംഘടിപ്പിക്കണം. അവിടെ Naafiയിൽ (Navel Army and Airforce Institution) നമുക്കു പരിചയക്കാരുണ്ടല്ലോ.” തണുത്ത ബീയർ ഇഷ്ടംപോലെ മോന്തി. പൊട്ടാറ്റോ ചിപ്സും തിന്ന് അവിടത്തെ ഓപ്പൺ തിയറ്ററിൽ സിനിമ കാണാൻ ഇരിക്കാം. ഡ്രാക്കുള വീണ്ടും കല്ലറയിൽനിന്ന് ഉയിർത്തെഴുന്നേൽക്കുന്നു എന്ന സിനിമയാണ്. ഞാൻ ആദ്യമായി ഒരു ഹൊറർ ചിത്രം കാണുകയാണ്. ഡ്രാക്കുളയും ബിയറും എല്ലാം ഒത്തുചേർന്ന് എന്റെ കുടലുകളെ ഇളക്കിമറിക്കാൻ തുടങ്ങിയിരുന്നു. ഞാൻ പതുക്കെ കൂട്ടുകാരോടു പറഞ്ഞു: “എനിക്കൊന്നു ഛർദ്ദിക്കണം.” അപ്പോൾ മരുഭൂമിയിൽ അപൂർവ്വമായി എത്തുന്ന മഴമേഘങ്ങൾ അണിനിരന്നിരുന്നു. ആകാശം മുരളാൻ തുടങ്ങിയിരുന്നു. പിന്നെ ഇടിയുടെ അലർച്ച കർണ്ണപുടങ്ങചളിൽ മുഴങ്ങി. പിറകെ ചിതറുന്ന മഴത്തുള്ളികളും. അന്നു ഞാൻ വേച്ചുവേച്ച് എന്റെ ബാച്ചിലർ റൂമിൽ എത്തി. എത്രയോ ആണ്ടുകൾ കഴിഞ്ഞിട്ടും ഇതൊന്നും എനിക്കു മറക്കാനാകുന്നില്ലല്ലോ.

നാലു പതിറ്റാണ്ടായിട്ടും ഷാർജ വിട്ടൊഴിഞ്ഞുപോകാതെ ജീവിക്കുന്ന കുടുംബക്കാരനായ എന്റെ കസിനെ കണ്ടെത്തി. എന്നിട്ടവനോടു തിരക്കി. പഴയ കൂടാരങ്ങളിലെ ഷാർജ എവിടെയെങ്കിലും അവശേഷിച്ചിട്ടുണ്ടോ? ഓർമ്മയുടെ കരിപിടിച്ച അടുപ്പിൻ കല്ലുകളെവിടെ? പുതിയ നഗരത്തിന്റെ വിരിമാറിലൂടെ ഞാനും അവനും തലങ്ങും വിലങ്ങും ഓടിക്കിതച്ചു. ഇല്ല, അങ്ങനെയൊന്നില്ല. എല്ലാം അപ്രത്യക്ഷമായിരിക്കുന്നു. അംബരചുംബികളായ കെട്ടിടസമുച്ചയങ്ങൾക്കു മുൻപിൽ ഞാൻ ഒറ്റപ്പെട്ടവനായി നിന്നു. കടന്നുപോയ ഒരു വലിയ കാലത്തിന്റെ ചിറകടി എനിക്കനുഭവപ്പെട്ടു. പഴയ അരയാൽമരത്തിന്റെ ഓർമ്മയ്ക്കായി അരയാലുകൾ മാത്രം നിറഞ്ഞുനിൽക്കുന്ന ഒരു ഹെറിറ്റേജ് പാർക്കിനു മുൻപിൽ പോയി വെറുതെ ഒരു പ്രാർത്ഥന പോലെ നിന്നു.

ഗോത്രവർഗ്ഗ മേൽക്കോയ്മകളും അസ്ഥിരതകളും നിറഞ്ഞ അറേബ്യ അന്നും അസ്വസ്ഥമായിരുന്നു. ഇപ്പോഴെന്നപോലെ അന്നും ഏദനിൽ തീ പടർത്തിയ ഒരു യുദ്ധം അരങ്ങേറുന്നുണ്ടായിരുന്നു. അന്ന് തെക്കൻ യെമന്റെ മേൽക്കോയ്മ കമ്മ്യൂണിസ്റ്റുകാർ പിടിച്ചെടുത്തിരുന്നു. ഏഡനിൽനിന്ന് തോറ്റോടിയ ബ്രിട്ടീഷ് സൈന്യം കേന്ദ്രീകരിച്ചത് ഷാർജയിലായിരുന്നു. റോയിറ്റേഴ്സ് ബുള്ളറ്റിന്റെ എഡിറ്റർമാരായിരുന്ന ഡേവിഡ് ലഡ്ജർമാരേയും ടർണർ സായ്പിന്റെയും സഹചാരികൾ മുഴുവൻ ഏഡനിലെ ആഭ്യന്തരയുദ്ധത്തിൽ നിന്ന് ഷാർജയിലെത്തിയ തെക്കൻ യെമൻകാരായിരുന്നു. ഖാറ്റ് മരത്തിന്റെ ഇലകൾ ചവച്ചുതിന്നുന്ന ഒട്ടേറെ ചെറുപ്പക്കാർ. അവരും അന്ന് ഷാർജയിലെ എന്റെ സൗഹൃദവലയങ്ങളിൽ കടന്നുവന്നിരുന്നു. പില്ക്കാലത്ത് തെക്കൻ അറേബ്യയെക്കുറിച്ചുള്ള എന്റെ അക്ഷരങ്ങൾക്ക് എരിവും ചൂടും പകർന്നത് അവരായിരുന്നു.

മൂന്ന് പതിറ്റാണ്ട് നീണ്ട എന്റെ അറേബ്യൻ ജീവിതത്തിൽ ഞാൻ എപ്പോഴും ഓർക്കാൻ ഇഷ്ടപ്പെടുന്ന മൂന്നു നാമധേയങ്ങൾ ഇവരൊക്കെയാണ്: കർമ്മകുശലനും മരുഭൂമിയുടെ ഗന്ധവും പേറി ജീവിച്ച ഷേഖ് സയ്യിദ് അൽനഹിയാൻ എന്ന ഭരണാധികാരി, അറേബ്യൻ മരുഭൂമിയിലെ അവസാന കാൽനടസഞ്ചാരിയായ വിൽഫ്രഡ് തിസീജിയർ, വായനക്കാരനും ഗ്രന്ഥരചയിതാവും നാടകപ്രേമിയുമായ ഇന്നത്തെ ഷാർജ ഭരണാധികാരി ഡോ. സുൽത്താൻ അൽ ഖാസ്മി.

വളരെ ചെറുപ്പത്തിലെ മുപ്പതുകളിൽ ഷാർജയുടെ ഭരണം കൈയേറി കെയ്റോ സർവ്വകലാശാലയിലെ അപൂർണ്ണമായ വിദ്യാഭ്യാസ കാലഘട്ടത്തിലാണ് അദ്ദേഹം ഭരണാധികാരിയായി മാറുന്നത്.

ബ്രിട്ടീഷുകാർ വിടവാങ്ങിയ സമയം. 1972 - അവർ ഇട്ടേച്ചുപോയ ഭരണപരമായ അസ്ഥിരതകളുടെ ഒരു ചരിത്ര കാലഘട്ടത്തിലാണ് ആ ഭരണമാറ്റം സംഭവിക്കുന്നത്. ഷാർജ രാജധാനിയിൽ അരങ്ങേറിയ കൊട്ടാര വിപ്ലവം. വെടിയുണ്ടകൾ; മരണം, കർഫ്യൂ. ഷാർജയിലെ അന്തേവാസിയായിരുന്ന എനിക്ക് ഇപ്പോഴും ആ കാലം ഓർത്തെടുക്കാൻ കഴിയുന്നുണ്ട്.

തിയ്യറ്ററിനെ ഏറ്റവുമധികം ഇഷ്ടപ്പെടുന്ന ഒരാൾ, തന്റെ അറബ് ദേശീയബോധത്തെ ഊട്ടിയുറപ്പിക്കുന്ന നിലപാടുകൾ, ഷാർജയെ ഒരു സാംസ്കാരിക നഗരമായി മാറ്റിയെടുത്തതിന്റെ ശില്പി, ഇതൊക്കെയാണ് ഡോ. സുൽത്താൻ അൽ ഖാസ്മിയുടെ വ്യതിരിക്തമായ സുവിശേഷങ്ങൾ. സുൽത്താൻ രചിച്ച ഒരു പുസ്തകം എന്റെ ശേഖരത്തിലുണ്ട്. അറേബ്യൻ ഉൾക്കടലിലെ കടൽക്കൊള്ള എന്ന മിഥ്യയെക്കുറിച്ച് (The Myth of Piracy) പഴയ കാലഘട്ടത്തിലെ ഈസ്റ്റ് ഇന്ത്യ കമ്പനിയുടെ നിലപാടുകൾ ചരിത്രത്തിൽ പൊളിച്ചെഴുതുകയാണ് ഡോ. സുൽത്താൻ. ബോംബെ ആർക്കേവ്സിലെ ചരിത്രരേഖകളെ ആസ്പദമാക്കിയാണ് അദ്ദേഹം തന്റെ നിലപാടുകൾ ഊട്ടിയുറപ്പിക്കുന്നത്. ദിവസവും മൂന്നുറു പേജുകൾ വായിക്കുന്ന ക്രാന്തദർശിയായ ഭരണാധികാരിയുടെ കൈയിൽ കലയും സാഹിത്യവും സുദൃഢമായ ഒരു സാംസ്കാരികനിലപാടും അന്നു തൊട്ടേ ഉണ്ടായിരുന്നു. ചിത്രമേളകൾ, കവിയരങ്ങുകൾ, പുസ്തകമേളകൾ, തിയ്യറ്റർ ഷാർജ അങ്ങനെ ഒരു സാംസ്കാരിക നഗരമായി മാറുന്നു.

മുപ്പത്തിമൂന്നു വർഷംമുൻപ് തുടങ്ങിവെച്ച പുസ്തകമേള ഇന്ന് ലോകത്തിന്റെ നെറുകയിലെ ഏറ്റവും വലിയ പുസ്തകമേളകളിലൊന്നായി മാറുന്നു. ഇത്തവണ ഏതാണ്ട് പതിനഞ്ച് ലക്ഷത്തോളം പേർ പുസ്തകമേള സന്ദർശിച്ചു എന്നാണ് കണക്ക്. ബഹുഭാഷകളിലായി ആയിരത്തിലേറെ പ്രസാധകർ അണിനിരന്നു. ഷാർജയിലെ വിശാലമായ എക്സ്പോ സെന്ററിൽ ഏക്കറുകണക്കിന് ശീതീകരിച്ച ഭൂമികളിൽ നിറയെ പുസ്തകപ്രദർശനശാലകളും പുസ്തകചർച്ചകൾ നിറയുന്ന കോൺഫറൻസ് മുറികളും. ഡോ. സുൽത്താൻ പുസ്തകമേളയിലെ ഓരോ സ്റ്റാളും സന്ദർശിക്കുന്നു.

മേളയിൽ പുസ്തകങ്ങൾക്ക് നിരോധനമില്ല. സൽമൻ റുഷ്ദിയും തസ്ലീമ നസ്രീനും സൗദിയിൽ നിരോധിക്കപ്പെട്ട ബെന്യാമിന്റെ ആടുജീവിതത്തിന്റെ അറബ് പതിപ്പും ഈ അറബ് മേളയിൽ ലഭിക്കും. വിദേശ മലയാളികളെ സമ്പന്നമാക്കുന്ന മറ്റൊരു മേളയും ഇനി ലോകത്തുണ്ടാവില്ല. മേളയെ കൊഴുപ്പിക്കുന്നതിൽ മലയാളിയുടെ

സാന്നിദ്ധ്യം പ്രത്യേകം രേഖപ്പെടുത്തിയിരിക്കുന്നു. ഇനി മുതൽ കേരളത്തിലെ എല്ലാ പ്രസാധകരും പങ്കെടുക്കുന്ന അഭൂതപൂർവ്വമായ സാന്നിദ്ധ്യമായിരിക്കും വരുംമേളകൾ.

ദുബായിലെ മലയാളി പത്രക്കാരുടെ വലിയ പട എന്നെ അദ്ഭുതപ്പെടുത്തി. സതീഷും എം.സി.എ. നാസറും, മനു റഹ്മാനും ഒ.എം. അബൂബക്കറും നസീം ബീഗവും കെ.എം. അബ്ബാസും എല്ലാം സൗഹൃദത്തിന്റെ വിലപ്പെട്ട പൂച്ചെണ്ടുകൾ തന്നു എന്ന് ഓർമ്മിക്കാതിരിക്കാൻ വയ്യ. ഞാൻ എഴുപതുകളിലെ എന്റെ റോയിട്ടേഴ്സ് ദിനങ്ങളെപ്പറ്റി ഓർത്തെടുക്കുകയായിരുന്നു. അവരോട് എന്റെ സായിപ്പും ഞാനുമുൾപ്പെടെയുള്ള ഒരു കൂട്ടം പേർ ഒരു ചെറിയ ജപ്പാൻ ഓഫ്സെറ്റിൽ അടിച്ചിറക്കിയ എമിറേറ്റ്സിൽ വിതരണം നടത്തിയിരുന്ന പഴയ പത്രത്തെ കുറിച്ചു പറഞ്ഞ് നിർവൃതി കൊണ്ടു.

മേളയിലെ പ്രഥമ സാന്നിദ്ധ്യമായതുകൊണ്ടാകാം, തിരക്കുകൾക്കിടയിൽപ്പെട്ട് ഞാൻ ഉഴറി നടന്നു. പത്രസമ്മേളനങ്ങൾ, അരങ്ങേറേണ്ട പുസ്തക റിലീസുകൾ എന്നിവ സംഘടിപ്പിക്കാനുള്ള ബദ്ധപ്പാടുകൾക്കിടയിൽ ഒരു വിദേശനഗരത്തിലെ അന്താരാഷ്ട്ര മേളയിലെ രൂപവും ഭാവവും വേണ്ടത്ര ഉൾക്കൊള്ളുവാൻ കഴിഞ്ഞില്ല എന്നു തോന്നുന്നു. അതുകൊണ്ടുതന്നെയായിരിക്കാം ഈ മേളയിലെ ഒരു നഷ്ടബോധമായി യാസ്മിനാ ഖാദ്രാ എന്ന എഴുത്തുകാരൻ മാറിയത്. അൾജീരിയൻ ഫ്രഞ്ച് സാഹിത്യമേഖലയുടെ ഭാഗമായി യാസ്മിനാ ഖാദ്രാ പ്രത്യേകം ക്ഷണിക്കപ്പെട്ട അതിഥിയായിരുന്നു. അദ്ദേഹത്തിന്റെ Sirens of Bagdad, Swallows of Kabul, The Attack എന്നീ മൂന്നു കൃതികൾ മലയാളത്തിൽ വിവർത്തനം ചെയ്യുന്നതിനുള്ള പകർപ്പവകാശസമ്മതപത്രത്തിൽ ഞാനെത്രയോ മാസങ്ങൾക്കു മുൻപേ ഒപ്പുവെച്ചിരുന്നുവെങ്കിലും അദ്ദേഹത്തിന്റെ സാന്നിദ്ധ്യം ഞാൻ പിന്നീടു മാത്രമാണ് മനസ്സിലാക്കിയത്. യാസ്മിനാ ഖാദ്രാ എന്ന സ്ത്രീനാമത്തിൽ എഴുതുന്ന മുഹമ്മദ് മുൾസിഹോൾ എന്ന പഴയ മേജർ. മദ്ധ്യപൗരസ്ത്യദേശത്തെ അമേരിക്കൻ അധിനിവേശത്തിനും പടരുന്ന വർഗ്ഗീയതയ്ക്കുമെതിരെ തൂലിക ചലിപ്പിക്കുന്ന എഴുത്തുകാരൻ. അദ്ദേഹത്തിന്റെയും മറ്റു സാംസ്കാരിക നായകന്മാരുടെയും വലിയ ചിത്രങ്ങൾ ഷാർജാ നഗരത്തിൽ ഉടനീളം പ്രദർശിപ്പിച്ചിരുന്നു. (അതിൽ നമ്മുടെ മഞ്ജു വാര്യരും ഉണ്ട്). എന്തായാലും യാസ്മിനാ ഖാദ്രയെ നേരിൽ കാണാനും ആ മേഖലയെക്കുറിച്ചുള്ള അറിവുൾക്കൊള്ളാനുമുള്ള ഒരവസരം നഷ്ടപ്പെടുത്തിയത് ഒരു വലിയ നഷ്ടബോധമായി മാറി.

രണ്ടാമത്തെ എന്റെ നഷ്ടബോധം പ്രവാസജീവിതത്തിലെ മുഖമുദ്രയായിരുന്ന ദുബായ്പ്പുഴ തന്നെയായിരുന്നു. പരിചിതമായ ആ

പുഴയുടെ തീരവും പത്തേമാരികളും കടത്തും ഈ യാത്രയിൽ എനിക്ക് സന്ദർശിക്കാനായില്ല..

ഇന്ത്യൻ പവലിയന്റെ പ്രധാന സംഘാടകനും External Affairs Executive-വുമായ മോഹൻകുമാർ മേളയെപ്പറ്റി നിർത്താതെ പറഞ്ഞുകൊണ്ടിരുന്നു. കേട്ടിരിക്കാൻ കൗതുകവുമുണ്ട്. ചെറിയതും പഴയതുമായ ഒരു പുസ്തകമേള ലോകത്തിന്റെ നെറുകയിൽ തൊടുന്ന ഒരു വലിയ പുസ്തകമേളയാക്കി മാറ്റുക. തന്റെ ഓരോ പൗരന്റെ വീട്ടിലും പുസ്തകങ്ങളും ഷെൽഫും സ്ഥാപിക്കുക. പുസ്തക അവബോധം വേണമെന്ന് നിഷ്കർഷിക്കുന്ന ഒരു ഭരണാധികാരി ചരിത്രത്തിന്റെ അപൂർവ്വതയാണെന്ന് അദ്ദേഹം ചൂണ്ടിക്കാണിക്കുന്നു. ദുബായിൽനിന്ന് ഷാർജയിലേക്കുള്ള ട്രാഫിക് ദുരിതം പുസ്തകമേള കാലത്ത് വീണ്ടും ദുസ്സഹമാകുന്നു എന്ന് അദ്ദേഹം പറയുന്നു. കേരളത്തിലെ മണ്ണിൽ നിന്ന് വന്നെത്തിയ അഞ്ച് കവികളുടെ കവിയരങ്ങ് കേൾക്കാൻ മേളയിലെ ഏറ്റവും വലിയ ഹാളിൽ രണ്ടായിരം പേർ (അവർ മലയാളികൾ തന്നെ) ഒത്തുകൂടിയെന്ന മഹാദ്ഭുതവും മോഹൻകുമാർ ഓർത്തെടുക്കുന്നു.

കലാപരമായി ഒരുക്കിയ ഷാർജാനഗരത്തിന്റെ രൂപകല്പനകളിൽ ഈന്തപ്പനകളുടെ നിരകളും കൃത്രിമമായ തടാകങ്ങളും നിറഞ്ഞുനിൽക്കുന്നു. "നിന്റെ കണ്ണുകൾ പ്രഭാതത്തിന്റെ നിശ്വാസം ഏറ്റ് തുടുത്ത ഈന്തപ്പനമരങ്ങൾ പോലെ" എന്ന ബാദിർ സാക്കിൽ അൽസയ്യാബിന്റെ കവിത അന്തരംഗത്തിൽ നിറയുന്നു. എന്നാൽ ഈ സാംസ്കാരിക തനിമയാർന്ന നഗരത്തിന് കച്ചവടപ്പെരുമ നിറഞ്ഞ ദുബായിയുടെ ഒരു സാറ്റലൈറ്റ് നഗരം എന്ന വിശേഷണമേ നൽകാവൂ.

അറേബ്യൻ മേഖലയെ തളർത്തിയ സാമ്പത്തികമാന്ദ്യം വിട്ടൊഴിഞ്ഞ ആശ്വാസത്തിലും കുതിപ്പിലുമാണ് ഇപ്പോൾ ദുബായ്. അറബ് ഭൂപടത്തിലെ സംഘർഷഭൂമികളിൽനിന്ന് ജീവനുംകൊണ്ട് പലായനം ചെയ്തുവരുന്ന സമ്പന്നരായ ഒരു വിഭാഗം ദുബായിയുടെ സാമ്പത്തിക കാലാവസ്ഥയെ പരിപോഷിപ്പിക്കുന്നുവെന്ന് എന്റെ ദുബായ് സുഹൃത്ത് വിശദീകരിച്ചു. അവരുടെ വൻനിക്ഷേപങ്ങളിൽ താരും തളിരുമണിഞ്ഞ് നിൽക്കുകയാണ് ഇപ്പോൾ നഗരം. ദുബായ് മെട്രോകളിൽ യാത്ര ചെയ്യുന്നവരിൽ ഒരു ന്യൂനപക്ഷം മാത്രമാണ് മലയാളിയെന്നത് ഞാൻ പ്രത്യേകം ശ്രദ്ധിച്ചു. പാശ്ചാത്യ നഗരങ്ങളുടെ എല്ലാതരം വസ്ത്രധാരണരീതികളുമായി ആർത്തലച്ചു നിൽക്കുന്ന ഒരു ടൂറിസ്റ്റ് സമൂഹം ദുബായിയിലെ സന്ധ്യകളെ നിറമുള്ളതാക്കി മാറ്റുന്നു. പടുകൂറ്റൻ മാളുകൾ മുഖമുദ്രയായി മാറുന്ന ഒരു നഗരം. ദുബായിയിലെ ബുർജ് ഡിസ്ട്രിക്ട് സാമ്പത്തിക ഇടപാടുകൾകൊണ്ട്

നിറയപ്പെട്ടിരിക്കുന്നു. ടവറുകൾ നിറഞ്ഞ ഒരു നഗരപ്പെരുമയിൽ ഞാൻ ലോകത്തിലെ ഏറ്റവും വലിയ കെട്ടിടമായ ബുർജ് അൽ ഖലീഫയിൽ കയറി ഒരു പക്ഷിക്കുഞ്ഞിന്റെ വിഹഗവീക്ഷണം നടത്തി.

ഇല്ല, ഈ വളർച്ച എന്നെ ഒട്ടും വിഭ്രമിപ്പിക്കുന്നില്ല. താരകങ്ങൾക്കു തിളക്കം നഷ്ടപ്പെട്ട ആകാശങ്ങൾക്കു കീഴെ മഹാനായ ഒരു സഞ്ചാരിയുടെ ആത്മാവ് കേഴുന്നുണ്ട്. "ഇതാ മറ്റൊരു അറേബ്യൻ ദുസ്സ്വപ്നം" എന്ന വിൽഫ്രഡ് തിസീജിയറുടെ വാക്കുകൾ ഞാനോർത്തു.

(2014ലെ പുസ്തകമേളയിൽ പങ്കെടുത്ത് എഴുതിയ കുറിപ്പ്)

■

ഓർമ്മ • ജീവിതം

കൊച്ചുബാവയും ഇറച്ചിക്കഥയും ഞാനും

എന്റെ പുലർകാല നടത്തത്തിലേക്കു കൂട്ടിനായി ഈയിടെ കൊച്ചുബാവ വന്നെത്തി. ഇരുളിനെ തള്ളിമാറ്റിക്കൊണ്ട് സോഡിയം വഴിവിളക്കുകൾ പ്രകാശിച്ചുനിന്നിരുന്നു. തെരുവ് വിജനമായിരുന്നു. തണുപ്പ് അരിച്ചിറങ്ങിയിരുന്നു. പാരിജാതവും ഇലഞ്ഞിയും കുടമുല്ലയും പൂത്ത ഗന്ധം എന്റെ നാസാരന്ധ്രങ്ങളെ ഉണർത്തിയിരുന്നു. ആകാശത്ത് ഒരൊറ്റ നക്ഷത്രവും മുറിഞ്ഞ ചന്ദ്രക്കലയും അനാഥരെപ്പോലെ നോക്കിനിൽക്കെ കൊച്ചുബാവ തന്റെ കഥയിലെ ഒരു കഥാപാത്രമായി മാറി എന്നോടു പറഞ്ഞു.

"ഭൂമീന്റെ മോളിലെ ജീവിതം, ജീവിക്കുമ്പോ അറീല സ്നേഹിതാ അതിന്റെ സൊകം. ഇവിടെ നാല് വശം നനഞ്ഞ മണ്ണും. ഒറ്റയ്ക്ക് കെടത്തോം, കാലം അറിയാത്ത ഇരുട്ടും...

ഞാൻ കൊച്ചുബാവയെ അവിശ്വസനീയതയോടെ നോക്കി. കൗശലവും പ്രസരിപ്പുമാർന്ന അതേ കണ്ണുകൾ; പ്രകാശമാർന്ന മുഖം. യൗവ്വനത്തിന്റെയും ഊർജ്ജസ്വലതയുടെയും തുടുപ്പ്. ഞങ്ങൾ കുറേനേരം സംസാരിച്ചു നടന്നു. പിന്നെയെപ്പോഴോ കൊച്ചുബാവ അപ്രത്യക്ഷനായി. മുറിഞ്ഞ ചന്ദ്രക്കലയും ഒറ്റ നക്ഷത്രവും അവിടെ ത്തന്നെയുണ്ടായിരുന്നു.

ഭൂമിയിലെ വിഹ്വലതയാർന്ന ജീവിതത്തെക്കുറിച്ചാണ് കൊച്ചുബാവയ്ക്ക് അറിയേണ്ടിയിരുന്നത്. ഞാൻ പറഞ്ഞു: "സുഹൃത്തേ, താങ്കളുടെ കഥകളുടെ അരികുപറ്റി പുഴ, നിലാവ്, വഞ്ചിപ്പാട്ട്, നക്ഷത്രം, കിളികൾ, പൂമരക്കൊമ്പ് എന്നിങ്ങനെ ജീവിതത്തിന്റെ ഉണ്മകൾ എപ്പോഴും ഒഴുകിനടന്നിരുന്നു. എന്നിട്ടും സാന്ത്വനത്തിന്റെ നിഴൽപോലും തീണ്ടാത്ത തിളയ്ക്കുന്ന മധ്യാഹ്നങ്ങളായിരുന്നുവല്ലോ താങ്കളുടെ കഥകൾ! എന്തൊരു ലോകം എന്ന് താങ്കൾ എപ്പോഴും നെടുവീർപ്പിട്ടു നടന്നു. താങ്കൾ അവതരിപ്പിച്ച കഠോരമായ ലോകത്തിലെ ആർക്കും വേണ്ടാത്ത വാർദ്ധക്യം ഇപ്പോഴും നിരാലംബമായി അലയുന്നു. ആസൂത്രിതമായ കൊലപാതകങ്ങളും പെൺവാണിഭങ്ങളും മാധ്യമങ്ങൾ വലിയ തലക്കെട്ടുകളായി ആഘോഷിച്ചുകൊണ്ടിരിക്കുന്നു.

അതികരാളമായ ഒരു യാന്ത്രിക സംസ്കാരത്തിന്റെ ഉത്കണ്ഠ കളായിരുന്നുവല്ലോ കൊച്ചുബാവയുടെ കഥകൾ. തന്റെ യൗവന ത്തിന്റെ തേജസ്സാർന്ന വർഷങ്ങളത്രയും അയാൾ കഴിച്ചുകൂട്ടിയത് യുണൈറ്റഡ് അറബ് എമിറേറ്റ്സിലെ ഷാർജ നഗരത്തിലായിരുന്നു. കൊച്ചുബാവ നഗരത്തിലെത്തുന്നതിന് എത്രയോ വർഷം മുമ്പ് ഞാൻ ആ നഗരത്തിലെ അന്തേവാസിയായിരുന്നു. ബ്രിട്ടീഷ് സൈന്യവും റോയൽ എയർഫോഴ്സും റോള മരവും (അരയാൽ) കടൽപ്പാലവും ബ്രിട്ടീഷ് ലാൻഡ്റോവറുകളും പഴയ ഹിന്ദി ഗാനങ്ങളും അലയടി ക്കുന്ന ഷാർജ എന്റെ ഗൃഹാതുരത്വ സ്മരണകളിൽ ഇപ്പോഴും നിറ യുന്നു. അന്ന് ഇന്ത്യൻ തീരങ്ങളിൽനിന്ന് ഉരുകളിൽ കയറി യാത്രാ രേഖകളില്ലാതെ വന്നെത്തുന്നവർ യു.എ.ഇയുടെ കിഴക്കൻ തീര ങ്ങളിൽനിന്ന് ഷാർജയിലാണ് ആദ്യം വന്നെത്തുക. ആദ്യകാല മലയാളികൾക്ക് തണലേകാൻ അന്നവിടെ കുമാരേട്ടന്റെ സത്രമുണ്ട്. ആർക്കും അവിടെ വന്ന് താമസിക്കാം. ജോലിയെടുത്ത് കടം വീട്ടി യാൽ മതി. എന്നാൽ റോളയും കടൽപ്പാലവും ലാൻഡ്റോവറുകളും അപ്രത്യക്ഷമാവുകയും യു.എ.ഇ. സ്വാതന്ത്ര്യം നേടുകയും എണ്ണ സമ്പത്ത് അവിടത്തെ തീരങ്ങളിൽ കിനിയാൻ തുടങ്ങുകയും ചെയ്ത തോടെ നഗരം വളരുകയും അതിവേഗമാർന്നൊരു യാന്ത്രികശൈലി യിലേക്ക് അറബിനഗരങ്ങൾ കുതിക്കുകയും ചെയ്തു.

ആ കാലഘട്ടത്തിലാണ് കൊച്ചുബാവയുടെ രംഗപ്രവേശം. താൻ അധിവസിച്ച നഗരത്തെ യന്ത്രവത്കൃത നഗരമെന്ന് വിളിക്കാനാ യിരുന്നു കൊച്ചുബാവയ്ക്കിഷ്ടം. അതിവേഗമാർന്ന ജീവിതശൈലി, നഷ്ടപ്പെട്ട കേരളീയ ജീവിതത്തിന്റെ തനിമകൾ എന്നിവ ചേർത്തു വെച്ച ഒരു യാഥാർത്ഥ്യബോധത്തിലാകാം കൊച്ചുബാവ ഈ പ്രവാസ നഗരത്തെ യാന്ത്രികനഗരമെന്നു വിളിച്ചത്. (ഇപ്പോൾ കേരളീയതയും ലോകത്തോടൊപ്പം അതിവേഗമാർന്ന ഒരു യാന്ത്രികശൈലിയിലായി.) എന്നിട്ടും ബാവയുടെ കഥകൾക്ക് ഗൾഫ് നഗരങ്ങൾ വളരെക്കുറച്ച് മാത്രമേ പശ്ചാത്തലമായുള്ളൂ. ഇതെന്തുകൊണ്ടാണെന്ന് ഞാനൊരി ക്കൽ കൊച്ചുബാവയോടു ചോദിച്ചപ്പോൾ ഇറച്ചിയെന്ന തന്റെ കഥ വായിച്ചുവോ എന്ന് അയാൾ തിരിച്ചു ചോദിച്ചു. ഈയിടെ കൊച്ചു ബാവയുടെ സ്മരണാഞ്ജലിയായി ഇറച്ചിയെന്ന കഥ ഞാൻ വീണ്ടും വായിച്ചു. ആത്മകഥാംശം നിറഞ്ഞുനിൽക്കുന്ന ആ കഥയിൽനിന്ന് ഇത്രയും ഉദ്ധരിക്കട്ടെ:

> "ഒരു യന്ത്രവത്കൃത നഗരത്തിലാണ് ജീവിതത്തിന്റെ പകുതിയോളവും ഞാൻ ചെലവഴിച്ചത്. പ്രയോഗം ശരിയോ എന്നുറപ്പില്ല. അരിഷ്ടിച്ചും. കഴിച്ചും കഴിക്കാതെയുമുള്ള ഒരുതരം ജീവിതം നാട്ടിലുള്ളവർ രസിച്ചു. ഞാനോ നാൾക്കുനാൾ വട്ടപ്പൂജ്യവുമായി. പ്രഷർ, ഹൃദ്രോഗം തുടങ്ങി നല്ല പേരുള്ള രോഗങ്ങളും കിട്ടി. യന്ത്രവത്കൃത

നഗരത്തിൽ ടിൻഫുഡിന്റെ രൂപത്തിൽ പോലും ഇത്തരം വിലപ്പെട്ട രോഗങ്ങൾ വാങ്ങിക്കാനാകും.

എന്തുകൊണ്ട് ആ അദ്ഭുത നഗരത്തെക്കുറിച്ച് ഞാൻ പ്രതിപാദിക്കുന്നില്ല എന്നാണല്ലോ സുഹൃത്തിന്റെ ചോദ്യം. എന്തോ എനിക്കറിയില്ല. എന്റെ ഒരു ഉച്ചയുറക്കസ്വപ്ന ത്തിൽപ്പോലും അതു വരുന്നില്ല. അതിന്റെ വർണ്ണാങ്കിത മായ മേദസ്സ്, കൃത്രിമച്ചിരി, ഒളിഞ്ഞുനോട്ടം ഒന്നും. പകരം അവിടെ കഷ്ടപ്പെടുമ്പോഴും ഇവിടെ വരാന്തയിലെ തണു പ്പിൽ കാലും നീട്ടിയിരുന്ന് വീട്ടുമുറ്റത്തെ കാറ്റിനെക്കുറിച്ചും മരത്തണലിലെ കിളിക്കുഞ്ഞുങ്ങളെക്കുറിച്ചും ഓർക്കാനാ ണെനിക്കിഷ്ടം.

കണ്ടുമുട്ടിയവരിലൊന്നും രചനയ്ക്കു പാകത്തിൽ കഥാപാത്രങ്ങളെ കണ്ടില്ല. കണ്ടെത്താൻ ശ്രമിച്ചി ല്ലെന്നതും വാസ്തവമാണ്. എല്ലാവർക്കും ഒരേ മുഖങ്ങൾ. ഉള്ളിടത്ത് വ്യത്യസ്തതയ്ക്കു വേണ്ടിയുള്ള ഒരു ശ്രമം തന്നെ ബാലിശമായിരുന്നു. പ്രഭാതം, രാത്രി, പ്രഭാതം. പണിക്കു പോകുന്നു; തിരിച്ചുവരുന്നു. ഒരേ രീതി. ഒരേ കാര്യങ്ങൾ. ആർക്കും ആരോടും ഒന്നുംതന്നെയില്ല. കണ്ടാലോ ഒന്നു ചിരിക്കാൻ പോലും നേരമില്ല. ഇത്തരം കാലുഷ്യങ്ങളെല്ലാം ചേർത്ത് ഇറച്ചിയേറ് എന്നൊരു കഥയെഴുതണമെന്ന് പലപ്പോഴും വിചാരിച്ചിട്ടുണ്ട്."

അങ്ങനെയാണ് കൊച്ചുബാവ കാസ്മിൻ എന്ന വർത്തക പ്രമാണിയെക്കുറിച്ചുള്ള മാന്ത്രിക കഥയുമായി വരുന്നത്. പൂന്തോട്ടവും ജലധാരയും ഒക്കെയുള്ള പടുകൂറ്റൻ മാളികയിൽ കാസ്മിനും സുന്ദരിയായ ഭാര്യയും അഞ്ച് ആൺപിള്ളേരും വാഴുന്നിടത്ത് ഒരു വാല്യക്കാരനായി മലയാളി യുവാവ് ഇട്ടീര കടന്നുചെല്ലുന്ന കഥ യാണത്.

വക്രോക്തി നിറഞ്ഞ ആ സർറിയലിസ്റ്റിക് കഥയിലൂടെ ഇപ്പോഴും താങ്കൾ "ഹി ഹി" എന്നൊരു കറുത്ത ചിരിയുതിർക്കുന്നത് ഞാൻ കാണുന്നുണ്ട്. ഇട്ടീരയുടെ അനുഭവങ്ങൾ വിചിത്രമാണ്. "നിനക്കു വിശക്കുന്നു അല്ലേ" എന്നു ചോദിക്കേണ്ടതുള്ളൂ ഒരുവൻ നൂഡിൽസ് വാരി ഇട്ടീരയുടെ വായിൽ കുത്തി നിറയ്ക്കുന്നു. രണ്ടാമൻ ഇറച്ചി കൊണ്ടെറിയുന്നു. ഇറച്ചിക്കഷണം നിലത്തുവീഴാതെ പിടിച്ചെടുത്ത് വായിലാക്കുകയാണ് ഇട്ടീര. കാസ്മിന്റെ കൊട്ടാരത്തിലെ അരാജക മായ ജീവിതം, അരാജകമായ ഭക്ഷണശൈലി, നീലച്ചിത്രങ്ങൾ, അഗമ്യഗമനം എന്നിങ്ങനെയുള്ള ഒരന്തരീക്ഷത്തിൽ ഇട്ടീര സസുഖം വാണു; തടിച്ചുക്കൊഴുത്തു.

അവസാനം ആ കഥയിങ്ങനെ അവസാനിക്കുന്നു:

“കുറെ ദിവസം മുമ്പ് ഇട്ടീര മരിച്ചു. ഇന്നലെ ശവം ഇവിടെ എത്തിച്ചേർന്നു. എട്ടു കൊല്ലക്കാലം മറന്ന ഭൂമിയിലേക്ക് ഒടുവിലൊരു ബാധ്യതയായി അവൻ തിരിച്ചുവന്നു. ഇരുപത്തിയെട്ടാം വയസ്സിൽ ഇട്ടീര മരിച്ചത് ഹൃദയസ്തംഭനം മൂലം ആയിരുന്നു. നമ്മുടെ കാലാവസ്ഥ ശരീരത്തിന് ചില ഭക്ഷണങ്ങളൊക്കെ ആവശ്യപ്പെടുന്നുണ്ട്. ഇട്ടീര തിന്നതും കുടിച്ചതും അവന്റെ ശരീരത്തിനപ്പുറത്തെ മേദസ്സുള്ള വെച്ചുകെട്ടലുകളായിരുന്നു. ഭാരമെടുക്കാൻ കഴിയാതായപ്പോൾ ഫ്യൂസ് കരിഞ്ഞുപോയി. യന്ത്രനഗരത്തിൽ യന്ത്രങ്ങൾ എളുപ്പത്തിൽ കേടായും പോകുന്നു.”

ഇറച്ചി യാന്ത്രികശൈലികളുടെയും ദുർമേദസ്സുകളുടെയും കഥയാണ്. നിറംകെട്ടുപോയ ജീവിതങ്ങളുടെ ചിത്രമാണ്. കുടുംബം ഉദ്ധരിക്കാൻ പണത്തിനുവേണ്ടി ആത്മാവ് നഷ്ടപ്പെട്ട ശരീരങ്ങളായി അത്യദ്ധ്വാനം ചെയ്യുക. വിദേശിയെന്ന നിലയിൽ അന്യതാബോധം തളർത്തുക, താൻ ആർക്കുവേണ്ടി കഷ്ടപ്പെട്ടുവോ അവരൊക്കെ ചെറിയ ചെറിയ ലാഭച്ഛേദങ്ങൾക്കുവേണ്ടി പിന്നീട് തള്ളിപ്പറയുക എന്നിങ്ങനെയുള്ള ആത്മസംഘർഷങ്ങളും ദുരാനുഭവങ്ങളും ആ കഥയുടെ പാർശ്വചിത്രങ്ങളാണ്. ആ കാലത്ത് ഇന്ത്യാടുഡെ മാഗസിനിൽ കൊച്ചുബാവ എഴുതിയ കുറിപ്പുകൾ പ്രവാസിയുടെ ജീവിത സംഘർഷങ്ങൾ വെളിപ്പെടുത്തുന്നവയായിരുന്നു എന്നു ഞാൻ ഓർക്കുന്നു. നീണ്ടുനിന്ന ഗൾഫ് ജീവിതം സമ്മാനിച്ച രോഗത്തിന്റെ പൂക്കളുമായിട്ടാണ് എത്രയോപേർ നാട്ടിലേക്ക് തിരിച്ചെത്തുന്നത്! ജീവിതത്തിന്റെ അസന്തുലിതാവസ്ഥകളിൽനിന്നും മാനസിക സംഘർഷങ്ങളിൽനിന്നും ഒഴിഞ്ഞുനിൽക്കാൻ കൊച്ചുബാവയ്ക്കും കഴിഞ്ഞിട്ടില്ല. നാൽപ്പതുകളിൽ തന്റെ ജീവതത്തോട് വിടപറഞ്ഞ കൊച്ചുബാവയെ ഈ ഇറച്ചി കഥയോടു ചേർത്ത് വിശകലനം ചെയ്യുകയായിരിക്കും ഉത്തമം. അങ്ങനെയാണെങ്കിൽ ഇത് ഒരു അറംപറ്റിയ കഥയായി മാറിയോ?

യുനൈറ്റഡ് അറബ് എമിറേറ്റ്സിലെ ഷാർജ നഗരത്തിൽനിന്നും ഇരുന്നൂറ് കി.മീ. അകലെ മറ്റൊരു യന്ത്രവത്കൃത നഗരത്തിലാണ് പിന്നീട് ഞാൻ എന്റെ വർഷങ്ങൾ പിന്നിട്ടത്. താങ്കളെപ്പോലെ എനിക്കും ആത്മാവ് നഷ്ടപ്പെട്ട നഗരങ്ങളായിരുന്നു അവ. ആ നഗരത്തിലും ഈ നഗരത്തിലും അന്ന് നടന്ന ഒട്ടേറെ സാഹിത്യമോ ഇതരമോ ആയ ചടങ്ങുകളിൽ നാം ഭാഗഭാക്കായിരുന്നു. അന്നേ താങ്കൾ പ്രശസ്തിയുടെ ചിറകുകളുമേന്തി നടന്നു. അക്കാലത്ത് ഞങ്ങൾ കഷ്ടപ്പെട്ട് സംഘടിപ്പിച്ച ഒരു കഥയരങ്ങിൽ താങ്കൾ കഥ വായിക്കാനെത്തുന്നു. മെലിഞ്ഞവനെങ്കിലും ഉറച്ച കാൽവെപ്പുകളുമായി താങ്കൾ നടന്നുവരുന്നു. *ഇരുളേ വിഴുങ്ങ്* എന്നൊരു കഥ

ആംഗ്യവിക്ഷേപങ്ങളോടെ ഘനഗംഭീരമായ ശബ്ദത്തിൽ വായിക്കുന്നു. വണ്ടിക്കൂലി കൃത്യമായി കണക്കു പറഞ്ഞ് വാങ്ങിക്കുമ്പോൾ കൊച്ചു ബാവ വിയർപ്പ് കനത്തുനിൽക്കുന്ന ഞങ്ങളുടെ തലകളിൽ നീരസമുണ്ടാക്കി. അക്കാലത്ത് ഞാൻ താങ്കളുടെ വിമർശകനായിരുന്നു. കഥകളിൽ യാഥാർത്ഥ്യബോധമില്ലെന്നും സെക്സ് കുത്തിനിറയ്ക്കുകയാണെന്നും വിമർശിച്ചു ഞാൻ.

പിന്നീട് ഞങ്ങൾ സുഹൃത്തുക്കളായതും യന്ത്രവത്കൃതനഗരത്തിന്റെ തന്നെ ഒരു ആകസ്മികതയായിരിക്കാം. പ്രവാസ നഗരം എന്റെ യാഥാസ്ഥിതിക നിലപാടുകളെയും മാറ്റി മറച്ചിരുന്നു. ഞങ്ങളുടെ സംഭാഷണങ്ങളത്രയും ഒരു യന്ത്രവത്കൃത ശൈലിയിൽ തന്നെയായിരുന്നു. ജോലി കഴിഞ്ഞു ഉച്ചതിരിഞ്ഞ് വീട്ടിലെത്തി ഉച്ചഭക്ഷണവും കഴിഞ്ഞിരിക്കുമ്പോൾ ടെലിഫോൺ വന്നെത്തുന്നു. കൊച്ചുബാവ വിളിക്കുന്നു എന്നു പറയാൻ എന്റെ ശ്രീമതിക്കും സംശയിക്കേണ്ടതില്ല. ഉച്ചതിരിഞ്ഞ് മൂന്നു മണിക്കും നാലു മണിക്കും മധ്യേയാണത്. ഷാർജയിലെ ജ്യേഷ്ഠന്റെ കടയിലിരുന്ന് കൊച്ചുബാവ ഒരെഴുത്തുകാരന്റെ സ്വപ്നങ്ങൾ നെയ്തെടുക്കുകയാണ്. “ഈ വിളികൾ പ്രധാനമാണ്, കൃഷ്ണദാസ്.” കൊച്ചുബാവയുടെ ശബ്ദം കനക്കുന്നു. “നാം വിദൂരത്തിരുന്നും സാഹിത്യത്തിലും കേരളീയതയിലും ഭാഗഭാഗക്കുകളാവുകയാണ്.”

എന്റെ ചില്ല് ബാൽക്കണിക്കുമപ്പുറത്ത് ഒമർ ബിൻ യൂസഫിന്റെ പനമരങ്ങളുണ്ട്. അവിടെയിരമ്പുന്ന ജീവിതങ്ങളും നെടുവീർപ്പുകളുമുണ്ട്. ബാൽക്കണിയിൽ വന്ന് ഇടംതേടുന്ന അടയ്ക്കാ കിളികളുണ്ട്. കാരുണ്യത്തിന്റെ പ്രതീകമായ ഒമർ ബിൻ യൂസഫ് എന്ന വയോവൃദ്ധനുണ്ട്. ഒമർ ബിൻ യൂസഫ് മരിച്ചുപോയി എന്ന് ഈയിടെ ഞാനറിഞ്ഞു. എല്ലാവരും വിടചൊല്ലിയവർ. എന്തിനാണ് എന്നെ ഒരു ശൂന്യത ഗ്രസിക്കുന്നത്. ആശയക്കുഴപ്പത്തിലാണ് സുഹൃത്തേ. ഞാൻ കൊച്ചുബാവയോട് പറയുന്നു. ഒരു രചനയുടെ സംഘർഷങ്ങളും ആകുലതകളും ഞാൻ അവതരിപ്പിക്കുന്നു. (പിൽക്കാലത്ത് ദുബായ്പ്പുഴ എന്ന ഒരു പുസ്തകമായി അത് പുറത്തു വന്നു.) കൊച്ചുബാവയ്ക്കും ഒട്ടേറെ പറയാനുണ്ട്: യന്ത്രവത്കൃത നഗരത്തിന്റെ കാപട്യങ്ങൾ; എഴുത്തു വിശേഷങ്ങൾ; കുടുംബം; കുട്ടികൾ. ചിലപ്പോൾ വിളികൾ വൈകുന്നേരങ്ങളിലേക്കു വീട്ടിലേക്കും നീളും. അവിടെ നിഴലായി ഞാനിപ്പോഴും നേരിട്ടു കാണാത്ത കൊച്ചുബാവയുടെ സഹധർമ്മിണി സീനത്തുമുണ്ട്. അപൂർവമായി സീനത്തിന്റെ അലയൊലികളും കൊച്ചുബാവയുടെ സംഭാഷണങ്ങളിലുണ്ടാകും.

കൊച്ചുബാവ പ്രശസ്തിയിലേക്ക് ഉയരുന്ന കാലം. നാട്ടിലെ കലാസമിതിക്കാരും കയ്യെഴുത്തു മാസികക്കാരും കൊച്ചുബാവയുടെ വീട്ടിലേക്കെത്തുന്നു. വിദേശത്തുള്ള കൊച്ചുബാവയുടെ ഒരു

കഥയ്ക്കുവേണ്ടി യാചനകളുയരുന്നു. "ഒരു കുഞ്ഞിക്കഥയെങ്കിലും അവർക്ക് കൊടുക്കൂ." സീനത്തിന്റെ ശുപാർശ കൊച്ചുബാവയ്ക്ക് ചെല്ലുന്നു. ശുപാർശയുടെ മാധുര്യമോർത്തും കഥയെഴുത്തിന്റെ അങ്കലാപ്പിനെക്കുറിച്ചോർത്തും കൊച്ചുബാവ ചിരിക്കുന്നു. "ദിവസവും എന്തെങ്കിലുമൊക്കെ കുറിച്ചിടും. ആ കുറിപ്പുകളൊക്കെ കഥയായി വരാൻ ചിലപ്പോൾ വർഷങ്ങൾ തന്നെയെടുക്കും. രണ്ടു വർഷം മുമ്പ് കുറിച്ചിട്ട ഏതാനും വാചകങ്ങൾക്കുമീതെ ഈയിടെ ഒരു കഥ പണിതുവെച്ചതേയുള്ളൂ." കൊച്ചുബാവ കഥയെഴുത്തിന്റെ പാഠങ്ങൾ ഞാനുമായി പങ്കിടുകയാണ്.

ഈയിടെ ഞാൻ സീനത്തിനെ വിളിച്ചിരുന്നു: "എന്നെ ഓർക്കുന്നുവോ" എന്നു ചോദിച്ചു. സീനത്ത് ഉണ്ടെന്നോ ഇല്ലെന്നോ പറഞ്ഞില്ല. ഓർമ്മകളുടെ കെട്ടുപോയ തിരശ്ശീലകൾക്കപ്പുറത്തുനിന്ന് ഞാൻ കൊച്ചുബാവയുടെ മക്കളെപ്പറ്റി ഓർത്തു. കരപ്പനും അസുഖങ്ങളും വിട്ടുമാറാത്ത ഇളയകുട്ടിയെപ്പറ്റി കൊച്ചുബാവ പറയാറുണ്ടായിരുന്നു. അവന് പത്ത് വയസ്സായി. സ്കൂളിൽ പോകുന്നു. എല്ലാതിനും ആശ്രയം അവനാണ്. മൂത്തവൾക്ക് പതിനാല്. സീനത്തിന്റെ പതിഞ്ഞ സ്വരം വീണ്ടും. "ജീവിച്ചിരിക്കുമ്പോൾ സുഹൃത്തുക്കൾ നിറഞ്ഞ ഒരു ജീവിതമായിരുന്നു കൊച്ചുബാവയുടേത്. ഇപ്പോൾ എല്ലാം അവസാനിച്ചു. ഈയിടെ ഹാഫിസ് മുഹമ്മദ് വന്നിരുന്നു. കുറെ കഥകൾ തിരഞ്ഞു കൊണ്ടുപോയി."

1998ൽ മൂന്ന് പതിറ്റാണ്ടുകൾ കഴിച്ചുകൂട്ടിയ വിദേശ നഗരത്തോട് വേർപാടിന്റെ ഒരു കെട്ടുപാടുമില്ലാതെ ഞാൻ വിട പറഞ്ഞിറങ്ങി. അക്കാലത്തു തന്നെയാണ് കൊച്ചുബാവയും യന്ത്രവത്കൃത നഗരത്തോടു വിടപറഞ്ഞത്. ആയിടെ കൊച്ചുബാവയെ അബുദാബിയിലെ തോമസ് ജോസഫിന്റെ വീട്ടിൽ വെച്ച് കാണുകയുണ്ടായി - വിസ്കിയിൽ കൊക്കകോള ചേർത്ത് ഐസ്കട്ടകൾ പൊങ്ങിക്കിടക്കുന്ന ഗ്ലാസുമായി, ഒരു കോണിൽ അശാന്തമായ മനസ്സുമായി കൊച്ചുബാവയുണ്ടായിരുന്നു. പിന്നീടൊരിക്കൽ കൊച്ചുബാവ എന്റെ വസതിയിലെത്തി. സംസാരത്തിനിടെ ഒരു ഗ്ലാസ് വെള്ളം ചോദിച്ചു. എന്നിട്ട് കുറെ ഗുളികകൾ വിഴുങ്ങി.

അവിശ്വസനീയതയോടെ ഇപ്പോഴും ഓർക്കുന്നു. ഈ സുഹൃത്ത് വിടപറഞ്ഞിട്ട് വർഷങ്ങൾ തെന്നിമാറുകയാണ്. ഭൂമിയിലെ ജീവിതം കിനാവാണെന്ന് മൊഴിഞ്ഞ മഹാകവിയുടെ മുമ്പിൽ ഞാൻ നമ്രശിരസ്കനാകുന്നു. വർഷങ്ങൾക്കുശേഷം കോയമ്പത്തൂരിലെ വിജനമായ പുൽമൈതാനത്തോട് ഓരം തിരിഞ്ഞുനിൽക്കുന്ന ഒരു വീടിന്റെ രണ്ടാംനിലയിൽ ഫ്യൂസ് പോയ യന്ത്രങ്ങളുടെ അറ്റകുറ്റപ്പണികളുമായി ഞാനിരിക്കുന്നു. ആകാശം കറുത്ത ഒരു നവംബർ മാസം. ഒരു സ്വപ്നാടനക്കാരനെപ്പോലെ ഞാൻ ജീവിതത്തിലേക്കു തിരിച്ചെത്തുകയാണ്.

വിജനമായ പുൽമൈതാനങ്ങളിൽ മയിലുകൾ കൂട്ടംകൂടി നടക്കുന്നതും നോക്കിയിരിക്കുകയായിരുന്നു ഞാൻ. ഒരാൺമയിൽ തന്റെ മോഹനമായ പീലികളത്രയും വിടർത്തി എന്നെ ജീവിതത്തിലേക്ക് ക്ഷണിച്ചുകൊണ്ടിരുന്നു. പശ്ചിമഘട്ടത്തിന്റെ വലിയ ശിഖരങ്ങൾ ഒരു നീല നിറമായി എനിക്കു മുന്നിൽ വാപിളർത്തി നിന്നിരുന്നു. ശീതക്കാറ്റും ചാറ്റൽമഴയും വീശിയിരുന്നു. പർവ്വതങ്ങളും താണ്ടി ഒരു റേഡിയോ വാർത്ത അപ്പോൾ കടന്നു വന്നു. പെട്ടെന്ന് എന്റെ നെറ്റിയിൽ വിയർപ്പു പൊടിയുകയും പിറകിൽ ശ്രീമതിയുടെ ആക്രോശമുയരുകയും ചെയ്തു. കൊച്ചുബാവയുടെ വിയോഗ വാർത്തയായിരുന്നു അത്. നീലനിറമാർന്ന പർവ്വതങ്ങളെ അമ്പരപ്പോടെ നോക്കിനിൽക്കെ കൊച്ചുബാവ ഒരു സ്വപ്നവും മുഴക്കവുമായി മാറി.

യന്ത്രനഗരത്തിൽ വർഷങ്ങളോളം ജീവിച്ച് ഫ്യൂസ് എരിഞ്ഞുപോയ കൊച്ചുബാവയുടെ ഇറച്ചിക്കഥ ഹൃദയത്തോടു ചേർത്തുവെച്ച് ഞാൻ ഇപ്പോൾ വീണ്ടും വീണ്ടും വായിക്കുകയാണ്. അതെന്റെയും കൊച്ചുബാവയുടെയും പേരറിയുന്നവരും അല്ലാത്തവരുമായ ഒട്ടേറെ സുഹൃത്തുക്കളുടെയും കഥകളാണല്ലോ എന്നും ഞാൻ ഓർക്കുന്നു. ഇട്ടീര ഒരു മൃതദേഹമായി, രക്തസാക്ഷിയായി എനിക്കു ചുറ്റും ഒഴുകി നടന്നു.

(ഭാഷാപോഷിണി)

■

കുറിപ്പുകൾ അവസാനിക്കുന്നില്ല

മീസാൻകല്ലുകൾക്കടിയിലെ നനഞ്ഞ മണ്ണിൽ ഇപ്പോഴും കൊച്ചുബാവ കണ്ണുകൾ തുറന്നുകിടക്കുന്നുണ്ട്. ഒരു കണ്ണ് മരണത്തിലേക്കും ഒരു കണ്ണ് ജീവിതത്തിലേക്കുമായി!

വ്യക്തിജീവിതത്തിൽ സുഹൃത്തുക്കളോടും ബൗദ്ധികജീവിതത്തിൽ സമൂഹത്തോടും കൊച്ചുബാവ സദാ കലഹിച്ചുകൊണ്ടിരുന്നു. എന്നാൽ എഴുത്തിലെ കലഹങ്ങൾ നമുക്കെപ്പോഴും പ്രിയങ്കരങ്ങളായിരുന്നു. കാരണം നന്മനിറഞ്ഞ ജീവിതസങ്കല്പങ്ങൾ നിരാകരിക്കപ്പെടുന്ന ഒരു കാലഘട്ടത്തോടാണ് കൊച്ചുബാവ കലഹിച്ചുകൊണ്ടിരുന്നത്.

ഇപ്പോൾ കൊച്ചുബാവ നമ്മെ വിട്ടുപിരിഞ്ഞിട്ട് വർഷങ്ങൾ കടന്നുപോകുന്നു. ജീവിതമാകട്ടെ ഭൂമിയിൽ ഇപ്പോൾ 'ഒരടിപൊളി'യുടെ ആഘോഷത്തിമർപ്പിൽ കടന്നുപോകുന്നു. 'അടിപൊളി' പുതിയ കാലഘട്ടത്തിനുവേണ്ടി ശബ്ദതാരാവലിയിൽ ജന്മംകൊണ്ട ഒരു പദമത്രെ. തെരുവുകളിൽ ആഡംബരങ്ങളാർന്ന കാറുകളും സ്വപ്നതുല്യമായ ഭവനങ്ങളുമുണ്ട്. എല്ലാവരും മോഹവലയങ്ങളിൽ നിന്ന് മോഹവലയങ്ങളിലേക്കു പറന്നുകൊണ്ടിരിക്കുന്നു. സമൃദ്ധിയുടെ കൊട്ടാരങ്ങൾ എപ്പോൾ വേണമെങ്കിലും നിലംപതിക്കാം തൊഴിൽ സ്വപ്നങ്ങൾ ഇനിയും ഭീതിദമാകാം. തീവ്രമായ ഒരു ആഗോളമുതലാളിത്തത്തിന്റെ കാലഘട്ടം. ലാഭം ഒന്നു മാത്രം മതി മറ്റെല്ലാം തുലയട്ടെ എന്നു ചിന്തിക്കുന്ന ഒരു സമൂഹം. എഴുത്തുകാരും ബുദ്ധിജീവികളും വരെ ഇവിടെ വിലയ്ക്കെടുക്കപ്പെടുന്നു. കൊച്ചുബാവയുടെ കഥകളിലെ റൊമാന്റിക് അന്തർധാരയായി വർത്തിക്കുന്ന കിളികളും പുഴകളും കുളിർകാറ്റും മർമ്മരങ്ങളും എവിടെയോപ്പോയി മറയുകയാണ്. പുഴകൾ നീരൊഴുക്കില്ലാതെ വരണ്ടു കിടക്കുന്നു. കുളിർകാറ്റിന് വിഷഗന്ധം. ഒരിക്കൽ നെല്ലറയായ കേരളത്തിന്റെ വയലേലകളിൽ കോൺക്രീറ്റിന്റെ തൂണുകൾ വന്നു നിറയുന്നു. നമുക്ക് വികസനമാകാം. പക്ഷേ ആത്മസത്തയെ നിരാകരിക്കുന്ന ഒരു വികസനമായിരിക്കുമോ അത്?

മീസാൻക്കല്ലുകൾക്കിടയിൽനിന്ന് ജീവിതത്തിലേക്കു ഉണർന്നു കിടന്ന് കൊച്ചുബാവ ഇപ്പോൾ പറയുന്ന സന്ദേശം അതായിരിക്കു മെന്ന് ഞാൻ കരുതുന്നു.

കൊച്ചുബാവ ഒരിക്കൽ എഴുതി: 'തിരിച്ചറിവിന്റെ സ്തബ്ധതയിൽ വീണ്ടുമൊരു ലോകം തെളിയുകയാണ്. കാലത്തിന്റെ നീക്കങ്ങളെ ക്കുറിച്ച് വിസ്മയം കൊള്ളുകയാണ് ഞാനിപ്പോൾ വീണ്ടും. തെളി നീരിന്റെ സാമീപ്യം രചനകളിൽ പുലർത്തി മാന്യനാകണമെന്ന തീരെ ചെറിയ ഉപദേശം. രചയിതാവിന്റെ ഹൃദയത്തിൽ സെൻസർ ചെയ്യ പ്പെട്ട ഒരു ഭൂഖണ്ഡമാണ് പതിപ്പിച്ചു വെക്കേണ്ടിയിരിക്കുന്നത്. കരാള തകൾക്കു നേരെ വിട്ടുവീഴ്ചയില്ലാത്ത കലാപം അരുത്. തരളവും സൗമ്യവുമായ വിലക്കുകളോടെയുള്ള സമീപനം. അതേ പാടു. രചന കളിൽ മാന്യനാകുക. ഉള്ളിൽ എന്തോ ആയിക്കോട്ടെ. ലക്ഷ്യം പ്രണയലിഖിതങ്ങളാകുന്നു. കഴുകനെ കണ്ടാലുടനെ വെള്ളരി പ്രാവെന്നു പറഞ്ഞേക്കുക. തങ്കക്കിനാക്കളുടെ മുടിത്തുമ്പിൽ ഒരു തുളസിക്കതിര് എപ്പോഴും തിരുകിവെച്ചേക്കുക. ബോംബിങ്ങിൽ മരിക്കുന്നത് കുഞ്ഞുങ്ങളല്ല പൂക്കളാണെന്ന് ആഹ്ലാദപൂർവം ഉദ്ഘോ ഷിക്കുക. നേതാവെപ്പോഴും നമ്മോടു പറയുന്നത് തിരുവചനങ്ങളാ ണെന്ന് എഴുതിപ്പിടിപ്പിച്ചേക്കുക.'

'**ആ**ദ്യം വന്നത് ലോറിയാണ്. അതിൽനിന്ന് കൂലിക്കാർ തിരക്കിട്ട് കള്ളിൻവീപ്പകളിറക്കാൻ തുടങ്ങി. പിറകെ വന്നതും ലോറി. അതിൽ നിന്നു വിദേശ മദ്യപാക്കറ്റുകളിറക്കാൻ തുടങ്ങി. തൊട്ടുപിറകെ വന്നതും ലോറി. അതിൽനിന്ന് പോർക്കിറച്ചി ഇറക്കാൻ തുടങ്ങി. പിറകെ വന്നതും...

അന്നേരം അതുവഴിപോയ ഒരപരിചിതൻ എതിരെ കണ്ട വീട്ടു കാരനോടു തിരക്കി:

"എന്താ അവിടെ, പുതിയ കച്ചവടം വല്ലതും...."

"ഹേയ്, അതല്ല. ആ വീട്ടിലെ കാർന്നോര് മരിച്ചുപോയി. അതിന്റെ ആഘോഷം നടക്കാൻ പോകുകയാണവിടെ."

എഴുതണമെന്നു വിചാരിച്ച ഒരു കഥയുടെ സംഗ്രഹമാണിത്.' (കൊച്ചുബാവ-കഥയും ജീവിതവും, മാതൃഭൂമി വാരാന്തപ്പതിപ്പ്, 1991 ജൂൺ 30).

ഒരു പ്രസാധകൻ എന്ന നിലയിൽ ഒരു കുറിപ്പെഴുതാൻ വേണ്ടി, കൊച്ചുബാവയുടെ പത്നി സീനത്ത് എനിക്കയച്ചു തന്ന അദ്ദേഹ ത്തിന്റെ അപ്രകാശിത രചനകളിലൂടെ ഈയിടെ കടന്നുപോയി. അതിലെ വീഡിയോ കല്യാണം എന്ന കഥ വായിച്ചപ്പോൾ വർഷങ്ങൾക്കപ്പുറത്തുനിന്ന് ഈ കഥ ഇപ്പോഴും പ്രസക്തമാണെന്ന് എന്നെനിക്കു തോന്നിപ്പോയി. പൊങ്ങച്ചങ്ങൾ തിങ്ങിനിറയുന്ന ഈ

കാലത്ത് നമ്മുടെ നാട്ടിലെ ഒരു സാധാരണ വിവാഹം വീഡിയോ ഗ്രാഫറുടെ സാന്നിധ്യത്തിൽ യാഥാർത്ഥ്യബോധമില്ലാത്ത ഒരു സിനിമാക്കല്യാണമായി അധഃപതിക്കുന്നത് വളരെ നർമ്മബോധ ത്തോടെ അദ്ദേഹം അവതരിപ്പിച്ചിരിക്കുന്നു.

"വല്ലപാടും കല്യാണം തീർന്നു. ഇനി പെണ്ണിനെ കൂട്ടിക്കൊണ്ട് പോക്കിന്റെ അന്നാണ് ക്യാമറ വീണ്ടും തുറക്കുന്നത്. ഒരു വിദൂര ദൃശ്യത്തിൽ മമ്മൂട്ടിയുടെ വീട്. വീടിനുമേലെ മമ്മൂട്ടി-സെർലീന എന്ന ആ പഴയ ബോർഡിരുന്ന് തിരിയുന്നു. അതു കഴിയുമ്പോൾ കിഴക്കോറത്ത് കുടുംബ കാർന്നവർ ഉറക്കം തൂങ്ങിയിരിപ്പുണ്ട്. വാച്ചു കെട്ടിയ കൈകൊണ്ട് അണിഞ്ഞൊരുങ്ങി പത്തിരിക്കുള്ള പൊടി കുഴയ്ക്കുകയാണ് ജ്യേഷ്ഠഭാര്യയും കുറെ പെണ്ണുങ്ങളും. അവിടന്ന് ക്യാമറ ചെല്ലുമ്പോൾ കാണുന്നത് ചെറുക്കന്റെ മുറി യാണ്. അവിടെയിരുന്ന് വരനും വധുവും അവരുടെ കല്യാണം കാണുകയാണ്. പുഞ്ചിരി നിറഞ്ഞ വധുവിന്റെ മുഖം!" (വീഡിയോ കല്യാണം).

കൊച്ചുബാവയുടെ പ്രശസ്തമായ ഞങ്ങളുടെ അച്ഛൻ എന്ന കഥയിലെ ആ പിതാവിനെ ഞാനിപ്പോഴും ഓർക്കുന്നു. ആ പിതാവ് ദാരിദ്ര്യത്തിന്റെ അന്തസ്സത്ത അനുഭവിച്ചറിഞ്ഞവനാണ്; ചകിരി പ്പണി ചെയ്യുന്നവനായിരുന്നു. പുതിയ കാലത്ത് ഗൾഫ് സമൃദ്ധി യിൽ മക്കൾ സമ്പന്നരായപ്പോഴേക്കും പിതാവ് മരണപ്പെട്ടുപോയി രുന്നു.

പുതിയ കാലത്ത് മക്കളുടെ അന്വേഷണം: നമ്മുടെ അച്ഛൻ ആരാ യിരുന്നു?

അതേ, നമ്മുടെ അച്ഛൻ പണ്ഡിതനായിരുന്നു. പ്രഭുവായിരുന്നു. പ്രധാനമന്ത്രിയുടെ പ്രത്യേക ഉപദേശകനായിരുന്നു.

കഥാകൃത്ത് നൊമ്പരപ്പെടുന്നത് അവസാനത്തെ വാചകത്തി ലാണ്. എല്ലാം അറിയുന്ന അമ്മ പോലും എന്തിനാണ് ആ കനം പിടിച്ച ചുണ്ടുകൾ അമർത്തിവെച്ചിരിക്കുന്നത്?

ഇങ്ങനെ പഴയ ജീവിതത്തിന്റെ നല്ല നന്മകൾ നഷ്ടപ്പെടുന്നതിലു ണ്ടാകുന്ന ഉത്കണ്ഠയും പുതിയ ജീവിതത്തിന്റെ ഹിപ്പോക്രസിയും യാന്ത്രികതയും ലാഭേച്ഛയും സമൂഹത്തിലുണ്ടാക്കുന്ന പൊരുത്ത ക്കേടുകളും ചുരുക്കത്തിൽ ഇതായിരുന്നു കൊച്ചുബാവയുടെ സൃഷ്ടികൾ. സങ്കീർണ്ണമായ ഈ ചുറ്റുപാടുകളോടുള്ള കലഹ ങ്ങളാണ് ആ കഥകളുടെ മുഖമുദ്ര. ഈ പുരോഗമനപരമായ ഉള്ളടക്കം കൊച്ചുബാവയെ ചരിത്രത്തിനു സ്വീകാര്യമാക്കിയ ഒരു ഘടകമത്രെ.

രണ്ട് പതിറ്റാണ്ടിലേറെ അദ്ദേഹം അറേബ്യൻ മരുഭൂമിയിലെ നഗരത്തിൽ കഴിച്ചുകൂട്ടിയിരുന്നു. ഗൾഫ് ജീവിതമോ പ്രവാസമോ പ്രമേയമാക്കി അദ്ദേഹം കാര്യമായിട്ടൊന്നും എഴുതിയിട്ടില്ല എന്നതാണു സത്യം. അവസാന കാലത്ത് ഏതോ മാസികയിൽ സ്ഥിരമായി ഗൾഫ് കുറിപ്പുകൾ എഴുതിയിരുന്നു. ഒരു ശരാശരി ഗൾഫുകാരന്റെ പരിദേവനങ്ങൾ. പറഞ്ഞുപറഞ്ഞ് അവയെല്ലാം ക്ലീഷെയായി മാറിയിരുന്നു. കൊച്ചുബാവയോട് ഞാൻ ഈ കുറിപ്പുകൾ മതിയാക്കാറായിരിക്കുന്നു എന്നു സ്നേഹനിർഭരമായി സൂചിപ്പിക്കുകയും ചെയ്തു.

ഈയിടെ കൊച്ചുബാവയുടെ കഥകൾ ഗവേഷണത്തിനായി തിരഞ്ഞെടുത്ത ഒരു ചെറുപ്പക്കാരൻ എന്നെ വിളിക്കുന്നു. ബാവയുടെ "ഒന്നങ്ങനെ ഒന്നിങ്ങനെ എന്ന കഥാസമാഹാരത്തിന് ഞാനെഴുതിയ മുഖവുരയിലെ ഞാനെഴുതിയ ഒരു വാചകത്തിന്റെ അർത്ഥമാണ് അയാൾക്ക് പിടികിട്ടേണ്ടത്. അക്ഷരങ്ങൾ എവിടെയോ മറഞ്ഞിരുന്ന് എന്നെ ഒരു പഴയ കാലത്തേക്കു വിളിച്ചു. ഒരു നിരൂപണവും എഴുതാത്ത എന്നെ കൊച്ചുബാവ മുഖവുര എഴുതാൻ തിരഞ്ഞെടുത്തിരുന്നു.

പ്രവാസം എഴുത്തുകാർക്കും വായനക്കാർക്കുമിടയിൽ വളരെ തെറ്റിദ്ധരിക്കപ്പെട്ട ഒരു പദമാണ്. "ഞാൻ കേരളത്തിൽ നിന്നും ഡൽഹിയിലെത്തി, ഡൽഹി കണ്ടപ്പോൾ എന്തൊരു നഗരം! ഞാൻ അപ്പോൾ നാടിനെപ്പറ്റി ആലോചിച്ചു" എന്നെഴുതുന്നതത്രെ ഇവിടത്തെ വ്യവസ്ഥാപിതമായ പ്രവാസമെന്ന് ഒരിക്കൽ കൊച്ചുബാവ തന്നെ എഴുതി. എന്നാൽ ഗൾഫ് നഗരങ്ങൾ പ്രവാസികളുടെ കൂടാരങ്ങളാണ്. വീടും നാടും നഷ്ടപ്പെട്ട അഭയാർത്ഥികളായ പലസ്തീൻകാർ, സോമാലിയയുടെയും എറിട്രിയയുടെയും ആഭ്യന്തര യുദ്ധങ്ങളിൽനിന്ന് ഒളിച്ചോടിപ്പോന്നവർ, സംഘർഷഭരിതമായ ബോസ്നിയൻ മണ്ണിൽനിന്ന് എത്തിച്ചേർന്നവർ, പിന്നെ രാഷ്ട്രീയവും സാമ്പത്തികവുമായ കാരണങ്ങളാൽ ഇന്ത്യയിൽനിന്നും പാക്കിസ്താനിൽനിന്നും ബംഗ്ലാദേശിൽനിന്നും, ഈജിപ്തു മുതൽ യെമൻ വരെയുള്ള അറബ് രാജ്യങ്ങളിൽനിന്നും എത്തിച്ചേർന്നവർ, ഒരു ജോലിക്കുവേണ്ടി എത്തിച്ചേർന്നവർ, ഒരു ലക്ഷം രൂപ കിട്ടിയാൽ ഞാനിപ്പോൾ പോകും എന്നാണ് ഒരു പനമരത്തിനു താഴെ രണ്ടുപേർ കണ്ടുമുട്ടുമ്പോൾ പറയുന്ന മൊഴികൾ. ഈ പ്രവാസ സമൂഹത്തെ കാണുവാനോ പഠിക്കുവാനോ ഒരെഴുത്തുകാരനെന്ന നിലയിൽ കൊച്ചുബാവയ്ക്കു കഴിഞ്ഞിട്ടില്ല. കഴിയുമായിരുന്നെങ്കിൽ അത് വലിയൊരു സംഭാവനയാകുമായിരുന്നു. വലിയൊരു ക്ലാസ്സിക് കൃതി ഈ അന്തരീക്ഷത്തിൽനിന്നും ഉത്പാദിപ്പിക്കാമായിരുന്നില്ലേ?

പക്ഷേ, ചെയ്തിടത്തോളം അദ്ദേഹത്തോട് നമുക്കു നന്ദി പറയാം. നമ്മുടെ സാഹിത്യ സഞ്ചയത്തിലെ വിലപ്പെട്ട രേഖകളായി അവ മാറിക്കഴിഞ്ഞു. അങ്ങനെ ഹിപ്പോക്രസികളെ പരിഹസിച്ചും കൂവി വിളിച്ചും കൊച്ചുബാവ എന്ന എഴുത്തുകാരൻ കേരളീയ ചരിത്ര ത്തിലൂടെ കടന്നുപോയിരുന്നു. അദ്ദേഹത്തിന്റെ സുഹൃത്തുക്കളും സഹപ്രവർത്തകരും എല്ലാ വർഷവും അദ്ദേഹത്തിന്റെ ചരമദിനം, നവമ്പർ 28 ഒരു കണ്ണീരിന്റെ ചുവയോടെ ഓർക്കുന്നു.

(ദേശാഭിമാനി)

■

ശബ്ദായമാനമായ ജീവിതത്തിന്റെ ഏകാന്തമായ ഇടവഴികളെക്കുറിച്ച്...

സാക്ഷരതയിലും ശാസ്ത്രബോധത്തിലും ആഴത്തിൽ വേരുകൾ ഉറപ്പിച്ച കേരളീയ ജീവിതത്തിൽ സി.ജി.ശാന്തകുമാറിനെപ്പോലെ ഒരു വ്യക്തിയുടെ പങ്കെന്ത്? കേരളത്തിന്റെ നവോത്ഥാനത്തിനുവേണ്ടി ഒറ്റയ്ക്കും കൂട്ടായും അദ്ദേഹം നടത്തിയ ശ്രമങ്ങൾ എങ്ങനെയാണ് വിലയിരുത്തപ്പെടേണ്ടത്? പഴയ ജീവിതത്തിന്റെ ഏടുകൾ പതുക്കെ മറിക്കവെ ഒരു നിസ്സംഗമായ ശബ്ദത്തിലാണ് അദ്ദേഹം സംസാരിച്ചിരുന്നത്. അവകാശങ്ങളൊരിക്കലും ആ മുഖത്തുനിന്ന് ഉതിർന്നു വീണിരുന്നില്ല. പക്ഷേ, തന്റെ കാല്പാടുകൾ പതിഞ്ഞുവീണ കേരളത്തിലെ ഗ്രാമഗ്രാമാന്തരങ്ങളെപ്പറ്റി അദ്ദേഹം പറയുമായിരുന്നു. ചിലപ്പോഴൊക്കെ അതിനു വൈകാരിത കൈവന്നിരുന്നു.

ഒരിക്കൽ ഞങ്ങൾ പെരിയാറിനു മുകളിലൂടെ കാലടിപ്പാലം കടന്നുപോകവെ ആ മണൽത്തിട്ടകൾ അദ്ദേഹത്തെ വീണ്ടും കോൾമയിർകൊള്ളിച്ചതായി തോന്നി. “രാത്രി മുഴുവൻ ഈ നദീതിരത്ത് ഒരു വീട്ടിൽ കമ്മറ്റിയായിരുന്നു. നീണ്ടുനിന്ന ചർച്ചകൾ.... ഈ പുഴയിൽ പോയി കുളിച്ചു. മടങ്ങുമ്പോഴും ചർച്ചകൾതന്നെ. അവസാനം കുറെ നേരത്തേക്ക് നിശ്ശബ്ദത പാലിക്കണമെന്ന് ഞങ്ങൾ തീരുമാനിച്ചു. പക്ഷേ, അഞ്ച് മിനിട്ടുകഴിഞ്ഞപ്പോഴേക്കും നിശ്ശബ്ദത വീണ്ടും ഭഞ്ജിക്കപ്പെട്ടു.”

അത് ഭ്രാന്തിന്റെ കാലമായിരുന്നുവെന്ന് സി.ജി. ഓർത്തു. സംഘടനാജീവിതത്തിന്റെ ഭ്രാന്തുകൾ. ഭ്രാന്തിനെക്കുറിച്ച് ഒരു തിയറി തന്നെ അദ്ദേഹം രൂപപ്പെടുത്തിയിരുന്നു. മനസ്സിൽ അഗ്നിസ്ഫുലിംഗങ്ങൾ ഭ്രാന്തായി കൊണ്ടുനടക്കുന്നവർക്കേ സമൂഹത്തിൽ എന്തെങ്കിലും ചെയ്യുവാൻ സാധിക്കൂ എന്ന് അദ്ദേഹം വാദിച്ചു. പ്രേമസാഫല്യത്തിനുവേണ്ടി ചെവി മുറിച്ച ഭ്രാന്തൻ പിന്നീട് വാൻഗോഗ് എന്ന വലിയൊരു ചിത്രകാരനായി മാറിയ കഥയിലേക്കു ഞങ്ങൾ വന്നു.

അവസാന കാലത്ത് ഗ്രീൻബുക്സിന്റെ പുസ്തകവിചാരം എന്ന മാസിക നടത്തുവാൻ നിയുക്തനായിരുന്നു സി.ജി. ആശയ

സംഭ്രാന്തിയും അസ്ഥിരതയും അദ്ദേഹത്തെ വലയം ചെയ്തിരുന്നു. തന്റെ ജീവിതം പ്രവൃത്തി എന്നിവ വിജയിപ്പിക്കാനാവാതെ സ്വയം ഉഴറി. അപ്പോഴൊക്കെ അദ്ദേഹം ഭ്രാന്തിനെക്കുറിച്ച് പറഞ്ഞു.

എറണാകുളത്തെ ഏകാന്തമായ ഒരു ലോഡ്ജുമുറിയിൽ പുസ്തകങ്ങൾ കൂട്ടിവച്ച ഷെൽഫുകൾക്കിടയിലാണ് ഞാൻ സി.ജി.യെ ആദ്യം കണ്ടെത്തുന്നത്.

കൊച്ചിൻ കോർപ്പറേഷനിലെ മേയർ ദിനമണിയുടെ കീഴിൽ നടക്കുന്ന ഒരു നോർവീജിയൻ പ്രൊജക്ടിന്റെ കീഴിലെ ഒരു ചെറുമാസികയുമായി ഒഴിഞ്ഞു കഴിയുകയായിരുന്നു സി.ജി.

"അല്പം വിശ്രമകാലമാണിത്. ഗാർഹികതയുടെ ക്ലിഷ്ടങ്ങളിൽ നിന്നും പ്രസംഗങ്ങളുടെ ബഹളങ്ങളിൽനിന്നും മാറി കുറെക്കൂടി വായനയിൽ മുഴുകണം. നിഗൂഢമായ കുറെ ആവിഷ്കാരങ്ങൾ മനസ്സിലുണ്ട്. ഒരു അഞ്ച് വർഷമെങ്കിലും കിട്ടണം."

അതൊരു പ്രാർത്ഥനയും ചോദ്യവും ഉത്കണ്ഠയുമായിരുന്നു.

എന്റെ മനസ്സിലാകട്ടെ അപ്പോഴും ഒരു പുതിയ പ്രസ്ഥാനത്തിന്റെ ഭാഗഭാക്കാക്കുന്നതിനെക്കുറിച്ചായിരുന്നു ചിന്ത. അനേകം പ്രസ്ഥാനങ്ങളുടെ കൊടി പിടിച്ച ഈ മനുഷ്യനെ വീണ്ടുമൊരു കൊടിപിടിപ്പിക്കണം. ഒരു പ്രസാധന സ്ഥാപനത്തിന്റെ മുൻനിരയിൽ അദ്ദേഹത്തെ നിർത്തണം. തൊട്ടതൊക്കെ പൊന്നാക്കി മാറ്റാൻ കഴിവുള്ള ഈ മനുഷ്യനിൽ അങ്ങനെയൊരു ദൗർബല്യം ഉണ്ടെന്ന് ഞാൻ മനസ്സിലാക്കിയിരുന്നു.

ബാലസാഹിത്യ ഇൻസ്റ്റിറ്റ്യൂട്ടിൽനിന്നും വിരമിച്ച സി.ജി. കുട്ടികൾക്കായുള്ള ഒരു പ്രസാധനശാല വിഭാവനം ചെയ്തിരുന്നു. കുറച്ചു പ്രാരംഭ പ്രവർത്തനങ്ങൾ നടന്നു. പിന്നീട് അദ്ദേഹം ആ ആശയം മനസ്സിന്റെ അലമാരകളിൽ എവിടെയോ കയറ്റിവച്ചു.

അവസാനം എന്റെ പ്ലാൻ വിജയിക്കുകയും ചെയ്തു.

"ഈ നോർവീജിയൻ പ്രൊജക്ട് ഇപ്പോൾ തീരും. പക്ഷേ, ആഴ്ചയിൽ മൂന്നു ദിവസം മാത്രം. ബാക്കി ദിവസം എന്റെ വായനയ്ക്കും എഴുത്തിനും വേണ്ടിയാണ്.

ഒരിക്കൽ ഞാൻ ഗബ്രിയേൽ മാർക്വേസിന്റെ കേണലിന് ആരും എഴുതുന്നില്ല (no one writes to the colonel) എന്ന പുസ്തകത്തെക്കുറിച്ചു പറഞ്ഞു. ഈ പുസ്തകം വായിച്ചുവോ? ഇല്ലെങ്കിൽ വായിക്കണം. പൊതുപ്രവർത്തനവുമായി ജീവിച്ചവർക്ക് സ്വന്തം കഥയായി തോന്നുന്ന ഒരു സാർവലൗകികത അതിലുണ്ട്. എം.കെ.ശ്രീകുമാർ തർജ്ജമ ചെയ്ത പുസ്തകമായിരുന്നു അത്.

അന്ന് രാത്രി ആ പുസ്തകം ഒറ്റയിരുപ്പിന് വായിച്ചുതീർത്ത് ആവേശഭരിതനായി സി.ജി. പിറ്റേന്ന് എന്റെ മുമ്പിലെത്തി. എന്നിട്ട് ഉറക്കെ അതിലെ വരികൾ വായിക്കാൻ തുടങ്ങി.

"സൂര്യനസ്തമിക്കുമ്പോൾ ബഗോണിയ ചെടികൾക്കിടയിൽ മറഞ്ഞിരുന്നുകൊണ്ട് കീറിയ വസ്ത്രങ്ങൾ തുന്നുന്ന കുടുംബിനിയുടെ ചിത്രം ഹൃദയസ്പർശിയായിരിക്കുന്നു. ആസ്ത്മകൊണ്ട് കിലുങ്ങിയ ശ്വാസവുമായി ഒരു വളഞ്ഞ മരക്കൊള്ളിയായി അവർ ജീവിക്കുന്നു. അവരവരുടെ ഭർത്താവാകട്ടെ നട്ടും ബോൾട്ടും ഇട്ടുറപ്പിച്ച കനമുള്ള എല്ലുകളോടു കൂടിയ ഒരു പഴയ കേണൽ. ആ കണ്ണുകൾ മാത്രം ജീവിതത്തെ ഓർമിപ്പിക്കുന്നു. പനയോല മേഞ്ഞ മേൽക്കൂരയ്ക്കുമേൽ മഴ താളം കൊട്ടുമ്പോഴും കട്ടിലിനടിയിലൂടെ ഇടിമുഴക്കങ്ങൾ വലിയ ഉരുളൻകല്ലുകൾ പോലെ പാഞ്ഞുപോകുമ്പോഴും അവർ കലഹിച്ചു കൊണ്ടിരുന്നു."

ഈ കഥയും അതിന്റെ തർജ്ജമയുമെല്ലാം അതിമനോഹരം. ഇതിലെ കേണൽ ഞാൻ തന്നെയാണ്. കേണലിന്റെ ഭാര്യ എന്റെ ഭാര്യയും. പൊതുപ്രവർത്തനത്തെക്കുറിച്ച് പറയുന്നിടത്തും എന്റെ മനസ്സ് കുറെ യോജിക്കുന്നു. ഞാൻ സി.ജി.യിൽ നിന്ന് ആ പുസ്തകം വാങ്ങി അതിലെ പിന്നാമ്പുറപേജിലെ വാചകങ്ങൾ ഇങ്ങനെ വായിച്ചു. "രാഷ്ട്രീയത്തിലും ജീവിതത്തിലും വിപ്ലവത്തിലും ഒറ്റപ്പെട്ടുപോകുന്ന മനുഷ്യരെക്കുറിച്ചാണ് മാർക്വിസ് നമ്മോട് പറയുവാനുള്ളത്. ഒരു കലാകാരൻ എന്ന നിലയിൽ തന്റെ സഹജീവികളോടുള്ള വെളിപാടുകളും ഉൾക്കാഴ്ചകളും സഹാനുഭൂതികളും നിറഞ്ഞു നില്ക്കുന്ന ഒരു കൃതിയാണ്. നിരാശയ്ക്കും പ്രത്യാശയ്ക്കും ഇടയിൽ ജീവിക്കുന്ന മനുഷ്യരുടെ ജീവിതവേദാന്തങ്ങൾക്ക് ശോഭയും ചാരുതയും ശക്തിയും പകരുന്ന വ്യാഖ്യാനമാണീ നോവൽ."

ആരോഗ്യമുള്ള ഒരു മനസ്സും ശരീരവുമായി സി.ജി. ദീർഘനാൾ ഞങ്ങളോടൊപ്പമുണ്ടായില്ല. ഒട്ടേറെ മാനസികസംഘർഷങ്ങൾ അദ്ദേഹത്തെ വലയം ചെയ്തിരുന്നു. ഉറങ്ങുവാൻ ഉറക്കഗുളികൾ വേണമായിരുന്നു. പ്രമേഹം നിയന്ത്രണത്തിനതീതമായിരുന്നു. ലഡ്ഡുവും പലഹാരങ്ങളും കൊതിയോടെ തിന്നുന്നത് ഞങ്ങൾ കൈയോടെ പിടിച്ചു.

നാസ്തികനായ ഞാൻ നടത്തിയ ഒരു ക്ഷേത്രസന്ദർശനത്തെക്കുറിച്ച് ഒരിക്കൽ ഞാൻ സി.ജി.യോട് പറഞ്ഞു.

'ഞാൻ ഇന്നലെ വടക്കുനാഥൻ ക്ഷേത്രത്തിൽ കയറി. അതിനു മുമ്പൊരിക്കൽ ഗുരുവായൂർ ക്ഷേത്രത്തിൽ. എന്നിട്ടും എനിക്ക് പ്രാർത്ഥിക്കാൻ കഴിയുന്നില്ലല്ലോ സി.ജി." ഞാൻ ഉണർത്തിച്ചു.

പ്രാർത്ഥന മനഃശാന്തിക്കു നല്ലതാണ്. അത് ചെയ്യുവാൻ കഴിയുന്നവർ ഭാഗ്യവാന്മാർ. കാരമസോവ് സഹോദരന്മാരിൽ നാസ്തികനായ അലോഷ്യ പറയുന്നതും അതു തന്നെയാണല്ലോ - നമുക്കതിന് കഴിയുന്നില്ലല്ലോ. സി.ജി.യുടെ മറുപടി.

“ഒരു പുതിയ യേശുക്രിസ്തുവിനെ കണ്ടെത്താനുള്ള ദസ്തയെവ്സ്കിയുടെ ശ്രമമാണ് കാരമസോവ് സഹോദരന്മാർ. ഒരർത്ഥത്തിൽ ആ ശ്രമം ഇപ്പോഴും തുടരുകയല്ലെ?” സി.ജിയുടെ ചോദ്യം

“ആ പുസ്തകം താങ്കളുടെ കൈയിലുണ്ടെങ്കിൽ ഒരു പുനർവായനയ്ക്ക് എനിക്കതു വേണം.” അങ്ങനെയാണ് സി.ജിയുടെ ഷെൽഫിൽനിന്ന് കാരമസോവ് സഹോദരന്മാർ എന്റെയരികിലെത്തിയത്. പുസ്തകത്തിന്റെ ചട്ട ഇളകിയിരുന്നു. നിറം മങ്ങിയിരുന്നു. കോണിലെവിടെയോ എലികരണ്ടിരുന്ന ആ പുസ്തകം ഞാൻ പതുക്കെ വായിച്ചുകൊണ്ടിരിക്കെ സി.ജി.യുടെ ഫോൺ കോൾ വന്നു.

“ആ പുസ്തകം എനിക്ക് താൽക്കാലികമായെങ്കിലും ഒന്ന് മടക്കിത്തരുമോ. അതത്യാവശ്യമായിരുന്നു.”

“തരാമല്ലോ”

എനിക്കതു മടക്കേണ്ടി വന്നില്ല. രണ്ടുനാൾ കഴിഞ്ഞപ്പോൾ സി.ജിയുടെ തണുത്ത മരണവാർത്ത വന്നു. സി.ജിയുടെ കീശയിൽനിന്ന് തട്ടിപ്പറിച്ചെടുത്ത പേനയും കാരമസോവുകളുടെ ഇതിഹാസവും ഇപ്പോൾ എന്റെ മുമ്പിലിരിക്കുന്നു.

ഇണങ്ങിയും പിണങ്ങിയും സ്നേഹിച്ചും കഴിഞ്ഞ കുറെ മാസങ്ങൾ. പക്ഷേ, സി.ജി. എനിക്ക് മറക്കാൻ കഴിയാത്തവനായി കഴിഞ്ഞിരുന്നു. വിശുദ്ധമായ ഒരു സ്നേഹത്തിന്റെ മെഴുകുതിരി നാളമായി അതെന്നിൽ എരിയുന്നു. പുസ്തകങ്ങളെ അതീവപ്രേമത്തോടെ താലോലിച്ചവൻ, പുസ്തകങ്ങൾക്കിടയിലിരുന്ന് മരിക്കാൻ ആഗ്രഹിച്ചവൻ, ആർഭാടങ്ങളിൽനിന്നും ക്യാമറകളിൽനിന്നും ഓടിയൊളിച്ചവൻ, എച്ചിൽക്കഷ്ണങ്ങൾക്കും അധികാരങ്ങൾക്കും വിലയ്ക്കെടുക്കാനാകാത്തവൻ എന്നിങ്ങനെ അനേകം വിശേഷണങ്ങളിൽ സി.ജി. ഇപ്പോഴും എന്നിൽ ജീവിക്കുന്നു.

പിതാവെ, ഈ പാനപാത്രം എന്നിൽനിന്നെടുക്കണമേ
ഞാനേകനായിരിക്കുന്നു
പരീശന്റെ കാപട്യങ്ങളിൽ എല്ലാം മുങ്ങിത്താഴുന്നു
ഒരു വയൽ മുറിച്ചുകടക്കുംപോലെ
ഈ ജീവിതം എരിയിക്കുക നിസ്സാരമല്ലല്ലോ...

എന്ന് ബോറിസ് പാസ്റ്റർനാക്കിന്റെ കവിതയും അവസാനിക്കുന്നു.

(സി.ജി. ശാന്തകുമാർ സ്മരണയിൽ എഴുതിയത്)

■

ശാന്തസമുദ്രതീരത്തിലേക്ക്
ഒരു ചരമക്കുറിപ്പ്

ഗോപാലകൃഷ്ണൻ എപ്പോഴും എന്നെ ഓർമ്മിപ്പിച്ചത് ജീവിതത്തിന്റെ യാദൃച്ഛികതയും അനിശ്ചിതാവസ്ഥയുമാണ്. കണ്ടുമുട്ടിയപ്പോഴും ഇടപഴകിയപ്പോഴും ഇടതടവില്ലാതെ ജീവിതത്തിന്റെ സൗരഭ്യം പകർന്നു തന്നു. പിന്നീട് പെട്ടെന്നൊരു ദിനം മൂകത സൃഷ്ടിച്ചുകൊണ്ട് യവനികയിലേക്കു മറയുകയും ചെയ്തു.

ദുഃഖപൂർണ്ണമായ ഒരു സായംസന്ധ്യയിലെ മായ്ച്ചുകളയാൻ പ്രയാസപ്പെടുന്ന ഓർമ്മ. അത്തിപ്പൊറ്റെ എന്ന പാലക്കാടൻ ഉൾനാടൻ ഗ്രാമത്തിന് ഗ്രാമീണതയുടെ എല്ലാ സവിശേഷതകളുമുണ്ട്. നീലമലകൾ, വയലേലകൾ, പാടവരമ്പുകൾ, അമ്പലക്കുളം - അവിടെ മൂകമായൊരു സന്ധ്യയിൽ ആരൊക്കെയോ താങ്ങിപ്പിടിച്ച ഒരു സ്ട്രെക്ചറിൽ ജീവൻ വെടിഞ്ഞുപോയ ഒരു ഭൗതികശരീരം വായുവിൽ ഒഴുകി വരുന്നു. അവിടെ ഒട്ടും ഭാരമില്ലാത്തവനായി ഒരാൾ കിടക്കുന്നു - അയാൾ ഗോപാലകൃഷ്ണനായിരുന്നു.

മരണത്തിന്റെ ഗന്ധം വ്യാപിച്ചു നിൽക്കുന്ന ആ വീട്ടിലെ അകത്തളത്തിൽ കനകലതയുണ്ടായിരുന്നു. ഒട്ടും കരയാത്ത മുഖവുമായി അവർ പറഞ്ഞു: "ഏറ്റവുമവസാനം വരെ ഞാൻ ആത്മബലം പകർന്നുകൊണ്ടിരുന്നു. അവസാനം പറഞ്ഞ കഥ താങ്കളുടേതായിരുന്നു." ഞാൻ മറുപടിയില്ലാതെ നിന്നു. പുറത്ത് അമ്പലത്തിലെ നെയ്ത്തിരി വിളക്കുകൾ ഒരു സാന്ത്വനമായി എരിഞ്ഞുകൊണ്ടിരുന്നു.

ഗോപാലകൃഷ്ണൻ അവസാനമെഴുതിയ കഥ ഞാൻ വായിച്ചത് ഇപ്പോഴും മറന്നിട്ടില്ല. വിദേശ നഗരത്തിൽ പടർന്നുപിടിച്ച വൈറസ് പനി ബാധയേറ്റ് ആശുപത്രിയിലെ ക്വാരണ്ടയിൻ തടവറയിൽ കിടക്കാൻ വിധിക്കപ്പെട്ട ഒരാളുടെ കഥയാണത്. ഈ കഥയ്ക്ക് അറം പറ്റിയോ എന്ന് ന്യായമായും സംശയിക്കണമായിരുന്നു. വൈറസ് ഭീകരന്മാർ കഥാകാരനെയും ആക്രമിച്ച് അയാൾക്കു മരണം സമ്മാനിച്ചു എന്ന കഥാ സങ്കല്പം മൂകത പരത്തുന്ന ഒരു സത്യമായി മാറി.

പ്രഭാതങ്ങളിലെ മലയാള ഇ-പത്രങ്ങൾ വായിച്ച് ശാന്തസമുദ്ര തീരത്തുനിന്ന് ഗോപാലകൃഷ്ണൻ വിളിക്കുന്നു: "ഈ ഫാരീസ് അബൂബക്കറിനെ എനിക്കുമറിയാം, കൃഷ്ണദാസ്."

മലയാളികൾ വളരെ കുറച്ചു മാത്രം അധിവസിക്കുന്ന ശാന്ത സമുദ്രതീരത്തെ ഹോങ്കോങ്ങിൽ നിന്നാണ് അയാൾ സംസാരിക്കുന്നത്: "ചൈനീസ് ഭാഷ സംസാരിക്കുന്ന കാന്റണിസ് വംശജരാണ് ഒട്ടു മിക്കവാറും ഇവിടെ ഹോങ്കോങ്ങിൽ. പിന്നെ മദ്ധ്യപൂർവേഷ്യയിൽനിന്ന് ഒരിക്കൽ ബോട്ടുകളിൽ തീരത്തടിഞ്ഞ വിയറ്റ്നാമിലേയും കംബോഡിയായിലേയും ലാവോസിലേയും അഭയാർത്ഥികൾ. ഇന്ത്യയിൽ നിന്ന് പ്രധാനമായും എത്തിച്ചേർന്നവർ സർദാർജികൾ. ഒഴുകി വന്നെത്തുന്ന ലോക ടൂറിസവും ഇവിടെയിരുന്നു കാണാം. ഹോങ്കോങ്ങിൽ മുതലാളിത്ത വ്യവസ്ഥിതിയും അപ്പുറത്ത് ചൈനയിൽ സോഷ്യലിസവുമാണ് എന്നാണ് വെപ്പ്. ഔദ്യോഗിക കൃത്യ നിർവ്വഹണങ്ങൾക്കായി ഇടയ്ക്കിടെ മെയിൻലാന്റിലും പോകും. ചൈനയിലെ ഫാക്ടറികളിൽ മുഷിഞ്ഞു ജോലി ചെയ്യുന്ന, അവധിക്ക് നാട്ടിലേക്കു പോകാൻ പൈസയില്ലാത്ത ദരിദ്രരായ ചൈനീസ് തൊഴിലാളികളെയും എനിക്കു കാണാനാകും. ഭൗതികമായി ചൈന വളർന്നിരിക്കുന്നു. പക്ഷേ, കമ്മ്യൂണിസമാണോ മുതലാളിത്തമാണോ എന്നൊക്കെ ചോദിച്ചാൽ നമ്മൾ ആശയക്കുഴപ്പത്തിലാകും..."

ഞങ്ങൾ കൂടുതലും സംസാരിച്ചത് സാഹിത്യത്തെക്കുറിച്ചായിരുന്നു. ലോകസാഹിത്യത്തിന്റെ പുതിയ മുഖം നമ്മുടെ ഭാഷയിൽ പ്രതിഫലിക്കപ്പെടുന്നില്ല... ഗോപാലകൃഷ്ണൻ പറഞ്ഞു. അയാൾ പറയും അഫ്ഗാനിസ്ഥാനിൽനിന്ന് ഇതാ Earth and Ashes എന്നൊരു പുസ്തകം. എഴുതിയത് പുതിയൊരു എഴുത്തുകാരനായ അതീഖ് റാഹിമി. അയാൾ കേരളത്തിലേക്കു വരാൻ തയ്യാറാണത്രേ. ഒരു സ്വീകരണത്തിനു തയ്യാറായിക്കൂടെ? യുഗോസ്ലാവിയൻ ആഭ്യന്തര കലാപങ്ങളുടെ ചോരയിൽനിന്നും കണ്ണുനീരിൽനിന്നും ഡ്രാക്കുലിക് സ്ലാവെങ്ക എന്നൊരു എഴുത്തുകാരി ഉയിർത്തെഴുന്നേറ്റു വരുന്നു. കോൺസെൻട്രേഷൻ ക്യാമ്പുകളിൽ നിരന്തരം ബലാത്സംഗം ചെയ്യപ്പെടുന്ന ഒരു സ്ത്രീയുടെ കഥയുണ്ട് - 'അവൾ'. അജ്ഞാതനിൽ അവൾക്കൊരു കുഞ്ഞുണ്ടാകുന്നു. ആ കുഞ്ഞിനെ വളർത്തണോ, നശിപ്പിക്കണോ? എന്നത് മൗലികമായ ചോദ്യം. അസാദ്ധ്യമായ പുസ്തകം സ്നേഹിതാ. ചൈനീസ് സാംസ്കാരിക വിപ്ലവകാലത്ത് നിരോധിക്കപ്പെട്ട ബൽസാക്കിന്റെ കൃതികളുമായി ചൈനയിലെ മലയോരങ്ങളിലും ഓണംകേറാമൂലകളിലും ജീവിച്ച പുറംതള്ളപ്പെട്ട ബുദ്ധിജീവികളെക്കുറിച്ച് മറ്റൊരു നോവൽ - 'ബൽസാക്കും ചൈനയിലെ കൊച്ചു തയ്യൽക്കാരിയും'. ലണ്ടനിലെ ചവറുകൂനയിൽനിന്നു കണ്ടെടുത്ത ലിയോനിഡ് ട്സിപ്കിന്റെ 'ബേദൻ

ബേദനിലെ ഗ്രീഷ്മകാലത്ത്' എന്നൊരു കൃതി - വിശ്വവിഖ്യാതനായ ഡോസ്റ്റോയെവ്സ്കിയെക്കുറിച്ചാണ് ഈ പുതിയ നോവൽ.

ഇവയെല്ലാം പിൽക്കാലത്ത് എന്നിലൂടെ അച്ചടിമഷികൾ പുരണ്ടു. അതീവ ചാരിതാർത്ഥ്യത്തോടെ ഞാനും ഒരു പ്രസാധക ചരിത്രത്തിൽ പങ്കാളിയാകുകയാണ്. സംഭാഷണങ്ങളിലൂടെ ഞങ്ങൾ പിന്നെയും ചൈനയിലേക്കു പോയി. "മധുരമനോഹരമനോജ്ഞ ചൈന" എന്നല്ലേ നമ്മുടെ കവികൾ എഴുതിയിട്ടുള്ളത്. ലിയു ഷാവോചി പോലുള്ള പഴയ കമ്മ്യൂണിസ്റ്റുകാരെക്കുറിച്ച്, നാൽവർസംഘങ്ങളെ ക്കുറിച്ച്, ടിയാമെൻ സ്ക്വയറിനെക്കുറിച്ച്, ചൈനയുടെ സാമ്പത്തിക പുരോഗതിയെക്കുറിച്ച് - ഒരു തലമുറയുടെ പൂർവസ്വപ്നങ്ങളെ മഴ വില്ലുകളാക്കി മാറ്റിയ നമ്മുടെ സമത്വസങ്കല്പങ്ങളെക്കുറിച്ച്- ഹോങ്കോങ്ങ് എന്ന നഗരം ഗോപാലകൃഷ്ണനെ ഒരു സർവ്വകലാ വല്ലഭനാക്കി മാറ്റിയിരുന്നു. ലോകസാഹിത്യത്തെക്കുറിച്ച് അറിവുള്ള ഒരു പുസ്തക ഏജന്റായി, കഥാകൃത്തായി, നോവലിസ്റ്റായി, പെയിന്റ റായി, വിശ്വോത്തര പെയിന്റിങ്ങുകൾ വിൽക്കുകയും വാങ്ങുകയും ചെയ്യുന്ന ഒരു വ്യാപാരിയായി....

കേരളത്തിൽ ഒരു ബാങ്ക് ഉദ്യോഗസ്ഥനായിരുന്ന ഗോപാല കൃഷ്ണൻ കുറെ നാൾ ഓഹരിവിപണിയുടെ ലഹരിയിലായിരുന്നു. പിന്നെ വിപണിയിൽ സർവ്വസ്വവും നഷ്ടപ്പെട്ട് പാപ്പരായപ്പോഴാണ് ഹോങ്കോങ്ങിലേക്ക് കുടിയേറിയത്. അവിടത്തെ ജീവിതം ഗോപാല കൃഷ്ണനെ വീണ്ടും ഭൗതികമായി മുന്നിലെത്തിച്ചു. പക്ഷേ, എപ്പോഴും കലയും സാഹിത്യവും അയാളുടെ പ്രാണവായുവായിരുന്നു.

"ഒരു വലിയ ആകാശവുമായി ജീവിക്കുന്ന താങ്കൾക്ക് പലതും എഴുതാൻ കഴിയും" - ഞാൻ ഗോപാലകൃഷ്ണനോട് ആവർത്തിച്ചു പറഞ്ഞുകൊണ്ടിരുന്നു. "ഇല്ല. സമയമായിട്ടില്ല..." ഗോപാലകൃഷ്ണൻ പറഞ്ഞു. അയാൾ എഴുതിയില്ല. അങ്ങനെ എത്രയോ അറിവുകൾ വിസ്മൃതിയിലേക്കാണ്ടു പോയി.

ഒരു ദിനം പുഴയ്ക്കൽ പാടത്ത് ലുലു കൺവൻഷൻ സെന്ററിന്റെ മുൻപിൽ വച്ച് കണ്ടുമുട്ടി; പിന്നീടൊരു ദിനം ആഫീസിലെത്തി ഒരു പാട് നേരം സംസാരിച്ചു. എല്ലായ്പ്പോഴും കുടുംബസമേതമായി രുന്നു വരവ്. സംസാരിച്ച് സംസാരിച്ച് ഒരാവേശത്തിൽ ഒരുമിച്ച് ഒരു ഗ്രൂപ്പ് ഫോട്ടോ തീർത്തു. അധികം താമസിയാതെ ഇനിയൊരു ദിവസം ഞങ്ങൾ വീണ്ടും വരും, ഗുരുവായൂരിലെ ഫ്ളാറ്റിൽനിന്നും മടങ്ങുന്ന വഴി, ഗോപാലകൃഷ്ണൻ ഹോങ്കോങ്ങിൽനിന്ന് യാത്രാ പ്ലാനുകൾ വിശദീകരിച്ചു.

പക്ഷേ, ഗോപാലകൃഷ്ണൻ വന്നെത്തിയില്ല. ഞാൻ ലോക്കൽ നമ്പറിൽ തിരഞ്ഞു. മകനാണ് ഫോണെടുത്തത്. അച്ഛൻ വൈറസ്

പനി ബാധിച്ച് മംഗലാപുരം ആശുപത്രിയിൽ ഇപ്പോൾ വെന്റിലേറ്ററിലാണ്. ക്ലിനിക്കൽ മരണം മാത്രമേ ഇനി രേഖപ്പെടുത്താൻ ബാക്കിയുള്ളൂ. ആ കുട്ടിയും എത്രയോ നിസ്സംഗനായിട്ടാണ് സംസാരിക്കുന്നത് എന്ന് എന്നെ അദ്ഭുതപ്പെടുത്തി.

ഭീകരമായ ഒരു യാഥാർത്ഥ്യവുമായി ഇടപഴകാൻ ആവാതെ ഞാൻ പതറി. ഹോങ്കോങ്ങ് ആസ്ഥാനമായുള്ള ഒരു സ്ഥാപനത്തിൽ മൂന്നു പതിറ്റാണ്ടുകളോളം ജോലി ചെയ്ത എനിക്ക് ഹോങ്കോങ്ങിൽ സ്ഥിരവാസിയ ഗോപാലകൃഷ്ണന്റെ അനുമോദനങ്ങൾ എപ്പോഴും ഉണ്ടായിരുന്നു. "ഒരു പുതിയ പ്രസാധകനെ താങ്കൾക്കു കേരളത്തിൽ തന്മയത്വത്തോടെ അവതരിപ്പിക്കാൻ കഴിഞ്ഞു."

പിന്നീട് ദുഃഖത്തിന്റെ എല്ലാ നീർച്ചാലുകളും മഹാസാഗരത്തിലേക്കൊഴുകിപ്പോവുകയും ഇരുണ്ട രാത്രികൾക്കുശേഷം പ്രഭാതങ്ങൾ കടന്നുവരികയും പൂക്കൾ വിരിയുകയും പക്ഷികൾ കളകള ശബ്ദങ്ങളിൽ പ്രഭാതങ്ങളെ ഉണർത്തുകയും ചെയ്തു. പ്രിയപ്പെട്ട സുഹൃത്തേ, ഇപ്പോൾ ഞാൻ നിങ്ങൾക്ക് ഒരു ചരമക്കുറിപ്പ് എഴുതുന്നു. പ്രഭാതത്തിലെ കുളിർക്കാറ്റിൽ എല്ലാം മറന്ന് ഞാൻ ഇപ്പോഴും ജീവിതത്തിലേക്ക് നോക്കിയിരിക്കുകയാണ്.

2011 ആഗസ്തിലാണ് ഗോപാലകൃഷ്ണന്റെ ചരമദിനം.

(ചന്ദ്രിക ആഴ്ചപ്പതിപ്പ്)

■

ഗർഷോമുകളും പരദേശികളും

ഇംഗ്ലീഷ് അക്ഷരമാലയിലെ പതിനഞ്ച് അക്ഷരങ്ങൾ നിറഞ്ഞ വലിയ ഒരു പേര്, വെളുത്ത പ്ലാസ്റ്റിക് അക്ഷരങ്ങളിൽ തീർത്തു വച്ചിരിക്കുന്നു. നഗരത്തിലെ ഒരു ഫ്ളാറ്റിന്റെ വാതിലിലാണ് ആ നെയിംബോർഡ് തീർത്തിട്ടുള്ളത്. പി.ടി. കുഞ്ഞുമുഹമ്മദ് എന്നൊരാൾ അബുദാബി നഗരത്തിൽ ജീവിച്ചിരുന്നു എന്നതിന് എന്റെ ഓർമ്മയിലെ സാക്ഷ്യപത്രമാണിത്. അബുദാബിയിൽ ടൂറിസ്റ്റ് ക്ലബ്ബ് എന്ന പേരിൽ അറിയപ്പെട്ടിരുന്ന ഒരു പ്രദേശത്തായിരുന്നു ആ ഫ്ളാറ്റും കെട്ടിടവും. ഇഷ്ടിക വിരിച്ച നടപ്പാതയും, അഴികളിട്ട കടൽത്തീരവും അവിടെ അവസാനിച്ചിരുന്നു. മീനാസെയ്ദ് എന്ന സായിദ് തുറമുഖത്തിന്റെ കണ്ണഞ്ചിപ്പിക്കുന്ന പ്രകാശം അവിടത്തെ രാത്രികളെ വെളുപ്പിച്ചിരുന്നു. എൺപതുകളിലെ നഗരവികസനത്തിന്റെ ആദ്യകാലഘട്ടമായിരുന്നു. അന്നവിടെ മണലും മരുഭൂമിയിലെ കുറ്റിച്ചെടികളും അല്ലറചില്ലറ വേശ്യക്കുടിലുകളും മാത്രമേ ഉണ്ടായിരുന്നുള്ളൂ. വികസനം വന്നപ്പോൾ ടൂറിസ്റ്റ് ക്ലബ്ബിലെ വിജനപ്രദേശങ്ങളിൽ കൂണുകൾ പോലെ പത്തും പതിനഞ്ചും നില കെട്ടിടങ്ങൾ മുളച്ചുപൊന്താൻ തുടങ്ങി.

ആ ഫ്ളാറ്റിൽ എന്റെയും ഒരു സുഹൃത്തുണ്ടായിരുന്നു. സുഹൃത്തിനെ കാണാൻ ഞാൻ ചെല്ലുമ്പോഴൊന്നും കുഞ്ഞുമുഹമ്മദ് അവിടെ ഉണ്ടായിരുന്നില്ല. അധികം താമസിയാതെ കുഞ്ഞുമുഹമ്മദ് അവിടെനിന്നും താമസം മാറ്റി എന്നറിഞ്ഞു. എന്നിട്ടും ഒരു തമാശപോലെ ആ ബോർഡ് പിന്നെയും കുറെ നാൾ അവിടെ അവശേഷിച്ചു. അക്ഷരങ്ങൾ ചിലതൊക്കെ കൊഴിഞ്ഞുപോയിരുന്നു. ഒരുദിനം കൊച്ചുബാവയുമൊത്ത് തകൃതിയായ ഒരു കഥയരങ്ങ് നടക്കുന്നു. പ്രധാന സംഘാടകൻ ഈയുള്ളവൻ തന്നെ. ആശംസയും അനുമോദനങ്ങളുമായി കുഞ്ഞുമുഹമ്മദ് അവിടേയ്ക്ക് കയറിവരുന്നു. ഉത്പതിഷ്ണു ചിന്തകൾ നിറഞ്ഞ ഒരു മനസ്സുമായി അല്ലറ ചില്ലറ ബിസിനസ്സുകളുമായി ജീവിച്ചിരുന്ന ഒരു സഹൃദയനാണ് അദ്ദേഹമെന്ന് അന്നു മനസ്സിലായി. അന്നയാൾ ചലച്ചിത്രനിർമ്മാതാവോ

സംവിധായകനോ സാമൂഹ്യപ്രവർത്തകനോ രാഷ്ട്രീയക്കാരനോ ശരാശരി ഒരു ഇടതുപക്ഷക്കാരനോ ആയിരുന്നില്ല.

പിന്നീട് നാടിന്റെ ഇരുളും വെളിച്ചവും നുകർന്ന് ഈർപ്പമാർന്ന ശുദ്ധവായുവും ശ്വസിച്ചു നടക്കേ, തൃശ്ശൂരിലെ തേക്കിൻകാട് മൈതാനത്ത് നീളൻ ചുകപ്പുകുപ്പായവുമിട്ട് ഒരാൾ പ്രസംഗിക്കുന്നു. അയാൾ പി.ടി. കുഞ്ഞുമുഹമ്മദായിരുന്നു. ഒരു ചുകപ്പുകുപ്പായത്തിന്റെ പ്രസക്തി പി.ടി. കുഞ്ഞുമുഹമ്മദിലൂടെ പിന്നെയും വളരുന്നു എന്ന് ഞാൻ അപ്പോൾ ഒരു ഞെട്ടലോടെ മനസ്സിലാക്കി. അയാൾ ചലച്ചിത്ര നിർമ്മാതാവും സംവിധായകനും ഒരു ചാനലിന്റെ വക്താവും എം.എൽ.എയും ആയിക്കഴിഞ്ഞിരുന്നു. ഇടയ്ക്കൊക്കെ കണ്ടുമുട്ടി. സൗഹൃദത്തിന്റെ ചെറുവാക്കുകളിലും മിതമായ ചെറുപുഞ്ചിരിയിലും മാത്രം അവ ഒതുങ്ങി. ഈയിടെയും കണ്ടുമുട്ടിയിരുന്നു. തന്റെ ഊശാൻതാടിയിൽ തടവി കുഞ്ഞുമുഹമ്മദ് അഭിമാനപൂർവം പറയുന്നു: ഇന്ന് ബി.ബി.സിയുടെ ലേഖകൻ എന്നെ കാണാനെത്തുന്നുണ്ട്.

ഗൾഫ് ജീവിതത്തിന്റെ ഈർപ്പം കലർന്ന മണ്ണിൽനിന്നാണ് കുഞ്ഞുമുഹമ്മദിന് ഗർഷോം, പരദേശി എന്നീ ചിത്രങ്ങളുടെ ഊർജ്ജം ശേഖരിക്കാനായതെന്നു ഞാൻ കരുതുന്നു. സമൂഹത്തിന്റെ അസ്വാരസ്യങ്ങളിൽ ഖിന്നനായിരുന്ന സഹൃദയനായ ഈ സംവിധായകന്റെ ചിത്രങ്ങൾ ഞാൻ ഒന്നൊഴിയാതെ കണ്ടു. തിക്തവും കാവ്യമധുരവുമായ ചിന്തകൾക്കിണങ്ങുന്ന അതിമനോഹരമായ ശീർഷകങ്ങൾ. കലാപരമായി വളരെ ഉയർന്ന് ചേക്കേറുന്നവയായിരുന്നുവോ ആ ചിത്രങ്ങളെന്ന് ഒരു തർക്കവിഷയവും കടന്നുവരുന്നുണ്ട്. എങ്കിലും കുഞ്ഞുമുഹമ്മദിനോട് എനിക്കാദരവായിരുന്നു, കാരണം ഗർഷോം കണ്ടപ്പോൾ പ്രവാസത്തെയും ജീവിതത്തെയും കുറിച്ച് ഈയുള്ളവൻ ജീവിതംകൊണ്ട് സ്വരൂപിച്ച സത്യങ്ങൾ തന്നെയാണ് കുഞ്ഞുമുഹമ്മദിന്റേതുമെന്ന് മനസ്സിലാക്കി. സ്ഥാനഭ്രംശം സംഭവിച്ച ജീവിതങ്ങളാണ് (displaced lives) ഗർഷോമും പരദേശിയും. ഗർഷോം സ്വന്തം നാട്ടിൽനിന്ന് ഭ്രഷ്ടനാക്കപ്പെടുന്ന അവസ്ഥ. പരദേശി സ്വന്തം നാട്ടിൽ അന്യനായി ജീവിക്കപ്പെടുന്ന അവസ്ഥ. രണ്ടും സ്വന്തം മണ്ണിന് അന്യമാകുന്ന അവസ്ഥയാണ്. രാഷ്ട്രീയമോ സാമൂഹ്യമോ സാമ്പത്തികമോ ആയ കാരണങ്ങളാലാണ് അവർ നാട്ടിൽനിന്ന് അന്യരാക്കപ്പെടുന്നത്. മനോവ്യഥയും മാനസിക സംഘട്ടനങ്ങളും നിറഞ്ഞുനില്ക്കുന്നതാണ് അവരുടെ ജീവിതം. ബാഹ്യചുറ്റുപാടുകളിൽ ഞെരുങ്ങിയാണ് അവർ ജീവിക്കുന്നത്. ഇന്ത്യ, പാക്കിസ്താൻ, ബംഗ്ലാദേശ്, അഫ്ഗാനിസ്താൻ, സോമാലിയ, എത്യോപ്യ, പലസ്തീൻ എന്നിവിടങ്ങളിൽനിന്നും ഗൾഫ് പ്രദേശങ്ങളിലേക്ക് കുടിയേറിയ സമൂഹങ്ങളുമായി അടുത്തിടപഴകിയ രണ്ടോ മൂന്നോ പതിറ്റാണ്ടുകളിലൂടെ

ഗർഷോമുകളും പരദേശികളും ഒരു ഭൂഗോളത്തിന്റെ വ്യാകുലചിത്ര മായി പരിണമിക്കുന്നത് എനിക്കു കാണാമായിരുന്നു.

കേരളീയ അന്തരീക്ഷത്തിൽ നിന്ന് വിട്ടുനിന്നു എന്ന കാരണം കൊണ്ടു മാത്രം തങ്ങളെ പ്രവാസി എഴുത്തുകാർ എന്നു വിശേഷി പ്പിക്കുന്ന ചില സാഹിത്യകാരന്മാർ നമുക്കുണ്ട്. അവർ ഗർഷോമു കളോ പരദേശികളോ അല്ല. ഒരുതരം സാമൂഹികസമ്മർദ്ദവുമില്ലാതെ സൗകര്യപൂർവ്വം തിരഞ്ഞെടുത്ത ഒരു ജീവിത പന്ഥാവാണ് അവരു ടേത്. എന്നാൽ "വിട പറഞ്ഞ രാത്രിയിലെ സന്ദേഹങ്ങളകറ്റാൻ ഞാൻ കണ്ണുനീർത്തുള്ളികൾ മഴയിൽ ഒളിപ്പിച്ചുവച്ചു" (ബാദർ സാക്കിർ അൽസായിബ്) എന്നെഴുതിയ പ്രവാസ കവി തന്റെ നാട്ടിൽനിന്നുള്ള ഒരു പലായനത്തിന്റെ ചിത്രമാണ് വരയ്ക്കുന്നത്. അങ്ങനെയൊരു എഴുത്തുകാരൻ നമുക്കുണ്ടോ? അങ്ങനെയാണെങ്കിൽ ആരാണ് കേരളീയരുടെ പ്രവാസി എഴുത്തുകാരൻ എന്ന് ഞാൻ ഈയിടെ ചിന്തിച്ചു വലഞ്ഞു.

*സീർ ബനിയാസ് ദ്വീപിൽനിന്ന് മദീനാസെയ്ദിലെ പച്ചച്ചായ മടിച്ച വീട്ടിലേക്ക് ഇരച്ചുകയറുന്ന ഒരു കൂട്ടം മനുഷ്യർ എന്റെ ഓർമ്മ യിലുണ്ട്. അഴിച്ചുവിട്ട കന്നുകാലിക്കൂട്ടങ്ങൾ തൊഴുത്തുകളിൽ വന്ന് കൂടണയുന്നതു പോലെയാണവർ വരുന്നത്. ഉറക്കെ ശബ്ദമുണ്ടാ ക്കിയും, സംസാരിച്ചും തങ്ങളുടെ ബാഗുകളും പ്ലാസ്റ്റിക് സഞ്ചികളും വീടിന്റെ ഒരു കോണിലേക്കു വലിച്ചെറിഞ്ഞും എല്ലാ മാസാദ്യ ങ്ങളിലും അവർ വന്നെത്തുന്നു. എന്നിട്ട് വീട്ടിലെ നിരയായ കട്ടിലു കളിൽ കയറിക്കിടന്ന് അവർ ദീർഘശ്വാസമിടും. ഒന്നോ രണ്ടോ ദിവസം താമസിക്കും. അതിനു നിശ്ചിതമായ വാടകയുമുണ്ട്. എല്ലാ മാസവും അവർക്ക് നഗരത്തിൽ വന്നെത്തേണ്ടതുണ്ട്. ബാങ്ക് അക്കൗ ണ്ടിൽനിന്ന് ശമ്പളമെടുക്കണം; ബാങ്കു വഴിയോ, ഹുണ്ടികക്കാരൻ വശമോ നാട്ടിലേക്കു പണമയയ്ക്കണം. നഗരത്തിൽ അല്ലറചില്ലറ ഷോപ്പിങ്ങുമുണ്ട്.

ഭരണാധികാരിയായ ഷേഖ് ഖലീഫയുടെ ഒരു സ്വകാര്യദ്വീപി ലാണ് അവർ ജോലി ചെയ്യുന്നത്. ദ്വീപിൽ മാനുകൾ, ആടുകൾ എന്നി ങ്ങനെ വളർത്തുമൃഗങ്ങൾ, വിവിധയിനം പക്ഷികളുമുണ്ട്. ദ്വീപിലെ മൃഗങ്ങളുടെ സംരക്ഷകനായിരുന്നു ചാച്ച. കടലിനെ കരയോട് ബന്ധിപ്പിച്ചിരുന്ന ഒരു പുഴ. വേലിയിറക്കത്തിന് വെള്ളമിറങ്ങുമ്പോൾ, കാൽമുട്ടോളം വരുന്ന വെള്ളത്തിലൂടെ പുഴ താണ്ടി വന്ന ഒരു ഫോർവീൽ വണ്ടിയിലാണ് അവർ വരുന്നത്. അക്കാലത്ത് എനിക്ക്

---

* ഈ ലേഖനത്തിലെ ചാച്ചയെക്കുറിച്ചുള്ള ഭാഗങ്ങൾ എന്റെ കടലിരമ്പ ങ്ങളിലും യദൃച്ഛാ പ്രത്യക്ഷപ്പെട്ടിട്ടുണ്ട്. ഗർഷോമുകളെയും പരദേശി കളെയും പറ്റി പറയുമ്പോൾ ചാച്ചയെ ഒഴിവാക്കാനാകില്ലല്ലോ.

അറേബ്യൻ ഗവൺമെന്റ് സദയം അനുവദിച്ചു തന്നിരുന്ന ഒരു ലിക്കർ പെർമിറ്റ് ഉണ്ട്. അതു പുതുക്കേണ്ട എന്നു തീരുമാനിച്ചിരിക്കെ, ചാച്ച എന്റെ ചെവിട്ടിൽ വന്ന് സ്വകാര്യം പറയുന്നു: "മോനേ, എന്തിനാ അത് നഷ്ടപ്പെടുത്തുന്നത്? മറ്റുള്ളവന് ഒരുപകാരമല്ലേ!"

"എന്തിനാ ചാച്ചാ ഈ കള്ളുകുടി? ഹറാമല്ലേ? നിർത്തിക്കൂടേ?"

"നിർത്തുകയോ? ഈ ഭൂമിയിലെ കൊച്ചുകൊച്ചു സന്തോഷങ്ങളല്ലേ അവ!" എന്നിട്ട് ചാച്ച ഉറക്കെ ചിരിച്ചു. ചാച്ചയുടെ മുൻനിരയിലെ നഷ്ടമായ പല്ലുകളും തൊണ്ണും പ്രകടിപ്പിച്ചുകൊണ്ടുള്ള മുഴക്കംനിറഞ്ഞ ചിരി. ദ്വീപിലും മദ്യപാനത്തിന്റെയും സ്വവർഗ്ഗഭോഗത്തിന്റെയും ചില്ലറ അസുഖങ്ങളുണ്ടെന്ന് ചാച്ചയുടെ ചില എതിരാളികൾ പറയുന്നതു ഞാൻ കേട്ടിട്ടുണ്ട്. അറുപതു വയസ്സ് കഴിഞ്ഞു. നിയമപ്രകാരം വിസ പുതുക്കാനാവില്ല. എന്നാൽ ചാച്ചയുടെ യജമാനൻ സാക്ഷാൽ യു.എ.ഇയിലെ ഇപ്പോഴത്തെ ഭരണത്തലവനായ ഷേഖ് ഖലീഫ തന്നെയാണ്. "ഓൻ നമ്മളെ മറക്ക്വോ? നമ്മ എടുത്തു വളർത്തിയതല്ലേ!" ചാച്ച പറയുന്നു. ശരിയാണ്, അറുപതു കഴിഞ്ഞിട്ടും ചാച്ചയുടെ വിസ പുതുക്കപ്പെട്ടിരിക്കുന്നു.

"ഇപ്പോൾ എത്ര വർഷമായി ഇവിടെ വന്നിട്ട്?" ഞാൻ ചാച്ചയോട് തിരക്കുന്നു. ചാച്ചയ്ക്കു തന്നെ വലിയ പിടിയില്ല. കൈയുകൾ നിവർത്തി കൂട്ടലും കിഴിക്കലും തുടങ്ങും.

ഇന്ത്യാവിഭജനം വരുമ്പോൾ ചാച്ച കറാച്ചിയിലാണ്. പിന്നെ തൊഴിൽ തേടി വന്യമായ ഭൂമികളും അജ്ഞാതമായ പ്രദേശങ്ങളും ചവിട്ടിക്കടന്നുപോയ നാളുകൾ. ഇറാനിൽനിന്ന് ഒരു പത്തേമാരിയിലാണ് ചാച്ച അബുദാബിയിലെത്തിയതെന്നോർക്കുന്നു. 1950കളിലെ ആദ്യവർഷങ്ങളിലാണ് ചാച്ച അബുദാബിയിലെത്തുന്നത്. അന്ന് അബുദാബി നഗരമില്ല. അവിടെ മലയാളിയുമില്ല. അബുദാബിയിലെത്തുന്ന ആദ്യ മലയാളിയെന്ന ബഹുമതി ചാച്ചയ്ക്കു തന്നെയായിരിക്കണം. ഒരു കടലോരഗ്രാമം. മുക്കുവരായ അറബികൾ. പൂഴി ചവിട്ടിച്ചെന്നാൽ വാസ്തുശില്പങ്ങൾ നിറഞ്ഞ ഷേഖിന്റെ കൊട്ടാരമുണ്ട്. കൊട്ടാരത്തിലെ ഖലീഫ രാജകുമാരൻ അന്ന് ചെറിയ കുട്ടിയായിരുന്നു. കുറെ നാൾ രാജകൊട്ടാരത്തിലായിരുന്നു ജോലി. ഖലീഫയെ കൈയും പിടിച്ചു നടത്തിച്ചിരുന്നു. "ഇന്നും അതയാൾ മറന്നിട്ടില്ല. ആ സ്നേഹബഹുമാനങ്ങൾ ഇപ്പോഴുമുണ്ട്." ചാച്ച പറയും: "എന്റെ മൂത്ത മകളുടെ കല്ല്യാണമായിരുന്നു കഴിഞ്ഞ വർഷം. എന്തെങ്കിലും തരണമെന്നു പറഞ്ഞു. ഒരു കിഴി തന്നു - നാല് സ്വർണ്ണനാണയങ്ങൾ." ചാച്ച ചിരിക്കുന്നു; ഷേഖ് ഖലീഫയെ നന്ദിയോടെ ഓർക്കുന്നു.

പക്ഷേ ജീവിതം തരുന്ന അസ്വാസ്ഥ്യം അയാൾ മറച്ചുവയ്ക്കുന്നില്ല. ആർക്കോ എന്തിനോവേണ്ടി ജീവിച്ചു. ഇപ്പോൾ ജീവിതസായാഹ്നമായി. മദ്യം ഏറ്റുവാങ്ങിയ ചാച്ചയുടെ മനസ്സ് പരിതപിച്ചു

കൊണ്ടേയിരിക്കും. ജീവിതത്തിന്റെ അർത്ഥമെന്താണ്? എന്നിട്ടയാൾ തന്നെ മറുപടി പറയും. "ഒരർത്ഥവുമില്ല ഭായി!"

എന്നാൽ ക്രിസ്ത്യാനിയായ പൗലോസ് ചേട്ടൻ തികച്ചുമൊരു പാക്കിസ്താനി തന്നെയായിരുന്നു. പലപ്പോഴും ഉറുദു വാക്കുകൾ അയാളുടെ മലയാളത്തിനുമേൽ അടയിരുന്നു. തന്റെ പച്ചനിറമുള്ള പാസ്പോർട്ട് പാക്കിസ്ഥാനി ഉയർത്തിക്കാണിച്ച് പൗലോസ് ചേട്ടൻ പറയും: "ഇത് ഞാനൊരിക്കലും ആഗ്രഹിച്ചതല്ല കുട്ടീ. നാം ആഗ്രഹിച്ചതൊന്നും ജീവിതത്തിൽ സംഭവിക്കുന്നില്ലല്ലോ!" സ്വാതന്ത്ര്യത്തിനു മുമ്പ് പണ്ടെങ്ങോ ഗോവയിൽനിന്ന് കറാച്ചിയിലേക്ക് കുടിയേറിയ ഒരു റോമൻ കത്തോലിക് കുടുംബവുമായി ബാന്ധവമായി. പൗലോസ് ചേട്ടന് "നാഥാ" എന്ന് അഭിസംബോധന ചെയ്യുന്ന എഴുത്തുകൾ ഇംഗ്ലീഷ് അക്ഷരമാലയിൽ എഴുതുന്ന മാർഗരറ്റ്. മാർഗരറ്റിന്റെ അനിയത്തി അന്തോണെറ്റിനെ വിവാഹം കഴിച്ചത് ഗുരുവായൂർ സ്വദേശി ദാമോദരൻ നായർ. പാക്കിസ്താനിലെ മണ്ണിൽവച്ച് ദാമോദരൻ നായർ അകാലചരമമടഞ്ഞു. പക്ഷേ നായരുടെയും ഗുരുവായൂരിന്റെയും കേരളത്തിന്റെയും ഗന്ധമില്ലാത്ത അയാളുടെ മക്കൾ തികച്ചും ഉറുദു മൊഴിഞ്ഞ് അബുദാബി നഗരത്തിൽ എന്റെ അയൽവക്കത്ത് താമസിച്ചിരുന്നു. വലിയച്ഛനായ പൗലോസ് ചേട്ടനെ തേടി അവർ മദീന സെയ്ദിലെ പച്ചച്ചായമടിച്ച വീട്ടിലെത്തി.

വീണ്ടും ഒരു ദിനം പൗലോസ് ചേട്ടനിൽ കേരളീയനാകാനുള്ള ആഗ്രഹം ഉയർന്നുവന്നു. പിന്നെ ഇന്ത്യൻ എംബസിയിൽനിന്ന് ഒരു വിസിറ്റിങ് വിസയ്ക്കുവേണ്ടിയുള്ള കാത്തിരിപ്പായി. അതു സാധിച്ചു. ചാലക്കുടിക്കടുത്തുള്ള പോട്ടയിലാണ് പൗലോസ് ചേട്ടന്റെ പൂർവ്വികരുടെ വീടുകൾ. ചില തറവാടു വീടുകൾ തേടിപ്പിടിച്ചു. പൗലോസ് ചേട്ടൻ ആവേശഭരിതനായിരുന്നു. നമ്മുടേതുപോലെ ഇത്രയും ഭംഗിയുള്ള ഒരു രാജ്യം ലോകത്തെവിടെയാണുള്ളത്? അങ്ങനെ ഒരു മാസത്തെ കേരളീയ ജീവിതത്തിനുശേഷം അയാൾ തിരിച്ചുവന്നു. കണ്ണുകളിൽ ഒരു ടൺ പ്രകാശമുണ്ടായിരുന്നു. നഷ്ടപ്പെട്ടുപോയ കേരളത്തെ ഹൃദയത്തിൽ ചുമന്നാണ് അയാൾ വരുന്നത്. പക്ഷേ, എന്റെ പേരും വേരും ആ നാട്ടിൽനിന്ന് പിഴുതെറിയപ്പെട്ടിരിക്കുന്നു എന്നയാൾ പരിതപിച്ചു. എന്നിട്ടയാൾ പാക്കിസ്താൻ എയർവേയ്സിന്റെ ഫ്ളൈറ്റിൽ ഭാര്യയേയും മക്കളെയും തേടി കറാച്ചിയിൽ പോയി.

ഫോർട്ട്കൊച്ചിയിലെ അന്തേവാസിയായ ഫ്രാൻസീസ് ചേട്ടനെ തിരക്കി ഞാൻ ഈയിടെ ചെന്നു. ചാച്ചയോടും പൗലോസ് ചേട്ടനോടുമൊപ്പം എൻജിനീയറായി ജോലി ചെയ്തിരുന്ന ഫ്രാൻസീസ് ചേട്ടൻ. എല്ലാവരും മരിച്ചുപോയി. കൃഷ്ണദാസേ, ഫ്രാൻസീസ് ചേട്ടൻ മട്ടാഞ്ചേരി മണക്കുന്ന മലയാളത്തിൽ നീട്ടി പറയുന്നു. ജോസഫേട്ടൻ

മരിക്കുന്നതിന് എത്രയോ മുൻപേ പൗലോസ് ചേട്ടനും ചാച്ചയും മരിച്ചുപോയി. പിന്നെ ചാച്ച അബുദാബിയിൽനിന്ന് കരമാർഗ്ഗം ഹജ്ജിനു പോയി നാട്ടിലേക്കു മടങ്ങി, വടകരയിൽ വയസ്സുകാലത്ത് ഒരു കിളുന്തുപെണ്ണിനെയും കല്യാണം കഴിച്ചു ജീവിച്ചുവത്രെ.

ഇപ്പോൾ നമ്മൾ മാത്രം ആ കഥ പറയാൻ ശേഷിച്ചിരിക്കുന്നു.... ഫ്രാൻസീസ് ചേട്ടന്റെ ദീർഘനിശ്വാസം. അപ്പോൾ കൊച്ചിക്കായലിൽ എവിടെനിന്നോ നങ്കൂരമിട്ട കപ്പലിന്റെ സൈറൺ ഒഴുകിവന്നു.

മനുഷ്യജീവിതം എത്ര സങ്കീർണ്ണമാണ്! പിറന്ന മണ്ണിൽനിന്ന് ഭ്രഷ്ടരാക്കപ്പെടുന്നവർ. എവിടെയൊക്കെയോ അലയാൻ വിധിക്കപ്പെട്ട, എവിടെയൊക്കെയോ ഒടുങ്ങുന്ന സ്ഥാനഭ്രംശം വന്ന ജീവിതങ്ങൾ. ജീവിതമുടനീളം ജിപ്സിയുടെ കൂടാരങ്ങൾ തീർക്കുന്നവർ. ഗർഷോമുകളും പരദേശികളുമില്ലാത്ത ഒരു ലോകമുണ്ടാകുമോ?

(മലയാളം വാരിക)

■

തസ്ലീമ നസ്റിനുമൊത്ത്

മലയാളത്തിലാദ്യമായി ഇറങ്ങുന്ന തന്റെ കൃതികൾ പ്രകാശനം ചെയ്യാൻ തസ്ലീമ നസ്റിൻ കേരളത്തിലെത്തുന്നു, 'ലജ്ജ'യും 'എന്റെ പെൺകുട്ടിക്കാല'വും. 2006ൽ അതൊരു വലിയ സംഭവമായിരുന്നു. പ്രതികൂലമായ ചില തീവ്രവാദ പ്രസ്താവനകൾ ഉയർന്നുവന്നിരുന്നു. അത് അന്തരീക്ഷത്തെ ഭീഷണമാക്കിയിരുന്നു.

കേരളത്തിൽ ആരെയൊക്കെ കാണണം? -കൽക്കത്തയിലുള്ള തസ്ലീമയുമായി ഈ വിഷയം നേരത്തെ ചർച്ച ചെയ്തിരുന്നു. ചർച്ചകളിൽ ആദ്യം കടന്നു വന്നത് കമലസുരയ്യയായിരുന്നു.

പിറ്റേന്ന് അഴീക്കോടിന്റെ വീട്ടിൽ വച്ച് കമലസുരയ്യ സംസാരവിഷയമായി. അഴീക്കോട് മാഷ് പറഞ്ഞു: "അവർ ഇന്നലെ എന്നെ വിളിച്ചിരുന്നു. തസ്ലീമയുടെ സന്ദർശനം സംബന്ധിച്ച് വളരെ ഭയപ്പാടിലാണവർ. അവർക്ക് തസ്ലീമയുടെ ഒരു സെറ്റ് പുസ്തകങ്ങൾ അയച്ചുകൊടുക്കൂ എന്നു നിർദ്ദേശിക്കുകയും ചെയ്തു. ഞാൻ പുസ്തകങ്ങൾ എത്തിക്കുകയും പിന്നാലെ കമലാസുരയ്യയെ വിളിക്കുകയും ചെയ്തു. അപ്പോൾ വളരെ വികാരവതിയും പ്രക്ഷുബ്ധയുമായ കമല ടെലിഫോണിനപ്പുറം സംസാരിച്ചു. "കുട്ടീ... ഞാൻ പലരുടെയും തീക്ഷ്ണ നിരീക്ഷണങ്ങളിലാണിപ്പോൾ, ചൂഴ്ന്നു നിൽക്കുന്ന ഒട്ടേറെ കണ്ണുകൾ എന്നെ അലോസരപ്പെടുത്തുന്നു. എനിക്കു വയസ്സായി. ഇനി മരിക്കാൻ ഭയമില്ല. പക്ഷേ, എന്റെ മക്കളുടെ ജീവനെയോർത്തു ഞാൻ ഭയപ്പെടുന്നു. നിങ്ങൾ വന്നുകൊള്ളൂ. തീരെ സ്വകാര്യമായ ഒരു സന്ദർശനമായിരിക്കും അത്. ഞാൻ കിടപ്പുമുറിയിൽ വച്ച് സ്വകാര്യമായി സംസാരിക്കും." അന്നു മുഴുവൻ ചേച്ചിയുടെ ദൈന്യത, നിറഞ്ഞ വാക്കുകൾ എന്നെ പ്രയാസപ്പെടുത്തിക്കൊണ്ടിരുന്നു. ആയതിനാൽ ആ സന്ദർശനം വേണ്ടെന്നു വയ്ക്കാൻ ഞാൻ തീരുമാനിച്ചു. നെടുമ്പാശ്ശേരി വിമാനത്താവളത്തിൽ തസ്ലീമനസ്റിൻ വന്നിറങ്ങിയപ്പോൾ ഈ സന്ദേശം നൽകുവാൻ ഞാൻ ശ്രമിക്കുകയായിരുന്നു. അപ്പോൾ മറ്റൊരു കമലയെ ഞാൻ മറുപുറത്തുനിന്നു കേട്ടു. വളരെ ആവേശഭരിതയായിരുന്നു അവർ. "എവിടെയാണ് ആ കുട്ടി?"

ഞാൻ അവരെ കാത്തിരിക്കുകയാണ്. അവരുടെ പുസ്തകങ്ങൾ വായിച്ചു. അവയെന്നെ ആവേശം കൊള്ളിക്കുന്നു. ഞാൻ മക്കളുമായി തസ്ലീമയുടെ വിഷയം ചർച്ച ചെയ്തിരുന്നു. അമ്മ അമ്മയായിത്തന്നെ നിലകൊള്ളുവാനാണ് അവർ എന്നെ ഉപദേശിച്ചത്.

കടവന്ത്രയിൽ കമലസുരയ്യയുടെ വീട്ടിൽ തസ്ലീമയെത്തുമ്പോൾ നൂറോളം പത്രപ്രതിനിധികൾ താഴെ ആകാംക്ഷയോടെ കാത്തു നില്ക്കുന്നുണ്ടായിരുന്നു. പത്രപ്രവർത്തകരുടെ വലിയ പടയെ തള്ളി മാറ്റി ഞങ്ങൾ അകത്തു കടന്നു. തസ്ലീമ നസ്റിനോടൊപ്പം ഞാനും ഡൽഹിയിലെ സുധീർനാഥുമുണ്ട്. കമല ചായയും പലഹാരവു മായി തസ്ലീമയെ കാത്തിരിക്കുകയായിരുന്നു. തസ്ലീമ അധികമൊന്നും മുഖവുരയ്ക്കു നിൽക്കാതെ കമലയോട് തന്റെ പ്രതിഷേധം പറയാൻ തുടങ്ങി; ഞാൻ ഇസ്ലാം മതം ഉപേക്ഷിച്ചു പുറത്തു വന്നവൾ; അതിലേക്ക് ചേക്കേറിയവൾ." വാക്കുകളുടെ വർഷം നീണ്ടു. അതിങ്ങനെ അവസാനിച്ചു. "ഇപ്പോൾ അത് തെറ്റാണെന്ന് നിങ്ങൾക്കു തോന്നുന്നില്ലേ." കമലയുടെ ദൈന്യമായ കണ്ണുകളിൽ ഒരു കുറ്റബോധം നിഴലിക്കുന്നത് എനിക്കു കാണാമായിരുന്നു. അവർ മെല്ലെ തലകുലുക്കി. വിവാദങ്ങളല്ലെ, പത്രപ്രതിനിധികൾക്കും കുശാലായി.

അടുത്ത ദിവസം ഓരോ പത്രവുമെടുത്ത് അത് തനിക്കു തർജ്ജമ ചെയ്തു തരുവാൻ തസ്ലീമ ആവശ്യപ്പെട്ടു. വിവാദങ്ങളി ലൂടെ കടന്നുപോയ തസ്ലീമ അല്പം മ്ലാനതയോടെ ഇങ്ങനെ പറഞ്ഞു: "കമലയ്ക്ക് ഒരുവിഷമമുണ്ടാക്കുവാനല്ല ഞാൻ അവരുടെ കാര്യം ഉദ്ധരിച്ചത്. സത്യത്തിൽ അവരെ സഹായിക്കാനായിരുന്നു എനിക്കു താത്പര്യം.

ഈ ദിവസങ്ങളിലെല്ലാം എന്റെ ടെലിഫോണും മൊബൈലും നിര ന്തരം ശബ്ദിച്ചുകൊണ്ടിരുന്നു. ഗവൺമെന്റിന്റെ സെക്യൂരിറ്റി ഉദ്യോ ഗസ്ഥന്മാർ, ചാനലുകളിൽ നിന്നും പത്രമോഫീസുകളിൽനിന്നും പൊതുജനങ്ങളിൽ നിന്നുമുള്ള നിരന്തരമായ അന്വേഷണങ്ങൾ എന്നിവ കൊണ്ട് പൊറുതിമുട്ടിയ വിനാഴികകൾ. അപ്പോൾ കോഴി ക്കോടുനിന്നും ഒറു പ്രത്യേകവിളി ഒന്നിലേറെ തവണ എന്നെ തേടി വന്നു. "ഞാൻ..... ആണ്. എനിക്ക് തസ്ലീമയെ കാണാൻ ഒരു അവസരം ഉണ്ടാക്കിത്തരണം. എന്റെ കൂടെ ഒരു സ്ത്രീയുമുണ്ട്." ഞാൻ അല്പം സംശയാലുവായി ആവർത്തിച്ചു ചോദിച്ചപ്പോൾ ആ മറുപടി ഇങ്ങനെ യായി. "അക്കാദമിയിലെ കൃഷ്ണൻനായരിൽനിന്നാണ് താങ്കളുടെ നമ്പർ ഞാൻ സമ്പാദിച്ചത്. അദ്ദേഹത്തിനറിയാം ഞാനാരാണെന്ന്. തുറന്നു പറയാം, എന്റെ കൂടെ വരുന്ന സ്ത്രീ ഹതഭാഗ്യയായ ചേക ന്നൂർ മൗലവിയുടെ പത്നിയാണ്. തസ്ലീമയെപ്പോലെ വേട്ടയാടപ്പെട്ട ഒരു ഹതഭാഗ്യന്റെ ഭാര്യയായിട്ടാണ് അവർ കാണാൻ വരുന്നത്."

ഞാനപ്പോൾ ഓർത്തു. തസ്ലീമ ദീനരുടെ അവലംബ കേന്ദ്രമായിരിക്കുന്നു. ധൈര്യത്തിന്റെ പ്രതീകമായിരിക്കുന്നു. ഞാൻ ചേകന്നൂർ മൗലവിയുടെ കഥ പറഞ്ഞു. തസ്ലീമ സശ്രദ്ധം കേട്ടു. എന്നിട്ട് പ്രഖ്യാപിച്ചു. "തീർച്ചയായും ഞാൻ അവർക്ക് ആത്മധൈര്യം പകരും. ഞങ്ങളുടേത് രണ്ടു വഴികളാണെങ്കിലും." പിന്നീട് പ്രകാശനചടങ്ങ് കഴിഞ്ഞ് കാറിൽ കയറുമ്പോൾ തസ്ലീമ ചോദിച്ചു. "എവിടെ അവരെവിടെ?" എനിക്കും അറിഞ്ഞുകൂടായിരുന്നു. ചേകന്നൂർ മൗലവിയുടെ പ്രിയപത്നി എന്തുകൊണ്ടാണ് തന്റെ തീരുമാനം മാറ്റിയത്?

കാറിലിരുന്ന് അക്കാദമിയിലെ പൊലീസ് സന്നാഹങ്ങളെ നോക്കി അവർ ആത്മഗതം പ്രകടിപ്പിച്ചു. "ഈ സുരക്ഷ ഞാനിഷ്ടപ്പെടുന്നില്ല. എന്റെ മേൽ കെട്ടിയേൽപ്പിച്ചതാണ്." കനത്ത സുരക്ഷയിലും സാഹിത്യ അക്കാദമി ഹാൾ നിറഞ്ഞിരുന്നു. മലപ്പുറത്തുനിന്നും എറണാകുളത്തുനിന്നും കൊല്ലത്തുനിന്നും കോഴിക്കോടുനിന്നും ആരാധകരെത്തിയിരുന്നു. സാഹിത്യ അക്കാദമി ഹാൾ കേരളത്തിന്റെ പരിച്ഛേദമായിരുന്നു. കനത്ത പൊലീസ് വ്യൂഹത്തിലൂടെ കരുനാഗപ്പള്ളിക്കാരനായ ഒരു ആരാധകൻ നീന്തിയെത്തി. സദയം സ്വീകരിച്ചാലും എന്നു പറഞ്ഞുകൊണ്ട് താൻ വരച്ച ഒരു ഛായാചിത്രം അവർക്കു സമർപ്പിച്ചു. തസ്ലീമയ്ക്കു സമർപ്പിക്കുവാനായി കുറെ കവിതകളുമായി മറ്റൊരു ആരാധകൻ വന്നെത്തിയിരുന്നു. ഭീംസെൻ ജോഷിയും സംഘവും ആലപിച്ച ജനഗണമനയുടെ പശ്ചാത്തലത്തിൽ സാഹിത്യ അക്കാദമി ഹാളിലെ പരിപാടി അതിഗംഭീരമായി അവസാനിച്ചു. ആ പരിപാടി ഉയർത്തിയ വല്ലാത്തൊരുണർവിൽ പലരും സ്വയം മറന്നുനിന്നു. തൃശ്ശൂരിലെ രാമനിലയത്തിൽ തസ്ലീമയ്ക്ക് ഞങ്ങൾ ഓണസദ്യയൊരുക്കി. കേരളത്തെ ഹൃദയത്തിൽ ചുമന്നുകൊണ്ടാണ് അന്ന് തസ്ലീമ തൃശ്ശൂർ വിട്ടു പോയത്.

അന്ന് കൊച്ചിൻ ഇന്റർനാഷണൽ എയർപോർട്ടിലെ ലോഞ്ചിലിരുന്ന് തസ്ലീമ എന്നോടു ചോദിച്ചു.

"താങ്കൾ കമ്മ്യൂണിസ്റ്റുകാരമാണെന്ന് ഞാൻ മനസ്സിലാക്കുന്നു. പക്ഷേ, ബംഗാളിലെ കൂട്ടർ എന്തിനാണ് എന്നെ ശത്രുവായി കാണുന്നത്? കമ്മ്യൂണിസ്റ്റുകാരെപ്പോലെ ഞാനും മതനിരപേക്ഷതയിൽ വിശ്വസിക്കുന്നു. ഏകീകൃത സിവിൽകോഡ് ഇന്ത്യയിൽ നടപ്പാക്കണമെന്നു പറയുന്നു. ഞാൻ മതമൗലികവാദികൾക്കെതിരെയാണു യുദ്ധം ചെയ്യുന്നത്. വിശ്വാസികൾക്കെതിരായിട്ടല്ല. കമ്മ്യൂണിസ്റ്റുകാർ എന്റെ ആത്മകഥയുടെ രണ്ടാംഭാഗം ബംഗാളിൽ നിരോധിച്ചു. ഞാൻ പക്ഷേ, കോടതിയിലൂടെ പോരാടി ആ നിരോധനം നീക്കി. വെറും വോട്ടുകൾക്കുവേണ്ടി എന്തിനാണ് അവർ മതവുമായി കാരണമില്ലാതെ സന്ധി ചെയ്യുന്നത്?" "കമ്മ്യൂണിസ്റ്റുകാരുമായി തസ്ലീമയ്ക്ക് എന്തുകൊണ്ട് ഒരു സംഭാഷണം നടത്താനാകുന്നില്ല?" ഞാൻ ചോദിച്ചു.

"പക്ഷേ, ബുദ്ധദേവ് ഭട്ടാചാര്യ എന്ന മുഖ്യമന്ത്രിക്ക് അതൊന്നും വലിയ കാര്യമല്ല. അദ്ദേഹത്തിനു ഭരണവും വോട്ടുകളും മാത്രമേ വേണ്ടൂ." തസ്ലീമ അതൃപ്തി പ്രകടിപ്പിക്കുന്നു.

"തസ്ലീമ, പ്രകാശ് കാരാട്ടുമായി സംസാരിച്ചുവോ? തീർച്ചയായും അദ്ദേഹത്തിനു താങ്കളെ ഉൾക്കൊള്ളുവാനാകും." ഞാൻ അവർക്ക് ആത്മവിശ്വാസമേകി. ഞാൻ വി.ഐ.പി.ലോഞ്ചിന്റെ തണുപ്പിലിരുന്നു ജീവിതത്തിന്റെയും എഴുത്തിന്റെയും ധാർമ്മികതകൾ പങ്കിടവേ എയർ പോർട്ടിലെ പുസ്തകഷോപ്പിൽനിന്നു വാങ്ങിയ ലജ്ജയുടെ ഇംഗ്ലീഷ് പതിപ്പുമായി ഒട്ടേറെ ചെറുപ്പക്കാർ കടന്നുവന്നു. ആരാധനയും വിസ്മ യവും നിറയുന്ന മിഴികളോടെ ചെറുപ്പക്കാർ പുതിയ കാലഘട്ടത്തിലെ ജോൺ ഓഫ് ആർക്കിനോട് ഒരു കയ്യൊപ്പ് കടം ചോദിച്ചു. തസ്ലീമ യുടെ കണ്ണുകൾ വിടരുകയും മുഖത്തു ചാരിതാർത്ഥ്യം വിരിയുകയും കുശലാന്വേഷണങ്ങളോടെ അവർ കയ്യൊപ്പ് പതിപ്പിക്കുകയും ചെയ്തു. കയ്യൊപ്പു പതുക്കെ അവർ ഒന്നാം പേജിലെ ജീവിതചരിത്ര ക്കുറിപ്പെനിക്കു കാണിച്ചു തന്നു. "നോക്കൂ, പെൻഗ്വിൻകാർക്കിപ്പോഴും ഞാൻ ധാക്ക നിവാസിയാണ്. ഇത്തരം തെറ്റുകൾ അവർ ഇനിയും ചെയ്യരുത്." എന്നിട്ട് "ഇംഗ്ലീഷ് പുസ്തകത്തിന്റെ കോപ്പി എന്റെ ശേഖര ത്തിലല്ല. ഒന്നെനിക്കുവേണം." എന്നു പറഞ്ഞ് തസ്ലീമ തന്റെ വാലെറ്റ് തുറക്കുവാൻ തുടങ്ങി.

"അതെന്റെ വകയാകട്ടെ" എന്നു ഞാൻ പ്രതിവചിച്ചു.

"എങ്കിൽ നിന്റെ കയ്യൊപ്പു കൂടി എനിക്കു പതിച്ചു തരൂ."

അതിനുശേഷം എത്രയോ വർഷങ്ങൾ പിന്നെയും കടന്നുപോയി. എന്റെ പത്രാധിപത്യത്തിൽ തസ്ലീമനസ്റിന്റെ പതിനൊന്ന് പുസ്തക ങ്ങൾ പ്രസിദ്ധീകരിച്ചു കഴിഞ്ഞു. എങ്കിലും ഞാൻ ഈയിടെ ഫെയ്സ് ബുക്കിൽ ഇങ്ങനെ കുറിച്ചിട്ടു. "ചരിത്രത്തിൽ ജോൺ ഓഫ് ആർക്ക് പോലെ ആരുടെയും മുമ്പിൽ കുനിയാതെ ജീവിക്കുന്ന ധീരയായ വനിത. അജ്ഞാതയായ ഒരു കൊലയാളിയുടെ നിഴൽ അവരെ ഇപ്പോഴും ചൂഴ്ന്നു നിൽക്കുന്നു."

(കലാകൗമുദി)

■

ഇരവിമംഗലത്തിലേക്കുള്ള യാത്രകൾ

അഴീക്കോട് മാസ്റ്റർ മുൻപ് താമസിച്ചിരുന്നത് നഗരാതിർത്തിയിലുള്ള വിയ്യൂരിലായിരുന്നു. ആ വീട്ടിലേക്ക് ധാരാളം തവണ പോകുവാൻ ഇടയായിട്ടുണ്ട്. പിന്നീട് ഇരവിമംഗലം എന്ന ഗ്രാമത്തിൽ അദ്ദേഹം സ്വന്തം വീടു പണിത് താമസമാക്കിയപ്പോഴും മാഷെ തേടിയുള്ള യാത്രകളിലൂടെ ആ ഗ്രാമം എനിക്കു സുപരിചിതമായിരുന്നു. ഏകാന്തമായ ഒരു ഗ്രാമീണത വലയം ചെയ്തു നിൽക്കുന്ന നാടൻ പ്രദേശമാണ് ഇരവിമംഗലം. പ്രശാന്തസുന്ദരമായ ഒരു പുഴ മാസ്റ്ററുടെ വീടിനരികിലൂടെ ഒഴുകിപ്പോകുന്നുണ്ട്. വാഹനങ്ങളുടെ ഇരമ്പങ്ങളില്ല. ശബ്ദഘോഷങ്ങളുമില്ല. വെയിലും പ്രകാശവും വേണ്ടുവോളമുണ്ട്. ഒരു ഗ്രാമീണ ജീവിതത്തിന്റെ അലയൊലി അവിടെയുണ്ട്. കൊഴിഞ്ഞു വീഴുന്ന ഇലകളുടെ ശബ്ദം വരെ അവിടെ കേൾക്കാം. പ്രശാന്തമായ ഈ ഏകാന്തതയിലിരുന്നുകൊണ്ടാണ് ഞാൻ മാസ്റ്ററോട് പലപ്പോഴും സംവദിക്കാനായി യാത്ര പോയിരുന്നത്.

എന്റെ ഒരു പ്രവർത്തനമേഖല എന്ന നിലയിൽ മാസ്റ്ററുമായി സംസാരിക്കുന്ന വിഷയങ്ങൾ ഭാഷ, പുസ്തകം, എഴുത്ത് എന്നിവയുമായി ബന്ധപ്പെട്ടതായിരിക്കുന്നു. നമ്മുടെ സമൂഹത്തിൽ ഭാഷയും പുസ്തകവും അവഗണിക്കപ്പെടുമ്പോഴൊക്കെ അവസാനപരാതി മാസ്റ്ററിൽ ചെന്നെത്തിയിരിക്കും. അഴീക്കോട് മാസ്റ്ററുടെ സിംഹഗർജ്ജനത്തിലൂടെ കേരളം വേണ്ട രീതിയിൽ അവയ്ക്കു ചെവിടോർക്കുമെന്ന് ഞങ്ങൾക്കറിയാമായിരുന്നു.

അച്യുതാനന്ദൻ മന്ത്രിസഭയുടെ ഇടതുപക്ഷമുന്നണിയുടെ ഭരണകാലത്ത് ഭാഷാപ്രശ്നത്തിൽ ഭരണപക്ഷം അതിശക്തമായ നിലപാടെടുക്കണം എന്ന അഭിപ്രായക്കാരനായിരുന്നു ഞാൻ. അതൊരു ശരിയായ നിലപാടായിരുന്നുവെന്ന് ഞാൻ ഇപ്പോഴും വിശ്വസിക്കുന്നു. ഇക്കാര്യത്തിൽ അന്നത്തെ ഇടതുപക്ഷമുന്നണിയുടെ സാംസ്കാരിക വക്താക്കളായ ഒ.എൻ.വി. കുറുപ്പ്, വത്സല ടീച്ചർ, പുരുഷൻ കടലുണ്ടി, അശോകൻ ചരുവിൽ, വി.എസ്സിന്റെ പ്രസ് സെക്രട്ടറിയായ

ബാലകൃഷ്ണൻ, ദത്ത് മാസ്റ്റർ(കോസ്റ്റ്ഫോർഡിന്റെ ഡയറക്ടർ) എന്നിവരുമായി ഞാൻ നിരന്തരം സംവദിച്ചുകൊണ്ടിരുന്നു. കഴിയാവുന്ന സദസ്സുകളിലൊക്കെ ഭാഷ ഒരു ചർച്ചയാക്കി മാറ്റുവാനും ശ്രദ്ധിച്ചിരുന്നു. ഫലം കണ്ടെത്താത്ത ഒരു വേളയിൽ ഒരിക്കൽ ദത്തു മാസ്റ്റർ എന്നോടു പറഞ്ഞു. "ഇനി നമുക്ക് അഴീക്കോട് മാസ്റ്ററെ പോയി കാണാം. ഒരു തീരുമാനമുണ്ടാകാൻ അതു സഹായിക്കും."

അങ്ങനെ ഒരു ദൗത്യം നടന്നില്ലെങ്കിലും ഞാൻ വ്യക്തിഗതമായി മാസ്റ്ററെ കാണാൻ തീരുമാനിച്ചു. അങ്ങനെയാണ് ഇരവിമംഗലത്തേക്കുള്ള ആദ്യ യാത്ര.

മാസ്റ്ററെ നേരിട്ടു കിട്ടിയപ്പോൾ ഞാൻ ഇങ്ങനെ പറയാൻ തുടങ്ങി.

കേരളം 1956-ൽ ഒറു ഭാഷാസംസ്ഥാനമായി പ്രഖ്യാപിച്ചശേഷം നാം മലയാളഭാഷയെ നിരന്തരം അവഗണിക്കുകയായിരുന്നു. മലയാളം എങ്ങനെയാണ് സ്വന്തം നാട്ടിൽ ഒരു രണ്ടാം ഭാഷയാകുന്നത്. ഇപ്പോഴത്തെ സർക്കാരിന് അത് സ്വന്തം നിലയിൽ അഡ്മിനിസ്ട്രേറ്റീവ് നടപടികളിലൂടെ പരിഹരിക്കാനുള്ളതേയുള്ളൂ. ഗവൺമെന്റ് വിജ്ഞാപനങ്ങളിലൂടെയും ഓർഡറുകളിലൂടെയുമാണ് നമ്മൾ ഭരണപരമായി ഭാഷയെ ഒന്നാം സ്ഥാനത്തെത്തിക്കേണ്ടത്. അതിനു സർക്കാരിനു വേണ്ടത് ഇച്ഛാശക്തിയാണ്. ക്ലാസ്സിക്കൽ പദവി കിട്ടിയതുകൊണ്ട് നമ്മുടെ ഭാഷ വളരുമോ? നമുക്ക് മുന്നൂറുകോടി കിട്ടിയേക്കാം. പക്ഷേ, അതുകൊണ്ട് പ്രശ്നം പരിഹൃതമാകുമോ?

മറ്റൊരു യാത്രയിൽ ഞാൻ മാസ്റ്ററോട് ഇങ്ങനെ പറയാൻ തുടങ്ങി മാഷേ, ഈ പ്രസാധകപണി നമ്മുടെ നാട്ടിൽ ഒരു കുടിൽ വ്യവസായമായി മാറിയിരിക്കുന്നു. ഇപ്പോൾ കേരളത്തിൽ ഇരുനൂറോളം പ്രസാധകരുണ്ടത്രെ. ഞങ്ങളെ സംബന്ധിച്ചിടത്തോളം പ്രസാധകർ കൈവിരലുകളിൽ മാത്രം ഒതുങ്ങുന്നവരാണ്. ഒരു പ്രസാധക ലേബലുമിട്ട് കുറെപേർ ന്യൂനപക്ഷങ്ങളെ സംരക്ഷിക്കണമെന്ന് ഇപ്പോൾ മുറവിളി കൂട്ടുന്നു. ന്യനപക്ഷങ്ങൾക്കാണല്ലോ എവിടെയും ഇപ്പോൾ വലിയ മാർക്കറ്റ്! പക്ഷേ, യഥാർത്ഥ പ്രസാധനത്തിനായി സമർപ്പിക്കപ്പെട്ട സ്ഥാപനങ്ങൾക്ക് ഇതു വലിയ ദോഷം ചെയ്യും. കേരളത്തിലെ ഗ്രന്ഥശാലാ സംഘവും ഗവൺമെന്റും യഥാർത്ഥ പ്രസാധകരെ വേർതിരിച്ചറിയുകയും അല്ലാത്തവരെ അതിനനുസരിച്ച് കൈകാര്യം ചെയ്യുകയും വേണം.

മാസ്റ്ററുമായുള്ള എന്റെ സംസാരങ്ങൾക്കു ഞങ്ങളുടെ എഡിറ്ററായിരുന്ന ശ്രീ. കടാങ്കോട് പ്രഭാകരൻ ദൃക്സാക്ഷിയാണ്. അദ്ദേഹം ഒരു പ്രശംസ മട്ടിൽ എന്നോടു പറയും. "പ്രസന്റേഷൻ വളരെ നന്നായിരുന്നു." മാസ്റ്റർ എല്ലാം ശ്രദ്ധയോടെ കേട്ടിരിക്കും. ഞാൻ പറയാതെതന്നെ മാസ്റ്റർക്കുമറിയാം. അതിലെ ശരി തെറ്റുകൾ. അതിന്റെ

അനുരണനങ്ങൾ പിന്നീടുള്ള പല പ്രഭാഷണങ്ങളിലും തലക്കെട്ടുകളായി തെളിഞ്ഞു കാണാം.

ഞങ്ങൾ തൃശ്ശിവപ്പേരൂർകാർക്ക് ആ ശബ്ദവും സാന്നിദ്ധ്യവുമെല്ലാം എന്നും സുപരിചിതമായിരുന്നു. എന്നാൽ മുറ്റത്തെ മുല്ലയ്ക്കു മണമില്ലാത്തതുപോലെ അഴീക്കോടുമാസ്റ്ററുടെ പ്രാധാന്യം ഞങ്ങൾക്ക് അത്ര വലുതായി തോന്നിയില്ല എന്നിപ്പോഴൊരു കുറ്റബോധം.

ഇപ്പോഴെന്റെ മേശപ്പുറത്ത് തസ്ലീമ നസ്റിന്റെ ഒരു സന്ദേശം വന്നു കിടക്കുന്നു."വിമർശകനും സാമൂഹ്യപ്രക്ഷോഭകനും പ്രഭാഷകനുമായിരുന്ന ശ്രീ.അഴീക്കോടിന്റെ മരണവാർത്ത എന്നിൽ ദുഃഖമുളവാക്കുന്നു. വിവാദം ഉയർത്തിയ 2006-ലെ കേരള സാഹിത്യ അക്കാദമിയിലെ എനിക്കുള്ള സ്വീകരണച്ചടങ്ങിൽ അദ്ധ്യക്ഷനായിരുന്നു അദ്ദേഹം. ആ ചടങ്ങ് അലങ്കോലപ്പെടുത്തുവാൻ വർഗ്ഗീയതയുടെ വക്താക്കൾ ശ്രമിച്ചു. പക്ഷേ, ശ്രീ.അഴീക്കോട് ആ വേദിയിൽ എഴുത്തുകാരന്റെ അഭിപ്രായ സ്വാതന്ത്ര്യത്തെയും പൗരാവകാശബോധത്തെയും ലവലേശം ശങ്കയില്ലാതെ ഉയർത്തിപ്പിടിക്കുകയും വർഗ്ഗീയതയ്ക്കെതിരെ ആഞ്ഞടിക്കുകയും ചെയ്തു. നമുക്കു വേണ്ടത് അഴീക്കോടിനെപ്പോലുള്ള ധീരരായ നേതാക്കളും ബുദ്ധിജീവികളുമാണ്. അദ്ദേഹത്തിന്റെ ഓർമ്മയ്ക്കു മുന്നിൽ ഞാൻ അഭിവാദനം ചെയ്യുന്നു."

ശത്രുക്കളാൽ വലയം ചെയ്യപ്പെട്ടപ്പോഴും അവർക്കു വിധേയനാകാതെ നിലകൊണ്ട മഹാഭാരതത്തിലെ അഭിമന്യുവിനോടാണ് അന്ന് അഴീക്കോട് തസ്ലീമയെ താരതമ്യപ്പെടുത്തിയത് എന്ന് ഞാനോർക്കുന്നു. പുറത്തെ അന്തരീക്ഷം സംഘർഷഭരിതമായിരുന്നു. പാലസ് റോഡിലും സാഹിത്യ അക്കാദമിയിലും കാണികളേക്കാളേറെ പൊലീസുകാരായിരുന്നു. ഇതുപോലെ എത്രയെത്ര സന്ദർഭങ്ങൾ ആ ജീവിതത്തിലൂടെ കടന്നുപോയി. തനിക്കു സമ്മാനിച്ച പത്മഭൂഷൺ അവാർഡ് പുല്ലുപോലെ വലിച്ചെറിഞ്ഞപ്പോഴും മോഹൻലാലുമായുള്ള വിവാദം കത്തിപ്പടർന്നപ്പോഴും അതിലൊരു ധീരമായ ഒരു നിലപാടുണ്ടായിരുന്നു. ഭരണകൂടം ബഹുമതികൾ നൽകിയവർ പലിശപ്പരസ്യങ്ങളിൽ പ്രത്യക്ഷപ്പെടുന്നതിനെ അദ്ദേഹം വിമർശിച്ചു. അങ്ങനെയൊരു ധീരമായ നിലപാടെടുക്കാൻ അഴീക്കോട് മാസ്റ്റർക്കല്ലാതെ മറ്റൊരാൾക്കും സാദ്ധ്യമായിരുന്നില്ല താനും.

എൺപത്തിനാലാം പിറന്നാൾ ആഘോഷം കഴിഞ്ഞ് ഒരു മദ്ധ്യാഹ്നത്തിൽ ഞാൻ വീണ്ടും ഇരവിമംഗലത്തെ ഏകാന്തമായ അദ്ദേഹത്തിന്റെ വീട്ടിലെത്തി. സഹപ്രവർത്തകയായ സ്നേഹലതയുമുണ്ടായിരുന്നു കൂടെ. "പിറന്നാൾ ആഘോഷത്തിന് പങ്കെടുക്കാൻ കഴിഞ്ഞില്ല." ഞാൻ ക്ഷമാപണത്തോടെ പറഞ്ഞു.

"നിങ്ങൾക്കു ഞാൻ തരാമെന്നേറ്റ പുസ്തകം എനിക്കു സഫലമാക്കാൻ കഴിഞ്ഞില്ല" മാസ്റ്റർ ഒരു ക്ഷമാപണത്തോടെ പറഞ്ഞു. ഞങ്ങൾ മാസ്റ്ററുടെ സമകാലിക വിമർശനങ്ങളെയും വിവാദങ്ങളെയും വിലയിരുത്തുകയും മാസ്റ്ററുടെ സാമൂഹിക വിമർശനങ്ങൾക്ക് എല്ലാ പിന്തുണയും അർപ്പിക്കുകയും ചെയ്തു. വിടപറഞ്ഞു പോരുമ്പോൾ അദ്ദേഹം വാതിൽക്കൽവരെ വന്ന് യാത്രയാക്കി. കാറിൽ കയറി തിരിച്ചുപോവുമ്പോഴും മാസ്റ്റർ അവിടെയുണ്ട്. ആ മുഖത്ത് അസാധാരണമായ ഒരു മ്ലാനത പോലെ.

പിന്നെ അമല ആശുപത്രിയിലെ ശബ്ദായമാനമായ ജനാവലികളെയും മറികടന്ന് അവസാനമായി മാസ്റ്ററെ കണ്ടു. അദ്ദേഹം മരണം കാത്തു കിടക്കുകയാണ്. ഒരു ഭീഷ്മരെപ്പോലെ. ശാന്തചിത്തനായി കിടക്കുന്ന അഴീക്കോട് മാസ്റ്റർ. പപ്പേട്ടൻ (ടി. പത്മനാഭൻ) കണ്ണൂരിൽനിന്നു വിളിച്ചു പറഞ്ഞിരുന്നു 'ഞാൻ വരുന്നു. നീ റെയിൽവേ സ്റ്റേഷനിൽ ഉണ്ടാകുമല്ലോ.' വാക്കുകൾകൊണ്ട് നിരന്തരം ശരങ്ങൾ അമ്പെയ്തുകൊണ്ടിരുന്ന രണ്ടു പേർ, അഴീക്കോടു മാസ്റ്ററും ടി. പത്മനാഭനും, കൈകൾ ചേർത്തുപിടിച്ചു നിൽക്കുന്ന ആ മദ്ധ്യാഹ്നത്തിന്റെ ഓർമ്മ ഇപ്പോഴുമുണ്ട്.

ഇരുൾ വീഴുമ്പോഴൊക്കെ ദീപം തെളിയിക്കാൻ അഴീക്കോട് മാസ്റ്ററുണ്ടായിരുന്നു. വേരറ്റുപോയ ഒരു ഗാന്ധിയൻ തലമുറയുടെ ബാക്കിപത്രമായിരുന്നു അദ്ദേഹം. തന്റെ ജീവിതനിയോഗത്തിനായി അദ്ദേഹം അദ്ധ്യാപകനായും എഴുത്തുകാരനായും വാഗ്മിയായും കർമ്മനിരതമായ ഒരു ജീവിതം തെരെഞ്ഞെടുത്തു. ഒഴുക്കിനെതിരെയാണ് അദ്ദേഹം എപ്പോഴും നീന്തിയത്. നിർഭയമായിരുന്നു ആ ജീവിതം. ഒരു കലാപകാരിയുടെ ഈടുറ്റ ചുവടുമായി അദ്ദേഹം കടന്നുപോയി. ആ മുഴക്കം ഇപ്പോഴും ബാക്കി നിൽക്കുന്നു.

(ഗോകുലംശ്രീ)

■

ടി. പത്മനാഭന്റെ ഗൾഫ് സന്ദർശനം

ഉൾക്കടൽതീരം കാർമേഘാവൃതമായിരുന്നു. അങ്ങനെയൊരു മഴക്കാലത്ത് ടി.പത്മനാഭൻ അബുദാബിയിലെത്തി. അബുദാബി മലയാളി സമാജത്തിന്റെ അതിഥിയായിരുന്നു അദ്ദേഹം. അക്കൊല്ലത്തെ സമാജം അവാർഡ് ടി.പത്മനാഭനായിരുന്നു.

അദ്ദേഹം 'യുണൈറ്റഡ് അറബ് എമിറേറ്റസ്' സന്ദർശിക്കുന്നത് ഇതു രണ്ടാമത്തെ തവണയാണ്. ആദ്യ തവണ 'സ്റ്റേജ് ഓഫ് അലൈൻ' ഏർപ്പെടുത്തിയ 'ഗൗരി' എന്ന കഥയ്ക്കുള്ള പുരസ്കാരം സ്വീകരിക്കാനാണ് വന്നത്. അദ്ദേഹം അബുദാബിയിലൂടെ കടന്നുപോയി എന്നറിയുന്നത് തന്നെ പോയ്ക്കഴിഞ്ഞതിനു ശേഷമാണ്.

പത്മനാഭൻകഥകളിലെ നക്ഷത്രത്തിളക്കം വായനയുടെ ഒരാവേശമായിരുന്നു. ആ കഥകളിൽ മിന്നിമറഞ്ഞിരുന്ന സ്നേഹവും കാരുണ്യവും, ദുഃഖവുമെല്ലാം മനസ്സിന്റെ അകത്തളങ്ങളെ വല്ലാതെ സ്വാധീനിച്ചിരിക്കുന്നു. ആ വർഷത്തെ മനോരമ വാർഷികപതിപ്പിലെ 'നമ്മുടെയൊക്കെ ഒരു യോഗം' വായിച്ച് ജീവിതത്തിന്റെ വഴിത്തിരിവുകളിലേക്ക് വിഷാദപൂർവ്വം കണ്ണയച്ച് ഇരിക്കുമ്പോൾ ടി. പത്മനാഭന്റെ വരവ്. ഇത്തവണ അദ്ദേഹത്തെ നേരിൽ കാണണമെന്ന് നിശ്ചയിച്ചു. അതുപ്രകാരം സുഹൃത്തും സമാജം സാഹിത്യവിഭാഗം സെക്രട്ടറിയുമായ കണിയാപുരം സൈനുദ്ദീനെ എന്റെ ആവശ്യം അറിയിക്കുകയും ചെയ്തിരുന്നു.

പത്മനാഭൻ ഒരു വിവാദപുരുഷനായിരുന്നു എന്നതും അദ്ദേഹത്തെ കാണാൻ പ്രേരിപ്പിച്ച ഘടകങ്ങളിലൊന്നായിരുന്നു. ഭാഷാപോഷിണിയുടെ ഒരു പ്രത്യേക ലക്കം "പത്മനാഭൻ-കഥയും കഥയില്ലായ്മയും" എന്ന പേരിൽ ആ വർഷം ഇറക്കിയിരുന്നു. അതിൽ പത്മനാഭനെ ശകാരിക്കുന്ന ലേഖനങ്ങൾക്കായിരുന്നു മുൻതൂക്കം. പത്മനാഭൻ കഥകളുടെ വിമർശകനായ ഒരു പ്രശസ്ത ആധുനിക കഥാകൃത്ത് എന്റെ സുഹൃത്തായിരുന്നു. സുഹൃത്തിനോടുള്ള നല്ല

ബന്ധങ്ങൾ നിലനിർത്തിക്കൊണ്ടുതന്നെ ഞാൻ ഈ വിമർശനത്തോട് വിയോജിച്ചിരുന്നു.

ക്ഷിപ്രകോപി, മുൻശുണ്ഠിക്കാരൻ, വഴക്കാളി, അഹങ്കാരി തുടങ്ങിയ വിശേഷണങ്ങൾ ഉയർത്തുന്ന ആശങ്കയോടെ ഞാൻ ടി. പത്മനാഭനെ ചെന്നു കണ്ടു. പരിചയപ്പെട്ടു. മറകളില്ലാത്ത സംസാരം. ഔപചാരികതകളും ഭംഗിവാക്കുകളും കുറവ്. സംസാരത്തിൽ ക്ഷോഭവും ശുണ്ഠിയും നിനച്ചിരിക്കാതെ കടന്നുവരുന്നു. അതുപോലെ മതിമറന്നുള്ള ചിരിയും. നന്മ ചൊരിയുന്ന ഒരു കഥാകാരന്റെ മാനസികതലങ്ങളിലേക്ക് ശങ്കയുടെ മറ നീക്കി ഞാൻ വന്നെത്തി. പിന്നീട് ഒന്നിലേറെ സായാഹ്നങ്ങൾ ഞാൻ അദ്ദേഹത്തോടൊന്നിച്ചുണ്ടായിരുന്നു.

അബുദാബിയിലെ വാസക്കാലത്ത് പത്മനാഭനെ ക്ഷോഭിപ്പിച്ച ഒരു സംഭവമുണ്ടായി. കേരളാ സോഷ്യൽ സെന്റർ എന്ന സംഘടന അദ്ദേഹത്തെ ഒരു സ്വീകരണത്തിന് കൊണ്ടുപോയി. 'അബുദാബി' എന്ന അദ്ദേഹത്തിന്റെ കഥ അബുദാബി മലയാളികളെ ഒന്നടങ്കം അവഹേളിക്കാൻ എഴുതിയതാണെന്ന ആരോപണം ആരോ ഉന്നയിച്ചു. 'നിങ്ങൾ ആ കഥ വായിച്ചുവോ എന്ന് പത്മനാഭൻ. വായിച്ചില്ല. പറഞ്ഞു കേട്ടതാണ്. എന്നതായിരുന്നു മറുപടി. എങ്കിൽ കഥ വായിച്ചു വരൂ എന്ന് പത്മനാഭനും. തുടർന്നുണ്ടായ സംസാരം പത്മനാഭനെ അവഹേളിക്കുന്നതിൽ കലാശിച്ചു. ഒരാൾ ക്ഷുഭിതനായി അദ്ദേഹത്തെ കയ്യേറ്റം ചെയ്യാനെന്ന മട്ടിൽ ഇരച്ചു വന്നു. ഓർക്കാപ്പുറത്തുണ്ടായ അനുഭവം അദ്ദേഹത്തെ ക്ഷോഭിതനും ക്ഷീണിതനുമാക്കി. പുരോഗമനകാരികൾ എന്നറിയപ്പെടുന്ന കുറേ പേരുടെ പിൻബലമുണ്ടായിരുന്നു പ്രസ്തുത സംഘടനയ്ക്ക്. ക്ഷണിച്ചു കൊണ്ടു വന്ന് അപമാനിച്ചതിൽ ഒരു ക്ഷമായാചനംവരെ അവരുടെ ഭാഗത്തുനിന്നുണ്ടായില്ല. പുരോഗമനം ഇങ്ങനെയോ എന്നദ്ദേഹം ചോദിച്ചു. പില്കാലത്ത് എനിക്ക് അബുദാബിയിലേക്കെഴുതിയ ഇദ്ദേഹത്തിന്റെ എത്രയോ കത്തുകളിൽ ആ ക്ഷോഭം ജ്വലിച്ചുനിന്നിരുന്നു. ഒരുത്തമ കലാകാരൻ എപ്പോഴും സെൻസിറ്റീവ് ആണെന്നും ക്ഷോഭിതന്റെ ഹൃത്തടത്തിൽനിന്നാണ് ഉത്തമകലാരൂപം കൊള്ളുന്നതെന്നും ഒരു നിരൂപണമതമുണ്ട്. 'ഉമ്മർഭായി' എന്ന കഥ രൂപം കൊണ്ടത് അങ്ങനെയായിരുന്നു. (ഇന്ത്യാ ടുഡേ)

ആ സന്ദർശനത്തെപ്പറ്റി പിന്നെയും ഓർക്കാനുണ്ട്. സമാജം പുരസ്കാരത്തിനു പുറമെ ഒരു സമ്മാനമായി അദ്ദേഹത്തിന്റെ ഇംഗിതം അറിയാൻ ആവശ്യപ്പെട്ടപ്പോൾ ലോകത്തിലെ ഏറ്റവും വിലകൂടിയ ഒരു പേനയുടെ പേരാണ് അദ്ദേഹം അറിയച്ചത്. അവർ അത് സാധിച്ചുകൊടുക്കുകയും ചെയ്തു. വിവിധതരം വിലകൂടിയ പേനകളുടെ ശേഖരം-അതും പത്മനാഭന്റെ ഒരു ഹോബിയാണത്രെ.

ഇന്ത്യാ സോഷ്യൽ സെന്ററിൽവെച്ച് ഞാനടക്കമുള്ളവർ മുൻകൈ എടുത്ത് സംഘടിപ്പിച്ച ഒരു സാഹിത്യസ്വീകരണം. എന്റെ കൊച്ചു ഫ്ളാറ്റിൽവെച്ച് ഒരത്താഴവും. ഭക്ഷണത്തിനുശേഷം, മധുരമുള്ള അൽഫോൻസാ മാമ്പഴം വിളമ്പി. മാമ്പഴത്തിനു മുന്നിലിരുന്ന് പത്മനാഭൻ ഒരു 'മാങ്ങാപുരാണം' അവതരിപ്പിച്ചു. വള്ളിപുള്ളി തെറ്റാതെ പകർത്തിയിരുന്നെങ്കിൽ അത് മനോഹരമായ ഒരു കഥയോ, ലേഖനമോ ആകുമായിരുന്നു.

ഞങ്ങൾ അബുദാബി കടപ്പുറത്തേക്കു പോയി. സന്ദർശനത്തിന്റെ ഓർമ്മയ്ക്കായി കുറച്ച് ഫോട്ടോകളെടുക്കാൻ എന്റെ സ്നേഹിതനും, സഹൃദയനുമായിരുന്ന ജനാർദ്ദനദാസുമുണ്ടായിരുന്നു. മഴ ചാറുന്നുണ്ടായിരുന്നു. കാറ്റും, രോമകൂപങ്ങളിലേക്കിറങ്ങിവരുന്ന തണുപ്പും. ആ മഴച്ചാറലേറ്റുകൊണ്ട്, ഇളകി മറിയുന്ന ഈന്തപ്പനകളുടെ പശ്ചാത്തലത്തിൽ കുറേ ഫോട്ടോകൾ.... മടങ്ങിവരുമ്പോൾ ഇലക്ട്രാറോഡിലെ 'താഹാരൂർ ബാറി'ൽ നിന്ന് കുറച്ച് പരിപ്പുവട മേടിച്ചു. പരിപ്പുവടയുടെ ആരാധകനായിരുന്നല്ലോ അദ്ദേഹം. അദ്ദേഹം വടകൾ തിന്നു. എന്നിട്ട് "നല്ല മൊരിവും, മണവുമുള്ള വടകൾ. പക്ഷേ, ഉപ്പില്ല" എന്നു പറഞ്ഞ് കണ്ണിറുക്കി ചിരിച്ചു.

ഗൾഫ് ജീവിതം അവസാനിപ്പിച്ച 1998-ലാണ് ഞാൻ ഈ കുറിപ്പെഴുതിയത്. അത് തീനാളം എന്ന മാസികയിൽ പ്രസിദ്ധീകരിച്ചു. പിൽക്കാലത്ത് ശ്രീ.മുരളിയുടെ നേതൃത്വത്തിൽ കേരളാസോഷ്യൽ സെന്റർ ഭാരവാഹികൾ ശ്രീ.പത്മനാഭനെ വീണ്ടും ഒരു സ്റ്റേജിൽ വിളിച്ചുവരുത്തി. തങ്ങളുടെ തെറ്റ് തിരുത്തി പഴയ അവഹേളനത്തിന് മാപ്പ് ചോദിക്കുകയുണ്ടായി. പിന്നീട് ഒരു വർഷം നീണ്ടുനിന്ന സങ്കീർണ്ണമായ ശസ്ത്രക്രിയയ്ക്കും ചികിത്സകൾക്കും ശേഷം പുതിയ മില്ലിനീയത്തിൽ ഞാൻ ജീവിതത്തിലേക്കു തിരിച്ചെത്തി. അമിതമായ സ്റ്റിറോയ്ഡ് ഉപയോഗിച്ച് വികൃതമായ മുഖവുമായി വീട്ടിൽ കഴിയുന്ന എന്നെ അന്ന് ടി.പത്മനാഭൻ സന്ദർശിക്കാനെത്തിയിരുന്നു. ■

ദാവൂദ് ഇബ്രാഹിം ഉറങ്ങുന്നില്ല

ഉയിർത്തെഴുന്നേൽക്കുന്നതിനു മുൻപുള്ള പഴയ ദുബായ് നഗരത്തിലാണ് ജയദേവൻ താമസിച്ചിരുന്നത്. നഗരത്തെ വിഭജിച്ചുകൊണ്ടൊഴുകുന്ന ദുബായ്പ്പുഴയുടെ തീരങ്ങളിൽ നങ്കൂരമിട്ട പരശ്ശതം യന്ത്രവത്കൃത പായക്കപ്പലുകളും പുഴയിലേക്കെത്തിനോക്കുന്ന ഈന്തപ്പനമരങ്ങളും കാറ്റുഗോപുരങ്ങൾ പണിതുവെച്ച പവിഴപ്പുറ്റുകൾകൊണ്ട് തീർത്ത അറബിവീടുകളും നിറഞ്ഞ ആ പഴയ ദുബായ്നഗരത്തെ താലോലിക്കാനാണ് എനിക്കിഷ്ടം.

അതിന്റെ തീരങ്ങളിലായിരുന്നു കൺട്രി ക്ലബ്ബ്. ബ്രിട്ടീഷുകാരുടേയും മറ്റു യൂറോപ്യന്മാരുടെയും വിഹാരത്തിലാണ് ആ ക്ലബ്ബ്. കൂട്ടത്തിൽ പ്രമുഖരായ അറബികളും ധനാഢ്യന്മാരും മെംബർമാരായുണ്ടാകും. അവിടെയാണ് ജയദേവൻ ജോലി ചെയ്തുകൊണ്ടിരുന്നത്. ആ ക്ലബ്ബിന്റെ നിയുക്ത മാനേജരായിരുന്നു ജയദേവൻ. രണ്ടു പതിറ്റാണ്ടോളം ജോലി ചെയ്ത് ഇനി മടങ്ങാം എന്നു ചിന്തിക്കുമ്പോഴാണ് അയാൾക്ക് മറക്കാനാവാത്ത ഒരനുഭവമുണ്ടാകുന്നത്.

ഒരു ദിനം മുഹമ്മദ് ഹസ്സൻ എന്ന അറബി കൺട്രി ക്ലബ്ബിലേക്ക് വിളിച്ചുകൊണ്ടു പറയുന്നു. ജയദേവൻ, "എന്റെ കുറെ അതിഥികൾ ഇന്ന് ക്ലബ്ബിലെത്തും. അവർക്ക് ഒരു സൽക്കാരത്തിനുവേണ്ട സൗകര്യങ്ങൾ നീ ചെയ്തുകൊടുക്കണം." ജയദേവൻ സമ്മതിച്ചു. അതിഥികൾ വന്നെത്തി. ആളുകളുടെ എണ്ണവും അവർക്കുവേണ്ട വിഭവങ്ങളും നിശ്ചയിക്കപ്പെട്ടു. സൽക്കാരം മുറപോലെ നടന്നുകൊണ്ടിരുന്നു. അപ്പോൾ കൺട്രി ക്ലബ്ബിന്റെ ജനറൽ സെക്രട്ടറിയായ മൈക്കൽ എഡ്വേർഡ് ക്ഷുഭിതനായി വിളിക്കുന്നു. "ജയദേവൻ, എന്താണ് റസ്റ്റോറണ്ടിൽ സംഭവിച്ചുകൊണ്ടിരിക്കുന്നത്. കുറേ നശിച്ച ഇന്ത്യക്കാർ അവിടം താറുമാറാക്കിയിരിക്കുന്നു."

അയാൾ റെസ്റ്റോറണ്ടിലേക്ക് ഓടിച്ചെല്ലുമ്പോൾ മറയിട്ട സൽക്കാരവേദിയിലെ തറ മുഴുവൻ ഭക്ഷണാവശിഷ്ടങ്ങൾ കൊണ്ട് വൃത്തികേടായി കിടക്കുന്നു. ബീറും മദ്യക്കുപ്പികളും പാത്രങ്ങളുമെല്ലാം വാരി

വലിച്ചിട്ടിരിക്കുന്നു. കനത്ത പേശിയും മസിലുകളുമുള്ള കൂർത്തയും പൈജാമയും താടിയുമൊക്കെയുള്ള കുറേ അജ്ഞാതർ. അവർ പത്താൻകോട്ടുകാരാണോ ബലൂചികളാണോ കച്ചുകാരാണോ എന്നൊന്നുമറിയാതെ ജയദേവൻ അല്പം അമ്പരപ്പിൽ നിന്നു. എന്നിട്ട് തന്റെ പ്രകടമായ അസ്വസ്ഥത മറച്ചുവയ്ക്കാതെ അല്പം വികാരാധീനതയോടെ അവരോടു പറഞ്ഞു: “നിങ്ങൾക്ക് ഈ സൽക്കാര മുറി ഒരുക്കിത്തന്നതിന് ഉത്തരവാദി ഞാനാണ്. ഇങ്ങനെ വൃത്തികേടാക്കുന്ന സംഘങ്ങൾ ഇവിടെ ഒട്ടും വന്നു ചേരാറില്ല. എന്റെ ഈ കൃത്യവിലോപത്തിന് എനിക്കു ഈ ജോലി തന്നെ നഷ്ടപ്പെടും.”

അപ്പോൾ കൂട്ടത്തിൽനിന്ന് ഒരു ശബ്ദമുയർന്നു. “നിങ്ങൾക്ക് ഒരു ജോലിയും നഷ്ടപ്പെടുകയില്ല സഹോദരാ. നിങ്ങൾ അല്പനേരം എന്റെ കൂടെ ഇരിക്കൂ.” എം.ജി.ആറിനെപ്പോലെ കണ്ണടവെച്ച ഒരാൾ. അയാൾ പറയുന്നു. “ഈ ജോലി നഷ്ടപ്പെട്ടാൽ ആയിരം ജോലികൾ നിനക്കു തിരിച്ചു തരാൻ എനിക്കു കഴിയും. പറയൂ, ഇപ്പോഴത്തേതിന്റെ ഇരട്ടി ശമ്പളമുള്ള ജോലി. നിനക്കു സമ്മതമാണോ?”

ജയദേവൻ വിനീതനായി പറഞ്ഞു: “വേണ്ട സർ, ഞാൻ എല്ലാം മതിയാക്കി നാട്ടിലേക്കു മടങ്ങാനുള്ള തയ്യാറെടുപ്പിലാണ്.”

“എന്നാൽ നിനക്ക് ഞാൻ ബോംബെയിലോ കേരളത്തിലോ ജോലി തരാം.” എന്നിട്ടയാൾ ജയദേവന്റെ ചെവിട്ടിൽ മന്ത്രിച്ചു: “ഞാൻ ദാവൂദ് ഇബ്രാഹിമാണ് സുഹൃത്തേ...”

ദാവൂദിനെപ്പറ്റി കേൾക്കാത്തവർ ആരുമില്ല. ജയദേവന്റെ കണ്ണുകളിൽ ഭയവും അമ്പരപ്പും ഉണ്ടായി.

ദാവൂദിന്റെ നിർബന്ധപ്രകാരം ജയദേവൻ അയാളുടെ മേശയ്ക്കു സമീപമിരുന്നു. ദാവൂദ് ഊരും പേരും വിശദാംശങ്ങളും ചോദിച്ചു. ചുരുങ്ങിയ മിനിറ്റുകൾകൊണ്ട് ദാവൂദ് ഇബ്രാഹിം അയാളുടെ മനസ്സിനെ കീഴടക്കിയ അവിസ്മരണീയ അനുഭവമായി മാറി. എത്ര അനായാസമാണ് ദാവൂദ് അയാളുടെ സൗഹൃദത്തിലേക്ക് പടിയിറങ്ങി വന്നത്! ആ സൗഹൃദം കണക്കിലെടുത്ത് ജയദേവൻ ഇങ്ങനെ ചോദിച്ചു: “സർ, കാസർകോട്ടേ അബ്ദുള്ള വധക്കേസിൽ താങ്കളുടെ പേരാണല്ലോ പത്രങ്ങൾ എഴുതിയത്?”

“വളരെ അപായസാധ്യതകൾ നിറഞ്ഞ ഒരു ജോലിയുടെ സ്വാഭാവിക പരിണാമമാണ് ആ സംഭവം, ഒരൊറ്റുകാരനും ജീവിച്ചിരിക്കാൻ അർഹതയില്ല. അതൊരു അലിഖിത നിയമമാണ്.”

ദാവൂദ് അല്പം ചിന്താമഗ്നനായി. എന്നിട്ട് പറയാൻ തുടങ്ങി: “എന്റേത് സംഘർഷഭരിതമായ ഒരു ജീവിതമാണ് സഹോദരാ... ഇത് നിങ്ങൾക്കോ എനിക്കോ പറ്റിയ ജോലിയല്ല. എന്റെ മക്കളും ഈ ജോലിയുടെ തുടർച്ചക്കാരാകരുത് എന്നു ഞാനാശിക്കുന്നു. മനഃ

ക്ലേശവും സമ്മർദ്ദവും അപാരം. ഞാൻ ഉറങ്ങുന്നത് ദിവസത്തിൽ വെറും നാൽപത്തിയഞ്ചു മിനിട്ടു മാത്രം!"

സംഭാഷണം തിടുക്കത്തിൽ സമാപിച്ച് ദാവൂദ് എഴുന്നേറ്റു. ഇതിനകം ഭോജനശാല വൃത്തിയാക്കപ്പെട്ടിരുന്നു. ദാവൂദ് ജയദേവനുനേരെ ഒരു സ്പെഷൽ പാസ് നീട്ടിക്കൊണ്ടു പറഞ്ഞു. "അടുത്ത വെള്ളിയാഴ്ച ഹോളിഡേ ഇൻ നക്ഷത്ര ഹോട്ടലിൽ വെച്ച് രണ്ടു വയസ്സാകുന്ന എന്റെ മകളുടെ ജന്മദിനം ആഘോഷിക്കുന്നു. നീ തീർച്ചയായും വരണം."

ജയദേവൻ ഉദ്വേഗഭരിതനായി കഥ നിർത്തി. അല്പനേരം മിണ്ടാതിരുന്നു. എന്നിട്ട് വീണ്ടും പറയാൻ തുടങ്ങി. "ഞാൻ ദാവൂദിന്റെ മകളുടെ ജന്മദിനാഘോഷത്തിന് പോയിരുന്നു. വെളിച്ചവും സംഗീതവും നിറഞ്ഞ ഒരു നക്ഷത്രസന്ധ്യ. ബോളിവുഡിലെ എല്ലാ നക്ഷത്ര താരങ്ങളും അവിടെ അണിനിരന്നിരിക്കുന്നു: സൽമാൻ ഖാൻ, ഷാരൂഖ് ഖാൻ, വിനോദ്കുമാർ, അക്ഷയ്കുമാർ, ജോണിവാക്കർ, ഹേമമാലിനി.... അങ്ങനെയൊരു കൂറ്റൻ താരപ്പട. സംഗീതവും നൃത്തവും നിർത്താതെയൊഴുകുന്നു. അതിനിടയിൽ ദാവൂദിന്റെ മകളുടെ കേക്ക് മുറിക്കൽ അഞ്ച് മിനിട്ടുമാത്രം നീണ്ട ഒരു ചടങ്ങായിരുന്നു. ഒരു നിഗൂഢ ദൈവം പോലെ ദാവൂദ് രണ്ടു മിനിറ്റു മാത്രം വേദിയിൽ പ്രത്യക്ഷപ്പെട്ട് പിൻവാങ്ങി. എന്നിട്ട് തിരശ്ശീലയിലേക്കു പിൻവാങ്ങി. നൃത്തവും സംഗീതവും പിന്നെയും നിറഞ്ഞൊഴുകി."

കാലം പിന്നേയും ഒരുപാട് കടന്നുപോയി. ജയദേവൻ പണ്ടെപ്പോഴോ പറഞ്ഞ ആ കഥ എനിക്കെങ്ങനെ മറക്കാനാകും. അമേരിക്കയുടെ world fugitive പട്ടികയിലെ പരമപ്രധാനിയായ ഒസാമ ബിൻ ലാദൻ വധിക്കപ്പെട്ടപ്പോൾ ഞാൻ വെബ്സൈറ്റുകളിൽ പരതി. ചാരത്ത് കൂളിംഗ് ഗ്ലാസ് ധരിച്ച ദാവൂദ് ഇബ്രാഹിമിന്റെ പടവുമുണ്ടായിരുന്നു. ഹാജിമസ്താന്റെ പിൻമുറക്കാരനായി കയറിവന്ന അധോലോക രാജാവ്. ലോകത്തെ ഏറ്റവും വലിയ സമ്പന്നൻ! അധോലോക ഏർപ്പാടുകാരനായതുകൊണ്ടു മാത്രം പ്രഖ്യാപിത ലിസ്റ്റിൽ പേരു ചേർക്കപ്പെടുന്നില്ല. ജയദേവന്റെ സംഭാഷണങ്ങളിലൂടെ അയാളെന്റെയും മനസ്സിന്റെ പച്ചപ്പിലേക്ക് കയറിവന്നിരുന്നു. ബിൻ ലാദനെപ്പോലെ മറ്റൊരു രാജ്യത്ത് അജ്ഞാതമായ ഉപഗ്രഹങ്ങൾക്കും ചാരക്കണ്ണുകൾക്കും താഴെ സ്വയം തീർത്ത ഒരു തടവറയിൽ എലിക്കുഞ്ഞിനെപ്പോലെ ഒളിച്ച് അധോലോകനായകനായി ജീവിക്കുന്ന ദാവൂദ് ഇബ്രാഹിമിനെപ്പറ്റി ഞാൻ സങ്കല്പിച്ചു. കലാപങ്ങൾക്കും നാശനഷ്ടങ്ങൾക്കും അറുതിയില്ല. ദാവൂദ് ഇപ്പോഴും പത്രവാർത്തകളിൽ സജീവം- ഭരണകൂടത്തിന്റെ പിടികിട്ടാപ്പുള്ളി.

ദാവൂദ് ഇബ്രാഹിം ഇപ്പോഴും ഉറങ്ങുന്നുണ്ടാകില്ല!

(ചന്ദ്രികാ ആഴ്ചപ്പതിപ്പ്)

■

വായന

ഭാഗം ഒന്ന്

ടി. പത്മനാഭന്റെ വീട്

ടി. പത്മനാഭന്റെ കഥകളിൽ വീട് ഒരു സങ്കല്പവും പൂർത്തീകരിക്കാനാവാത്ത യാഥാർത്ഥ്യവുമാണ്. തന്റെ മറ്റു കഥകളിലേതുപോലെ ഒരു സംഗീതസാന്ദ്രമായ സങ്കല്പം തന്നെയാണ് വീടിനും അദ്ദേഹം നൽകിയിട്ടുള്ളത്. വീട് വൃത്തിയും പ്രകാശവും നിറഞ്ഞതാണ്. അവിടെ അമ്മയുടെ ഓർമ്മ ഒരു നെയ്ത്തിരിനാളം പോലെ ആർദ്രമായി എരിയുന്നുണ്ട്. വീട്ടുമുറ്റത്ത് ചെമ്പരത്തിച്ചെടിയുണ്ട്; മുരിങ്ങാമരമുണ്ട്. വീട്ടിലിരുന്നാൽ നിലാവിൽ കുളിച്ചുനിൽക്കുന്ന വയലും ആകാശത്തിലെ നക്ഷത്രങ്ങളും കാണാം. അവിടെ കുളവും കുളത്തിൽ വരാൽമത്സ്യങ്ങളുമുണ്ട്. തന്റെ നഷ്ടപ്പെട്ടുപോയ ഒരു ബാല്യം ഈ വീടുമായി ഇഴ ചേർന്നു നിൽക്കുന്നു.

ബാല്യകൗമാരങ്ങൾ പിന്നിട്ട ജീവിതം പിന്നീടു നഗരത്തിലേക്കു വഴിതെറ്റുന്നു. ഉദ്യോഗസ്ഥജീവിതമാണത്. റിട്ടയർ ചെയ്യുന്ന കാലത്ത് പഴയ വീട്ടിലേക്കുതന്നെ മടങ്ങിവരണമെന്നായിരുന്നു ആഗ്രഹം. പക്ഷേ, അവിടെ സ്വന്തമെന്നു പറയാൻ ആരുമില്ല. തലമുറകളും പിന്നിട്ടു. എന്നാലും സ്വന്തം മണ്ണിലേക്കുതന്നെ മടങ്ങിവരണമെന്ന വിചാരം ഒരു ഗൃഹാതുരത്വമായി എഴുത്തുകാരനെ ചൂഴ്ന്നു നിൽക്കുന്നു. ജോലിസ്ഥലത്തെ നഗരത്തിൽതന്നെ വീടുവയ്ക്കാമെന്നായിരുന്നു ഭാര്യയുടെ നിർദ്ദേശം. പക്ഷേ, അതിനു വഴങ്ങാതെ ജന്മദേശത്തോടുചേർന്ന ഒരു ടൗൺഷിപ്പിൽ അദ്ദേഹം ജീവിതം പുനരാരംഭിക്കുന്നു.

ഈ വീടിന് തീർത്തും കുളിർമ്മയില്ല. പരാതികളാകട്ടെ നിരവധിയും. അതൊരു പാറപ്പുറമായിരുന്നു. അവിടെ ജലദൗർലഭ്യമുണ്ടായിരുന്നു. തറവാട് ഭാഗം വെച്ചപ്പോൾ കിട്ടിയതാണ് ആ സ്ഥലം. അതാർക്കും വേണ്ടായിരുന്നുവത്രെ. അങ്ങനെ തലയിൽ വന്നുവീണു എന്നാണ് കഥാകാരൻ പറയുന്നത്. അവിടെ പാറ പൊട്ടിച്ച് മരങ്ങൾ വെയ്ക്കണം. പുസ്തകങ്ങൾ അടുക്കിവയ്ക്കാൻ വീട്ടിൽ അലമാരകൾ വേണം. പഴയ ജോലിസ്ഥലത്തെ നഗരത്തിൽ നിന്ന് പാറപ്പുറത്തെ വീട്ടിലെത്തിയപ്പോൾ യാഥാർത്ഥ്യം ഒരു ബാലികേറാമലയായി

മാറുന്നു. അയാൾ ആശാരിയേയും പാറ പൊട്ടിക്കുന്ന പണിക്കാരനെയും തേടിയിറങ്ങുന്നു. എന്നാൽ രണ്ടുപേരെയും കണ്ടെത്താൻ അയാൾക്കു കഴിയുന്നില്ല.

പത്മനാഭൻകഥകളിൽ ഈ സ്വപ്നവും യാഥാർത്ഥ്യവും സമരസപ്പെട്ടുപോകാതെ നീണ്ടുപോകുന്നുണ്ട്. കഥയുടെ പിരിമുറുക്കവും അതുതന്നെ. ഒരു കിളിയും മരവുമുണ്ടെങ്കിൽ സ്വപ്നങ്ങളെക്കൊണ്ട് മഴ പെയ്യിക്കാം എന്നാണ് എഴുത്തുകാരൻ കരുതുന്നത്. അതുകൊണ്ടയാൾ തന്റെ പാറപ്പുറത്തെ വീടിന് നളിനകാന്തി എന്നുതന്നെ പേരിട്ടു. നളിനകാന്തിയെന്തെന്ന് തന്റെ പത്നിക്കു മനസ്സിലാക്കാനാകുന്നില്ല. അദ്ദേഹത്തിന്റെ ആത്മഗതം ഇപ്രകാരമാണ്. "ഇനി എന്തു പറഞ്ഞാലാണ് മനസ്സിലാകുക. നളിനകാന്തി മനോഹരമായൊരു ഒരു കർണ്ണാടക സംഗീതരാഗമാണെന്നോ? ത്യാഗരാജന്റെ മനവ്യാളകിം എന്നു തുടങ്ങുന്ന കീർത്തനം ഈ രാഗത്തിലുള്ള സുന്ദരമായ ഒരു കൃതിയാണെന്നോ അല്ലെങ്കിൽ വൈദ്യനാഥ ഭാഗവതരും എം.എസ്. ഗോപാലകൃഷ്ണനും മാലിയുമൊക്കെ മനോഹരമായി ആലപിച്ചിട്ടുള്ള ഒരു രാഗമാണ് നളിനകാന്തിയെന്നോ.....?"

പത്മനാഭന്റെ വീട് എന്ന കഥാസങ്കല്പത്തിന് കൂട്ടിനിരിക്കാൻ കിളികളുണ്ട്. ഒരു പക്ഷിനിരീക്ഷകൻ തന്നെയാണ് അദ്ദേഹം. ഓലാഞ്ഞിയും ബുൾബുളും മറ്റു പക്ഷികളും കഥകളിലുണ്ടെങ്കിലും വണ്ണാത്തിപ്പുള്ളിനോടാണ് ഏറെ ഇഷ്ടം. വീടിന്റെ കഥകളിലൊക്കെ ഈ പുള്ളുകൾ പറന്നു നടക്കുന്നു. വീട്ടുമുറ്റത്തെ പച്ചത്തഴപ്പുകളിൽ അവ വന്നു കൂടു വയ്ക്കുന്നു. സുന്ദരിയായ പക്ഷി; പട്ടുപോലത്തെ അതിന്റെ തിളങ്ങുന്ന വർണ്ണച്ചിറകുകൾ. ഗാനാലാപം മനോഹരം. പച്ചപ്പ് നിറഞ്ഞ മനുഷ്യരുടെ അധിവാസകേന്ദ്രങ്ങളിലാണ് ഇവ സാധാരണയായി വസിക്കുന്നതത്രെ.

ഈ വീടിനെക്കുറിച്ചുള്ള അഭിനിവേശങ്ങളിൽനിന്നുതന്നെയാണ് വീടു നഷ്ടപ്പെട്ടവരെക്കുറിച്ചുള്ള കഥകളും ഉയരുന്നത്. അവരാകട്ടെ താന്താങ്ങളുടെ ബാല്യങ്ങളിലും കൗമാരങ്ങളിലും ജീവിക്കുന്നവരാണ്. ഒരുപക്ഷേ, അത് എഴുത്തുകാരന്റെ അന്തർഭാവവുമായി ബന്ധപ്പെട്ടതാണ്. കഥാനായകന് കുടുംബം എന്ന പ്രക്രിയയുടെ പടവുകൾ ചവിട്ടിക്കയറുവാൻ ആകുന്നില്ല. അങ്ങനെയൊരു വീട് നഷ്ടമായ വർത്തമാനകാലത്തിലാണ് അദ്ദേഹവും ജീവിക്കുന്നത്. അതൊരു വിധി കൂടിയാണ്. ബാല്യവും അമ്മയും വിഷുക്കാലവുമെല്ലാം സുഖദായകമായ ഓർമ്മകൾ മാത്രം. ആയതിനാൽ ആ ഗൃഹസങ്കല്പങ്ങളിൽ നേടാത്തവരായ കുട്ടികൾ വന്നു നിറയുകയും തന്നെപ്പോലെ അവ ഒരു നഷ്ടകാലത്തിന്റെ പുനഃസൃഷ്ടിയായി മാറുകയും ചെയ്യുന്നു.

കെ.പി. അപ്പന്റെ ഭാഷയിൽ പറഞ്ഞാൽ "പത്മനാഭന്റെ ആഖ്യാന ശില്പം ക്ഷേത്രകലയുടെ സുസ്സൂക്ഷ്മ സുഭഗത പ്രകടിപ്പിക്കുന്നു. വാക്കുകൾ നദിയിലൊഴുകിവരുന്ന വിളക്കുകളായി തീരുന്നു. ആസ്വദിച്ചു കഴിഞ്ഞാൽ വിസ്മരിക്കപ്പെടുന്ന കഥ പത്മനാഭൻ എഴുതുന്നില്ല." സൗന്ദര്യത്തെക്കുറിച്ചുള്ള അതിവിശുദ്ധമായ ഈ സങ്കല്പങ്ങളാണ് മറ്റു കഥകളിലെന്നപോലെ തന്റെ ഗാർഹിക സങ്കല്പങ്ങളിലും കടന്നുവരുന്നത്. ഞാനവയെ ജീവിതവിശുദ്ധിയുടെ സങ്കീർത്തനങ്ങൾ എന്നു വിളിക്കട്ടെ.

എന്നാൽ എഴുത്തുകാരനെ യാഥാർത്ഥ്യങ്ങളിലേക്കു നയിക്കുന്നത് അദ്ദേഹത്തിന്റെ സഹധർമ്മിണി തന്നെയാണ്. ജീവിതം തങ്ങൾക്കു മേൽ ഒരൊറ്റപ്പെടലിന്റെ മതിലുകൾ തീർത്തിരിക്കുന്നു എന്നവർ മനസ്സിലാക്കുന്നു.

"നിർദ്ദയലോകത്തിൽനാ-
മിരുപേരൊറ്റപ്പെട്ടോർ
അത്രയുമല്ലാ തമ്മിൽ
തമ്മിലുമൊറ്റപ്പെട്ടോർ"
(വൈലോപ്പിള്ളി)

എന്നിങ്ങനെയൊരു ഭാവം ഈ വീടിന്റെ കഥകളിൽ വളർന്നു നിൽക്കുന്നു.

ഈ അസ്വാരസ്യം ഇരുവർക്കുമറിയാം. കഥാകാരൻ തന്റെ പാരുഷ്യങ്ങൾ മറക്കാൻ തന്റെ സ്വപ്നലോകത്തിലേക്ക് മടങ്ങിപ്പോകുന്നു. കാല്പനികത അധിക്ഷേപാർഹമാകേണ്ടത് ഈ അവസ്ഥയിലാണ്. എന്നാൽ ഭാര്യ അതിനു സമ്മതിക്കുന്നില്ല. ഒരു കരച്ചിൽ പോലെയാണ് അവർ പറയുന്നത്. ആരാണ് ഇവിടെ നമുക്ക് കൂട്ടിനുള്ളത്? ആർക്കും വേണ്ടാത്ത പാറ പോലത്തെ ഭൂമി. വീടാണെങ്കിൽ അലങ്കോലപ്പെട്ടു കിടക്കുന്നു. ഈ ഭൂമിക്ക് ആവശ്യക്കാരുണ്ടല്ലോ. ഇതു നമുക്കു മറിച്ചുവിൽക്കാം. പക്ഷേ, ഗൃഹനാഥൻ ഒന്നിനും വഴിപ്പെടുന്നില്ല. ആ പാറപ്പുറത്തും വിടർന്നുനിൽക്കുന്ന തെച്ചിപ്പൂക്കളെയാണ് അദ്ദേഹം സ്വപ്നം കാണുന്നത്.

ടി. പത്മനാഭന് സ്ത്രീ ശ്രേഷ്ഠമായൊരു സങ്കല്പമാണ്. മാതൃത്വം അദ്ദേഹത്തിന്റെ കൃതികളിൽ അതിവിശുദ്ധമായി പടർന്നുപന്തലിക്കുന്നു. കാമുകിയോടാകട്ടെ, ഇതര സ്ത്രീകളോടാകട്ടെ ഈ ഭയഭക്തിബഹുമാനങ്ങൾക്കു കുറവില്ല. പക്ഷേ, സ്വന്തം സഹധർമ്മിണിയിലെത്തുമ്പോൾ ഒരു male chauanism (പുരുഷാധിപത്യം) വന്നു

നിറയുന്നു. ഭാര്യ പറയുന്നതിലൊക്കെ വിയോജിപ്പുകൾ കണ്ടെത്തുകയും അവരുടെ യാഥാർത്ഥ്യങ്ങൾ തള്ളിമാറ്റി തന്റെ സ്വപ്നങ്ങളിൽ ആഴ്ന്നിറങ്ങുകയും ചെയ്യുന്ന കാഴ്ച. സഹധർമ്മിണിയാകട്ടെ ഒരു കലാപത്തിന്റെ രൂപത്തിലാണ് പലപ്പോഴും കടന്നുവരുന്നത്. പക്ഷേ, ഭർത്താവിന്റെ നിർബ്ബന്ധങ്ങളെ അതിജീവിക്കാൻ അവർ അശക്തയുമാണ്. പിണക്കത്തിന്റെയും കലഹത്തിന്റെയും പ്രതിരോധങ്ങൾ തീർത്തുകൊണ്ടാണ് അവർ ജീവിതവുമായി ഇണങ്ങിപ്പോകുന്നത്.

രണ്ട്

ഇത്രയും എഴുതിക്കഴിഞ്ഞപ്പോൾ വൈലോപ്പിള്ളി ശ്രീധരമേനോൻ ഈ ലേഖനത്തിലേക്ക് വീണ്ടും കയറി വരുന്നു. തനിക്കിഷ്ടപ്പെട്ട ഒരു യുവകവിയുമായി നീണ്ട സർഗ്ഗസല്ലാപത്തിലേർപ്പെട്ട കവിയെ ഒരു സംഘം ആരാധകന്മാർ കാണാനെത്തുന്നു. കവിയെ ബഹുമാനപുരസ്സരം സന്ദർശിക്കാനെത്തിയവരാണവർ. കുറേനേരമായി കാത്തുനിൽക്കുന്നു. എന്നാൽ വൈലോപ്പിള്ളിയുടെ പ്രതികരണം രൂക്ഷമാണ്. അവർ നിരാശരായി സ്ഥലം വിടുന്നു. ഈ യുവകവി ഒ.എൻ.വി. കുറുപ്പായിരുന്നു. ഈ സംഭവം തന്റെ ഒരു പ്രഭാഷണത്തിൽ വെളിപ്പെടുത്തിയതും ഒ.എൻ.വി. തന്നെയായിരുന്നു. (മലയാളത്തിന്റെ പ്രിയ കവിതകൾ: വൈലോപ്പിള്ളി എന്ന പുസ്തകത്തിന്റെ ഉദ്ഘാടന പ്രഭാഷണം - സാഹിത്യ അക്കാദമി, തൃശൂർ.)

സി.വി. ശ്രീരാമന്റെ വാസ്തുഹാര എന്ന സിനിമ എഴുത്തുകാരന്റെ മുമ്പിലേക്ക് ഒരു ടെലിവിഷനിലൂടെ വന്നെത്തുന്നു. സിനിമ കാണാനിരിക്കെ മൂന്നു പൊതുപ്രവർത്തകർ എഴുത്തുകാരനെ ഒരു പ്രസംഗത്തിന് ക്ഷണിക്കാൻ എത്തുന്നു. തന്റെ കാഴ്ചയ്ക്ക് വിഘാതം ഉണ്ടാക്കിയവരെന്ന നിലയിൽ അദ്ദേഹം അവരോടു പരുഷമായി പെരുമാറുന്നു. അവരെ തിരിച്ചയയ്ക്കുന്നു. ഈ സംഭവം ഭാര്യയിൽ മനഃപ്രയാസം ഉണ്ടാക്കുന്നു. അവർ ചോദിക്കുന്നു: "ആളുകളോട് ഇങ്ങനെ പരുഷമായി പെരുമാറുന്നത് ശരിയാണോ? ഇങ്ങനെ പോയാൽ മരിച്ചു കഴിഞ്ഞാൽ നമ്മുടെ ശവം എടുക്കാൻ ആളുണ്ടായെന്നു വരില്ല." അപ്പോൾ അയാൾ പറഞ്ഞു: "സാരമില്ല, മുനിസിപ്പാലിറ്റിക്കാരുണ്ടാകും." "മുനിസിപ്പാലിറ്റി?" ഭാര്യയുടെ ശബ്ദത്തിൽ വിറയലുണ്ടായിരുന്നു. ആ ശബ്ദത്തിന്റെ വിറയൽ അയാൾക്കും മനസ്സിലായിരുന്നു. സത്യത്തിൽ അയാളും അസ്വസ്ഥനായിരുന്നു.

ടി. പത്മനാഭനെ അറിയുന്നവർക്ക് ഇതു സത്യസന്ധമായ ഒരു ആത്മവിമർശനമായി അനുഭവപ്പെടും.

ടി. പത്മനാഭൻ അധികം ഭംഗിവാക്കുകൾ പറയില്ല. ചിലപ്പോൾ നിർദ്ദയമായി പ്രതികരിക്കുകയും ചെയ്യുന്നു. ചിലതൊക്കെ ആത്മ പ്രശംസയായും അനുഭവപ്പെടാം. പക്ഷേ, എഴുത്തുകാരന് തന്റെ കലാസൃഷ്ടിയെക്കുറിച്ച് പരിപൂർണ്ണ വിശ്വാസമുണ്ട്. കഥയേക്കാൾ കഥയില്ലായ്മകൾ പിറന്നുവീഴുമ്പോൾ അദ്ദേഹം ക്ഷുഭിതനാകുന്നു. ഈ കർക്കശമായ ഭാവം ടി. പത്മനാഭന്റെ വ്യക്തിജീവിതത്തിൽ കരി നിഴൽ വീഴ്ത്തുന്നില്ലേ എന്നൊരു ചോദ്യം ഇവിടെ ഉയരുന്നുണ്ട്. "ഇത്രയും വയസ്സായില്ലേ ഇനി മാറ്റാനാകില്ല" എന്നാണ് അദ്ദേഹ ത്തിന്റെ ഉത്തരം. "ജനസംഖ്യയിൽ തന്റെ ശത്രുക്കളുടെ അനുപാതം കുറഞ്ഞുപോകുമോ എന്ന് വേവലാതിപ്പെട്ട് അനുദിനം ശത്രുനിരയെ പരിപോഷിപ്പിക്കുന്ന പത്മനാഭനെക്കുറിച്ച് എം. തോമസ് മാത്യു തന്റെ പഠനഗ്രന്ഥത്തിൽ അനുസ്മരിക്കുന്നുണ്ട്.

വൈലോപ്പിള്ളിയിലാകട്ടെ, പത്മനാഭനിലാകട്ടെ തങ്ങളുടെ ഈ പാരുഷ്യം ഒരു സ്വഭാവഘടനയുമായി ചേർന്നു നിൽക്കുന്നു. ഇടശ്ശേരി യുടെ ഭാഷയിൽ അവരെ നമുക്ക് നാളികേരപ്പരുവമുള്ള മനുഷ്യൻ എന്നും വിളിക്കാം. നമുക്കതിനെ ഒരു പേഴ്സണാലിറ്റി ഡിസോർഡർ എന്ന നിലയിൽ കാണുക. എന്നാൽ ബാഹ്യമായ വ്യക്തിത്വങ്ങളുടെ പുറംതോടുകൾ ഭേദിച്ച് തങ്ങളുടെ കൃതികളിൽ ഒഴുകിവരുന്നത് ജീവിതത്തിന്റെ തീർത്ഥജലമാണ് എന്നു നാം അറിയുന്നു. ഈ തിരിച്ചറിവിലൂടെയാണവർ സാഹിത്യത്തിൽ ശാശ്വതീകരിക്കപ്പെടു ന്നത്. തന്റെയും തങ്ങൾക്കു ചുറ്റുമുള്ള മനുഷ്യരുടെ അർത്ഥപൂർണ്ണ മായ വിധിയും ജീവിതവും അവരുടെ സൃഷ്ടികൾക്ക് പാത്രമാകുന്നു.

അവിടംകൊണ്ടും ടി. പത്മനാഭനും വൈലോപ്പിള്ളിയുമായുള്ള സാദൃശ്യം അവസാനിക്കുന്നില്ല. താന്താങ്ങളുടെ കാല്പനിക സ്വപ്ന ങ്ങളിൽ അടിഞ്ഞുകൂടാനാണ് ഈ എഴുത്തുകാർ ഇഷ്ടപ്പെടുന്നത്. പക്ഷേ, ഇതൊരുതരം നിഷ്ക്രിയതയായിട്ടേ അവരവരുടെ ധർമ്മ പത്നിമാർക്ക് സ്വീകരിക്കാനാകൂ. തങ്ങളുടെ കണവന്മാരെ യാഥാർത്ഥ്യത്തിന്റെ പരുഷതയിലേക്കു നയിക്കാനും അവർ ബാധ്യ സ്ഥരാണ്. പുതിയ സ്ഥലത്തെ താമസമുറപ്പിക്കാൻ ആശാരിയെ അന്വേഷിച്ചുപോയ എഴുത്തുകാരന് ഒരു പണിക്കാരനെയും കണ്ടെ ത്താനായില്ല. അവിടെ അയാൾ കണ്ടെത്തിയതാകട്ടെ ബാല്യങ്ങളിലെ പഴയ ചാത്തുവിനെയാണ്. ഹതാശയായ ഭാര്യ നമുക്കാരുണ്ട് ഇവിടെ എന്നു ചോദിക്കുമ്പോൾ കഥാനായകൻ പറയുന്നു, നമുക്കു ചാത്തു വുണ്ടല്ലോ! എന്നാൽ ചാത്തുവാകട്ടെ നിഷ്ക്രിയത്വത്തിന്റെ കെട്ടു പോയ ഒരു സ്വപ്നം മാത്രമാണ്.

വൈലോപ്പിള്ളിക്കും ഇതിനു സമാനമായ ഒരു രംഗം കാഴ്ച വയ്ക്കാനുണ്ട്.

"ചുരുങ്ങീമഴയെല്ലാം
ചൊല്ലിനാ'നാകാശത്തിൽ
ചുളിഞ്ഞ പുരികംപോ-
ലുള്ളൊരാമേഘം നോക്കൂ.'
മോളിലേക്കലസമായി
കണ്ണുയർത്തി നീയൊന്നു
മൂളി,യെന്നസന്ദർഭ
കവിചാപലം കേൾക്കേ.
നിന്ദയുണ്ടാമൂളലിൽ
എങ്ങനെ രഞ്ജിപ്പാനാ
നെന്നുടെ സങ്കല്പവും
നിന്നുടെ യാഥാർത്ഥ്യവും?"

(കണ്ണീർപ്പാടം)

വൈലോപ്പിള്ളിയുടെ ഇഷ്ടപ്പക്ഷി കാക്കയാണെന്ന് അദ്ദേഹം പ്രഖ്യാപിക്കുന്നുണ്ട്. "കൂരിരുട്ടിന്റെ കിടാത്തിയെന്നാൽ സൂര്യപ്രകാശത്തിനുറ്റ തോഴി" എന്നു കാക്കയിലൂടെ ജീവിതത്തിന്റെ ഇരുട്ടിനെയും വെളിച്ചത്തെയും വ്യാഖ്യാനിക്കുകയാണ് വൈലോപ്പിള്ളി. കാല്പനികതയിൽ ചങ്ങമ്പുഴയ്ക്കു ശേഷം വന്ന മലയാളകവിതയുടെ രാസപരിണാമങ്ങളുടെ പ്രതീകമാവുകയാണ് അദ്ദേഹം. അവിടെ കാല്പനികാംശം കുറവാണ്. എന്നാൽ അതിന്റെ ശരിയായ അളവ് അദ്ദേഹം കാത്തു സൂക്ഷിക്കുകയും ചെയ്യുന്നു. "റൊമാന്റിസിസം കുറയുമ്പോൾ കവിത കുറയുന്നുവെന്നാണ് അർത്ഥം. എന്തുകൊണ്ടെന്നാൽ അപ്പോൾ വികാരവും ഭാവനയും കുറയുന്നു. രക്തക്കുറവുള്ള കുഞ്ഞിനെപ്പോലിരിക്കും കാല്പനികത്വം കുറഞ്ഞ കവി." (സുകുമാർ അഴീക്കോട് - കാല്പനികതയുടെ രോഗങ്ങൾ)

പത്മനാഭന്റെ വിശുദ്ധമായ ജീവിതസങ്കീർത്തനങ്ങൾക്ക് കാല്പനികതയുടെ ഭാവാത്മകതയാണ്. വണ്ണാത്തിപ്പുള്ള് എന്ന ചാരുതയാർന്ന പക്ഷിയാണ് പത്മനാഭൻ എന്ന എഴുത്തുകാരന്റെ പ്രതീകമായി ഭവിക്കുന്നത്. എന്നാൽ ടി. പത്മനാഭനാകട്ടെ അങ്ങനെ വെട്ടിത്തുറന്നു പറയുന്നില്ല. പക്ഷേ, കഥകളിലെല്ലാം പാറിനടക്കുന്ന വണ്ണാത്തിപ്പുള്ളിനെ ഇഷ്ടപ്പക്ഷിയായി വ്യാഖ്യാനിക്കാൻ ഇടം തരുകയും ചെയ്യുന്നു. കാല്പനികതയെ വേർതിരിച്ച് ആക്ഷേപിക്കുന്നവർക്ക് സാഹിത്യജീവിതത്തിൽ സ്ഥാനമില്ല എന്നതുതന്നെയാണ് നമ്മുടെ സാഹിത്യചരിത്രം പറഞ്ഞുതരുന്നത്. പോസ്റ്റ് മോഡേൺ കാലഘട്ടത്തിലും ഗബ്രിയേൽ ഗാർസിയാ മാർക്വേസിനെപ്പോലുള്ള എഴുത്തുകാർ ലോകസാഹിത്യത്തെ കീഴ്പ്പെടുത്തിയത് കാല്പനികതയിലൂടെയാണല്ലോ.

മൂന്ന്

പള്ളിക്കുന്ന് പേരുകൊണ്ടെന്ന പോലെ ഭൂമിശാസ്ത്രപരമായി ഒരു കുന്നുതന്നെയാണ്. കടൽനിരപ്പിൽ നിലകൊള്ളുന്ന കണ്ണൂർ പട്ടണം സെൻട്രൽ ജയിൽ താണ്ടി പതുക്കെ ഉയരങ്ങളിലേക്കു പോകുന്നു. വടക്കോട്ടു തിരിയുമ്പോൾ ചെറുശ്ശേരി നമ്പൂതിരിമാരുടെ പഴയ കൃഷ്ണക്ഷേത്രങ്ങളുടെ പെരുമകൾ നിറഞ്ഞ പള്ളിക്കുന്നിലേക്കു തിരിയുന്നു. സമതലത്തിൽനിന്നു വേറിട്ടുനിൽക്കുന്ന ഒരു കുന്നിലേക്കു കയറുന്ന അനുഭവം റോബർട്ട് ഫ്രോസ്റ്റ് ഇങ്ങനെ വരച്ചുവച്ചിട്ടുണ്ട്. "വയലുകളും വനങ്ങളും താണ്ടി പ്രതിബന്ധങ്ങൾ ചാടിക്കടന്ന് ഞാൻ കാഴ്ചകളുടെ കുന്നുകൾ കയറി എന്നിട്ടീ ഭൂവനം കണ്ടു; താഴേക്കിറങ്ങി." പക്ഷേ, ഈ വയലുകളും വനങ്ങളും ഒന്നും നമ്മുടെ കാഴ്ചകളിൽ വരുന്നില്ല. വിസ്താരം കുറഞ്ഞ തെരുവുകളിലൂടെ തിരിഞ്ഞും മറിഞ്ഞും ഞങ്ങൾ ടി. പത്മനാഭന്റെ വീട്ടിലെത്തിച്ചേരുന്നു. എത്തിച്ചേരുന്നതിനുമുമ്പുള്ള കവലയിൽ വണ്ടി നിറുത്തി ഉറക്കെ ചോദിക്കുന്നു: "ടി. പത്മനാഭന്റെ വീടേതാണ്?" മുണ്ടു മാത്രമുടുത്ത് മേൽക്കുപ്പായമിടാതെ ഒരു വൃദ്ധൻ അർത്ഥശങ്കയ്ക്കിടയില്ലാതെ അറുത്തുമുറുത്തു പറയുന്നു. "പപ്പന്റെ വീടല്ലേ, ദാ ഇതിലേ നേരെ പോയാൽ എത്തും." ഒരു നിമിഷം ഞാൻ അദ്ഭുതത്തോടെ ആ ശബ്ദത്തെ തിരിച്ചറിയാൻ ശ്രമിക്കുന്നു. എൺപതുകാരനായ ടി. പത്മനാഭൻ എന്ന എഴുത്തുകാരനെ പപ്പൻ എന്നു വിളിക്കുന്ന മറ്റൊരാൾ – അയാൾ ഏതാണ്? എന്റെ മനസ്സിലേക്കൊരു ചാത്തു കടന്നു വരുന്നു.

പള്ളിക്കുന്നിലെ ഏകാന്തമായ ആ ഭവനം ഒരു വേനലിന്റെ അഗ്നിയിൽ മയങ്ങിക്കിടക്കുകയായിരുന്നു. ഏകാന്തതയെന്ന പ്രയോഗം ഭൗതികാർത്ഥത്തിൽ ശരിയല്ല. ചുറ്റും വീടുകളുണ്ട്. അവയ്ക്കു നിറഭംഗിയുമുണ്ട്. പക്ഷേ, വർണ്ണാഭവും സംഗീതസാന്ദ്രവുമായ മനസ്സു സൂക്ഷിക്കുന്ന എഴുത്തുകാരന്റെ വീടിന് ബാഹ്യമായ ഒരു കാന്തിയുമില്ലല്ലോ! മുറ്റത്ത് രണ്ടു വെട്ടുകല്ലുകൾ ചവിട്ടുപടികളായി ഉപയോഗിക്കുന്നു. വീടിന്റെ പരിസരം ഇന്നലെയാരോ തൂത്തു വൃത്തിയാക്കിയിട്ടുള്ളതുപോലെയുണ്ട്. പക്ഷേ, കൊഴിഞ്ഞ ഇലകൾ അവിടെയുമിവിടെയും വീണു കിടക്കുന്നു.

കടന്നുവരുന്ന മുറിയിൽ കുറേ പ്ലാസ്റ്റിക് കസേരകളുണ്ടായിരുന്നു. പക്ഷേ, അവയിലൊക്കെ അട്ടിയിട്ട മാഗസിനുകളും പുസ്തകങ്ങളുമായിരുന്നു. ബാക്കി വന്ന ഒരു കസേര ഗൃഹനാഥനുള്ള ഇരിപ്പിടം. ആയതിനാൽ ഞങ്ങളുടെ അതിഥീസംഘത്തിലെ അഞ്ചാളുകളും വന്നകാലിൽത്തന്നെ നിന്നു. "നിങ്ങൾക്കും ഒപ്പം ഞാനും നിൽക്കാം" എന്നു പറഞ്ഞ് ഗൃഹനാഥനും തന്റെ കസേരയിൽ ഇരിപ്പുപേക്ഷിച്ച്

എഴുന്നേറ്റു നിന്നു. പിന്നെ സ്ത്രീകളിരിക്കട്ടെ നമ്മൾക്കു നിൽക്കാം എന്ന് ഗൃഹനാഥൻ പറഞ്ഞു. ടി. പത്മനാഭൻ എന്ന എഴുത്തുകാരന്റെ സ്വകാര്യതയിലേക്ക് വലിഞ്ഞു കയറിവന്നവരെപ്പോലെ ഒരു ജാള്യത യിൽ ഞങ്ങളും. അപ്പോൾ "ചേച്ചിയില്ലേ" എന്നു ചോദിച്ച് എന്റെ ഭാര്യ അകത്തേക്കു പോയി. പിന്നാലെ മകളും.

ടി. പത്മനാഭന്റെ ജീവചരിത്രക്കുറിപ്പിൽ തന്റെ സഹധർമ്മിണി യുടെ ശരിയായ പേര് കല്ലന്മാർത്തൊടി ഭാർഗ്ഗവി എന്നാണ് എഴുതി യിരിക്കുന്നത്. ബഹുമാനപുരസ്സരം ഞാനവരെ പേരിനോടൊപ്പം അമ്മ എന്ന് കൂടി ചേർത്ത് അഭിസംബോധന ചെയ്യുന്നു. പ്രായം തളർത്തി യിട്ട ഒരു ബെഡ്ഡിൽ കല്ലന്മാർത്തൊടി ഭാർഗ്ഗവിയമ്മ കിടക്കുകയായി രുന്നു. വാർദ്ധക്യത്തിലും അവരുടെ മുഖത്ത് വേണ്ടുവോളം ഓജസ്സും പ്രസാദവും ഉണ്ടായിരുന്നു. സംസാരിക്കുവാൻ തുടങ്ങിയപ്പോൾ ആ മുഖം കൂടുതൽ വിടരുകയും ജീവിതത്തെക്കുറിച്ചുള്ള ആത്മഗതം ഒരു കാറ്റായി അവിടെയെങ്ങും അലയടിക്കാൻ തുടങ്ങുകയും ചെയ്തു. "ഞാൻ ലൈബ്രറി സയൻസിൽ ബിരുദമെടുത്തവളാണ്. ജീവിതം മുഴുവൻ ലൈബ്രേറിയനായി ഇരുന്നവൾ. എന്റെ വീട്ടിൽ പുസ്തക ങ്ങളും മാഗസിനുകളും ചിതറിക്കിടക്കുന്നതു നോക്കൂ." അവർ പറ യാൻ തുടങ്ങി.

"ചേച്ചിയുമായി സംസാരിച്ചിട്ട് കുറേക്കാലമായി. പണ്ടൊക്കെ ഞാൻ പപ്പേട്ടനെ വിളിക്കുമ്പോൾ ചേച്ചിയുമായി സംസാരിക്കാറുണ്ടാ യിരുന്നു." ഞാൻ പറഞ്ഞു. "പിന്നീടെന്തേ വിളിക്കാഞ്ഞത്?" അവർ തിരിച്ചു ചോദിക്കുന്നു. "കുറേ കാലം പപ്പേട്ടനുമായി പിണക്കമായി രുന്നു." ഞാൻ പറഞ്ഞു.

"ഓ, പിണക്കം! അതെപ്പോഴും ഇവിടെയുള്ളതല്ലേ..." ഒരു മന്ദ ഹാസത്തോടെ അവർ പറയാൻ തുടങ്ങി: "കല്ല്യാണപിറ്റേന്നു മുതൽ തുടങ്ങിയതാണ് ഈ പിണക്കം. കല്ല്യാണം കഴിക്കുമ്പോൾ എനിക്കു പാചകം തീരെ വശമായിരുന്നില്ല. ഭർത്താവിന്റെ വീട്ടിൽ ചുക്കുവെള്ളം തിളച്ചുകിടക്കുന്നു. അതിൽ ചായയുണ്ടാക്കി അദ്ദേഹത്തിനു കൊടുത്തു. ഭർത്താവ് കുപിതനായി മുറ്റത്തേക്ക് ചായപ്പാത്രം വലി ച്ചെറിഞ്ഞു..." പപ്പേട്ടൻ വലിച്ചെറിഞ്ഞ ആ പാത്രം ഇപ്പോഴും അവിടെ കിടക്കുന്നതുപോലെ...

ചുരുങ്ങിയ സമയത്തിനുള്ളിൽ അവർ നിർത്താതെ പറഞ്ഞു കൊണ്ടിരുന്നു: "പരമ്പരാഗതമായി ഭാഗിച്ചു കിട്ടിയതൊക്കെ അദ്ദേഹം മരുമക്കൾക്കു കൊടുത്തു. സ്നേഹമുള്ള മരുമക്കളാണ്. വിശേഷ ദിവസങ്ങളിലൊക്കെ അവർ സദ്യയുമായി എത്തും. ഇപ്പോൾ ഹോട്ട ലിൽനിന്നാണ് ഭക്ഷണം കൊണ്ടുവരുന്നത്. എല്ലാതിനും ആശ്രയം ഓട്ടോറിക്ഷ ഓടിക്കുന്ന രാമചന്ദ്രനാണ്. നഗരം വിടുമ്പോഴൊക്കെ

കൂട്ടിനു പോകാൻ സുനിലുമുണ്ട്." വെള്ളം ഇറ്റിറ്റായി എത്തുന്ന വേനലിലെ ആ വീട്ടിൽ കുളിയും ഒരാർഭാടമായിരുന്നു. "നീ വലിയ വീട്ടിലെ മഹാറാണിയായിരുന്നവളല്ലേ... പത്തു ദിവസം കുളിച്ചില്ലെങ്കിലും കുഴപ്പമില്ല" എന്നു പപ്പേട്ടനും അല്പം പരിഹാസത്തോടെ പറയുന്നു.

"ആ വീട് നിങ്ങൾ പറയുന്നതുപോലെ അത്ര മോശമൊന്നുമല്ല." മടങ്ങുമ്പോൾ കാറിലിരുന്ന് എന്റെ സഹധർമ്മിണി തർക്കിക്കുന്നു. രണ്ടു കിടപ്പുമുറികളുള്ള ആ വീടിന് ആവശ്യത്തിന് വിസ്താരവുമുണ്ട്. പിന്നെ വെള്ളമില്ല, പുസ്തകങ്ങൾ അലങ്കോലപ്പെട്ടു കിടക്കുന്നു - ഇതൊക്കെ നാം തന്നെ സൃഷ്ടിക്കുന്നതല്ലേ?"

മടങ്ങുന്നതിനു മുൻപ് ഞാൻ പപ്പേട്ടനോടു ചോദിച്ചിരുന്നു: "ഞാൻ നിരവധി എഴുത്തുകാരുടെ വീടുകൾ സന്ദർശിച്ചിട്ടുണ്ട്. പലർക്കും മനോഹരങ്ങളായ ഭവനങ്ങളുണ്ട്.... താങ്കൾക്കാകട്ടെ...."

"മതി. എനിക്ക് ഇതു മതി..." എന്ന് പപ്പേട്ടൻ ആവർത്തിച്ചു പറയുന്നു. കഥകളിലൂടെയും ഇല്ലായ്മകളിലൂടെയും കടന്നുപോയ ഒരു ബാല്യമുണ്ട് എന്ന് അദ്ദേഹം തന്റെ കഥകളിൽ എഴുതുന്നുണ്ട്. പിന്നീട് ഒരു തുരുത്ത് കണ്ടെത്തിയപ്പോഴും നാല് കാശ് കയ്യിൽ വന്നപ്പോഴും വലിയ ആസക്തികളൊന്നും ജീവിതത്തിൽ ഉണ്ടായിട്ടില്ല. "മതി, എനിക്ക് ഇതു മതി" എന്ന പരിവേദനം വീണ്ടും വീണ്ടും മുഴങ്ങുകയാണ്. ആയാതമായാതം - വന്നു ഭവിച്ചതുപോലെ ജീവിക്കുക - എന്ന കെ.പി. നാരായണപിഷാരോടിയുടെ ഭാഷ്യവും എന്റെ ഓർമ്മയിലെത്തുന്നുണ്ട്.

(മാധ്യമം)

■

അക്ഷരക്കൂട്ടങ്ങൾക്കിടയിലെ വെളിച്ചം തേടി

സമീപത്തെവിടെയോ ഒരു കുയിൽ വസന്തത്തെക്കുറിച്ചുള്ള ആശങ്കകളും ഉണർത്തി പാടുന്ന ഒരു പ്രഭാതത്തിൽ ഞാൻ ടി. പത്മനാഭനെന്ന കഥാകൃത്തിനെ വിളിച്ച് ഇത്രയും പറഞ്ഞു. "താങ്കളുടെ പ്രിയപ്പെട്ട ഉമ്മർഭായി മരിച്ചുപോയി. ഇന്നലെയായിരുന്നു. അതൊരു ആത്മഹത്യയായിരുന്നുവത്രേ." "അയാളൊരു നല്ല മനുഷ്യനായിരുന്നു." റിസീവറിന്റെ അങ്ങേതലയ്ക്കൽനിന്ന് പപ്പേട്ടന്റെ ശബ്ദം കേൾക്കാമായിരുന്നു.

ഉമ്മർഭായി എന്ന കഥ ടി. പത്മനാഭന്റെ പ്രശസ്തമായ ഒരു രചനയാണ്. യു.എ.ഇ.യുടെ തലസ്ഥാനമായ അബുദാബിയുടെ പശ്ചാത്തലത്തിൽ എഴുതപ്പെട്ട ഒരു കഥ. എഴുത്തുകാരൻ മരുഭൂമിയിലെ ആ നഗരത്തിൽ എത്തിച്ചേർന്നപ്പോൾ തന്റെ വസതിയിലെത്തിച്ചേർന്ന ഉമ്മർഭായിയെക്കുറിച്ചാണ് പറയുന്നത്. "അയാളൊരു നല്ല മനുഷ്യനായിരുന്നു എന്നുള്ളതിനെക്കുറിച്ച് എനിക്ക് ഒരു സംശയവും ഉണ്ടായിരുന്നില്ല. പക്ഷേ, നല്ല മനുഷ്യർക്കൊക്കെ സാഹിത്യത്തിൽ താത്പര്യമുണ്ടായിക്കൊള്ളണമെന്നില്ലല്ലോ. ഉമ്മർഭായി ഇവിടെ വന്നപ്പോഴൊക്കെ ആളുകളുണ്ടായിരുന്നു. കഥാകൃത്തുകൾ, കവികൾ, നാടകക്കാർ, പത്രപ്രവർത്തകർ എന്നിങ്ങനെ പലരും. ഇവരുടെയൊക്കെ ബഹളത്തിൽ നിന്ന് ഉമ്മർഭായി എന്നും മാറിയിരിക്കുകയേ ചെയ്തിട്ടുള്ളൂ. എല്ലാവരും പറയുന്നത് ശ്രവിച്ചുകൊണ്ട്; ഒരിക്കലും വറ്റാത്ത ഒരു പുഞ്ചിരിയുമായി..."

ഞാൻ പിന്നെയും ഉമ്മർഭായി എന്ന കഥ വായിക്കുകയാണ്: "ഇന്നു രാവിലെ എഴുന്നേറ്റത് ഞാൻ പതിവിലും നേരത്തേയായിരുന്നുവല്ലോ. കൂറ്റൻ കെട്ടിടങ്ങളുടെ മുകളിൽ ഞാന്നു കിടക്കുന്ന നിയോൺ മാലകൾ അപ്പോഴും കത്തുന്നുണ്ടായിരുന്നു; ഏതൊക്കെയോ നിറങ്ങളിൽ. പിന്നെ കെട്ടിടങ്ങൾക്കിടയിൽ ഒരു കീറു മാത്രം കാണുന്ന കടൽ. പക്ഷേ, മണൽക്കാടുകൾ ഒരിക്കലും ഇവിടെനിന്ന്

കണ്ടിട്ടില്ല. ജനലിന്റെ തണുപ്പുള്ള കണ്ണാടിച്ചില്ലയിൽ മുഖമമർത്തി മണൽക്കാടുകളെ കുറിച്ച് ഓർക്കാനേ എനിക്കു കഴിഞ്ഞുള്ളൂ. അപ്പാർട്ടുമെന്റിന്റെ മുൻപിലെ പാർക്കിൽ രാവിലെ നടത്തത്തിന് അറബികൾ വരാൻ തുടങ്ങി..."

ഈ കഥ വായിക്കുമ്പോൾ എന്റെ മനസ്സിലും ആയിരം വർണ്ണങ്ങൾ നിറയുന്നുണ്ട്. കൊഴിഞ്ഞുപോയ സന്ധ്യകളുടെ തുടുപ്പാർന്ന നിറങ്ങൾ; ഇലകൾ വാർന്നുവീണ ശിശിരങ്ങൾ. ഞാനും എത്രയോ വർഷങ്ങൾ ഈ നഗരത്തിലെ അന്തേവാസിയായിരുന്നു. അന്ന് ഇരുപത്തിരണ്ട് വയസ്സു പ്രായമുള്ള ഒരു ചെറുപ്പക്കാരൻ പില്ക്കാലത്ത് മദ്ധ്യവയസ്സ് പിന്നിട്ടപ്പോൾ ഇരുപത്തിരണ്ട് വയസ്സുള്ള മകളോട് ഇങ്ങനെ പറഞ്ഞു: "നിന്റെ പ്രായത്തിൽ എത്രയോ ദുരിതക്കടലുകൾ നീന്തിക്കടന്ന് ഞാൻ ഏകനായി മരുഭൂമിയിലെ ഒരു നഗരത്തിൽ ജീവിതമാരംഭിച്ചിരുന്നു."

ലീവാ സ്ട്രീറ്റ് എന്നായിരുന്നു ആ തെരുവിന്റെ പേർ. പല വർണ്ണങ്ങളിലും രൂപങ്ങളിലുമുള്ള പൂക്കൾ അവിടെ റോഡരികിലും പാർക്കിലും നിറഞ്ഞുനിന്നിരുന്നു. ചെണ്ടുമല്ലികളും വാടാർമല്ലികളും ജമന്തിയും പ്രകാശം പരത്തുന്ന തെരുവിലൂടെ നിങ്ങൾക്ക് കടപ്പുറത്തേക്കു നടന്നുപോകാം. അവിടെ കടൽക്കാറ്റു വീശുന്ന കോർണിഷിന്റെ അരികുപറ്റി നടക്കാം. രാത്രിയായാൽ മീനാ തുറമുഖം ചിരിയുടെ ആയിരം വൈഡൂര്യങ്ങളുമായി നിങ്ങളെയും കാത്തു നിൽക്കുന്നുണ്ട്. ഒരു യൗവ്വനത്തിന്റെ നിറവിൽ അന്ന് ഞാനും പ്രണയഗാനം പാടിക്കൊണ്ട് അസ്വസ്ഥനായി ഈ തെരുവുകളിലൂടെ നടന്നുവല്ലോ.

യാരാ, നീ മന്ദഹസിക്കുമ്പോൾ
നിന്റെ കണ്ണുകളിൽ
ഒരു മഴവില്ലു വിടരുന്നതുപോലെ
പ്രഭാതം നിന്റെ അധരങ്ങളിലൂടെ
തെന്നിക്കടന്നുപോകുമ്പോൾ
എല്ലാ ചരാചരങ്ങളും
പുഞ്ചിരിക്കുന്നതുപോലെ.
യാരാ നീ ചിരിക്കുമ്പോൾ
പ്രാവുകൾ കുറുകുന്നതുപോലെ
ഫെയ്റൂസ് പാടുന്നുവല്ലോ–
ഇന്നൊരു കല്യാണദിവസമാണല്ലോ.

ഞാൻ കുടുംബവുമായി പാർക്കിലെ മരബെഞ്ചുകളിൽ എത്രയെത്ര സായാഹ്നങ്ങളിൽ ഇവിടെയുണ്ടായിരുന്നു. അവിടത്തെ

പൂക്കളുടെയും വർണ്ണങ്ങളുടെയും പ്രപഞ്ചത്തിലിരുന്നുകൊണ്ട് ഞാൻ എന്റെ ശ്രീമതിയോടു പറഞ്ഞു: "ഈ പാർക്ക് പണ്ടൊരു ശ്മശാന മായിരുന്നു. മരിച്ചുപോയ നല്ലവരായ മനുഷ്യരുടെ ആത്മാക്കൾ ഇപ്പോൾ പൂക്കളായി വിടർന്ന് നമ്മെ നോക്കി ചിരിക്കുന്നു."

പില്ക്കാലത്ത് കാറ്റു വീശുന്ന സായംസന്ധ്യകൾ അപ്രത്യക്ഷ മാവുകയും മരുഭൂമിയുടെ പൊടിക്കാറ്റിലും സൈബീരിയയിൽ നിന്നുള്ള ഹിമക്കാറ്റിലും നഗരം നിശ്ചലമാവുകയും ചെയ്തപ്പോൾ, ആ പൂക്കളും ചെടികളും പ്രേതാത്മാക്കളെപ്പോലെ എന്നെ തുറിച്ചു നോക്കി. അത് ജീവിതത്തിന്റെ തന്നെ പരിണാമദിശകളായിരുന്നു വല്ലോ.

ആ നഗരത്തിലെ ഉമ്മർഭായിയെക്കുറിച്ചാണല്ലോ ഞാനിവിടെ പറഞ്ഞുവരുന്നത്. ഉമ്മർഭായി എന്ന കഥയിലെ ഉമ്മർഭായിയും ഗഫൂറും ഒരേ വ്യക്തിത്വത്തെ അധികരിച്ച് താൻ സൃഷ്ടിച്ച രണ്ട് കഥാ പാത്രങ്ങളായിരുന്നുവെന്ന് പപ്പേട്ടൻ എന്നോടു പറയുകയുണ്ടായി ട്ടുണ്ട്. ഞങ്ങൾ ഒരുമിച്ച് ഗഫൂറിന്റെ അഥവാ ഉമ്മർഭായിയുടെ റെസ്റ്റോ റന്റിൽ പോയിട്ടുണ്ട്. എന്റെ സുഹൃത്ത് ജനാർദ്ദനദാസിന്റെ ക്യാമറ യിലൂടെ ഒപ്പിയെടുത്ത ചിത്രങ്ങൾ ഇപ്പോഴും ശേഖരത്തിലുണ്ട്.

രണ്ട്

ഇന്നലെയും ഇന്നുമായി ഞാൻ ടോൾസ്റ്റോയിയേയും നെരൂദയേയും വായിക്കുകയായിരുന്നു.

> "But I love your feet only because they walked upon the earth and upon the wind and upon the waters, until they found me."

എന്നെഴുതിയ നെരൂദ, വാടിപ്പോയ എന്റെ മുഖത്ത് തളിർജലം തെളി ക്കുകയായിരുന്നു. അക്ഷരക്കൂട്ടങ്ങൾക്കിടയിലെ ഏകാകിയായ വെളിച്ചങ്ങളെ ഞാൻ വാരിക്കൂട്ടുകയായിരുന്നു. ക്രൂയിറ്റ്സർ സൊനറ്റ എന്ന നോവലിന്റെ കർത്താവായ ലിയോ ടോൾസ്റ്റോയിയെക്കുറിച്ച് അമേരിക്കൻ പ്രസിഡന്റായിരുന്ന റൂസ്‌വെൽറ്റ് A Sexual Moral Pervert എന്നു പറഞ്ഞുകൊണ്ട് അദ്ദേഹത്തെ അധിക്ഷേപിച്ചുവത്രെ. പക്ഷേ, പിന്നീട് ക്രൂയിറ്റ്സർ സൊനറ്റ പെയിന്റിംഗുകളായും നാടക മായും ലോകമെങ്ങും വാഴ്ത്തപ്പെടുകയായിരുന്നു.

ജീവിതത്തിന്റെ വറ്റാത്ത ഈ പ്രകാശവും തേടിയാണ് ടി. പത്മ നാഭനും തന്റെ കഥകളിലൂടെ നടന്നുപോയത്. ഉജ്ജ്വലമായ ഒരു മൺചെരാത് അദ്ദേഹം വരുംതലമുറകൾക്കായി കൊളുത്തിയിട്ടിരി ക്കുന്നു. ഒരുപക്ഷേ, അഞ്ഞൂറോ അറുനൂറോ വർഷങ്ങൾക്കു ശേഷ മായിരിക്കാം അല്ലെങ്കിൽ ഒരു ചരിത്രത്തിന്റെ വഴിത്തിരിവിലാകാം. ആ പ്രകാശധാര നിങ്ങളെയും കാത്തുനിൽക്കുന്നുണ്ട്.

കോലോത്തുനാടിന് ഒരു ഗോത്രത്തനിമയുടെ ശൗര്യവും ചൂടുമുണ്ടെന്ന് എനിക്കെപ്പോഴും തോന്നിയിട്ടുണ്ട്. ആ താൻപോരിമ പപ്പേട്ടന് എപ്പോഴും ഉണ്ടായിരുന്നു. മറ്റുള്ളവർ എന്നെപ്പറ്റി എന്തു ചിന്തിക്കുന്നു എന്നദ്ദേഹം ഒരിക്കലും ഗൗനിച്ചിട്ടില്ലെന്നാണ് എനിക്കു തോന്നിയിട്ടുള്ളത്. വെട്ടിത്തുറന്നു പറയുന്ന തന്റെ 'ശരി'കളിലൂടെ അദ്ദേഹം നടന്നു. ആൾക്കൂട്ടങ്ങളിലെ ഒറ്റയാനായിരുന്നു ടി. പത്മനാഭൻ. അദ്ദേഹത്തിന്റെ രചനകളിലെന്നും പരിശുദ്ധിയും പ്രകാശവും നിറഞ്ഞുനിന്നു. പക്ഷേ, ടി. പത്മനാഭൻ സാമൂഹികചിന്തകനും വിമർശകനുമായി മാറിയപ്പോൾ അദ്ദേഹമെപ്പോഴും ഒഴുക്കിനെതിരെയായി. ഈ നീന്തലുകളിൽ തെറ്റും ശരിയുമുണ്ടായിരിക്കാം. പക്ഷേ, ആശയപരമായ സംഘർഷങ്ങൾക്കപ്പുറം അവ വ്യക്തിസംഘർഷങ്ങളിലേക്കും നിഴൽ വീഴ്ത്തി. ഗബ്രിയേൽ ഗാർസിയാ മാർക്വേസിന്റെയും മരിയ വർഗ്ഗ ലോസിയുടെയും കലഹം പോലെ അവിടെ ചെവിട്ടത്തൊരടി പൊട്ടുന്ന ശബ്ദത്തിനും നമുക്കു കാതോർക്കാമായിരുന്നു. അങ്ങനെ എഴുത്തുകാരൻ എയും ബിയും സിയുമൊക്കെ ടി. പത്മനാഭന്റെ ശത്രുക്കളായി മാറിയപ്പോഴും കൂട്ടം തെറ്റിയ വായനക്കാരൻ ടി. പത്മനാഭനെ തങ്ങളുടെ ധ്യാനങ്ങളിൽ പ്രതിഷ്ഠിച്ചു. നിങ്ങളുടെ കഥകൾ മനുഷ്യജീവിതത്തിന്റെ സങ്കീർത്തനങ്ങളാകുന്നുവല്ലോ എന്നു പ്രശംസിച്ച പാതിരിയെപ്പോലെ ഒരു യാത്രാവേളയിൽ അജ്ഞാതനായ ഒരാൾ എന്നോടു ചോദിച്ചു, "നിങ്ങൾ ടി. പത്മനാഭന്റെ യാത്ര എന്ന കഥ വായിച്ചിട്ടുണ്ടോ? കുറുമ്പ്രനാട് താലൂക്കിലെ വെള്ളപ്പൊക്കത്തിലൂടെ നടന്നുവലഞ്ഞ് സുഹൃത്തിന്റെ ശവസംസ്കാരത്തിൽ പങ്കെടുക്കാൻ പോയ ഭാവഗാംഭീര്യം നിറഞ്ഞ കഥയാണത്.... അയാൾ പറയാൻ തുടങ്ങി. ആ പ്രകൃതിയും ആകാശവും വരെ ആ കണ്ണുനീരിൽ കുതിർന്നു നിൽക്കുന്നുണ്ട്." പിന്നീടൊരിക്കൽ കൊച്ചുബാവ എന്ന കഥാകൃത്ത് ഒരു നിലവിളി പോലെ ഓടിവന്നു പറയുന്നു. "കാലഭൈരവൻ - എന്തൊരു കഥ." വായനക്കാരൻ സ്വന്തം അനുഭവബോധവുമായി താദാത്മ്യം പ്രാപിക്കുമ്പോഴാണ് കഥയെഴുത്തിന്റെ കലാപരത ഉയർന്നുവരിക. ആസ്വാദനത്തിന്റെ വലിയ വിജയവും അതാണ്.

ദൗർബല്യമെന്നു പറയട്ടെ. എഴുത്തുകാരും നിരൂപകരും വിശിഷ്യ തങ്ങളുടെ പ്രത്യയശാസ്ത്രങ്ങൾ വിശദീകരിക്കുമ്പോൾ റൊമാന്റിസത്തെ ഒരു ദുർബലശാഖയായി വ്യാഖ്യാനിച്ചു തള്ളുവാനുള്ള പ്രവണത ഇപ്പോഴും കാണിക്കുന്നുണ്ട്. എന്നിട്ട് മേദസ്സ് നിറഞ്ഞ കുറേ വാക്കുകൾ നിരത്തി മേനിക്കണ്ടപ്പൻമാരാകുന്നുണ്ട്. എന്നാൽ ശരിക്കും ഒരു കലാസൃഷ്ടി അടയാളപ്പെടുത്തേണ്ടത് അതിന്റെ സാങ്കേതിക അംശമല്ല (അതൊരു ഉപാധി മാത്രം). അതുയർത്തുന്ന ജീവിതത്തിന്റെ മഹത്തായ സന്ദേശം തന്നെയാണ്. കൃതിയുടെ ക്രാഫ്റ്റ്

അഥവാ നവീനതയെക്കുറിച്ചുള്ള വാക്ധോരണികൾ അധികപ്പറ്റാണ്. ഭാഷയുടെയും ആവിഷ്കാരത്തിന്റെയും ഉറയൂരൽ കാലം സ്വാഭാവികമായി ഏറ്റെടുക്കുന്ന ഒരു വെല്ലുവിളിയത്രെ. അതുകൊണ്ടാണ് "റൊമാന്റിസത്തിൽ ചാലിച്ചെഴുതിയിട്ടും ഒരു വൃദ്ധിക്ഷയവും കൂടാതെ, ടി. പത്മനാഭന്റെ കഥകൾ ഇന്നും പ്രകാശം പരത്തി നിൽക്കുന്നത്.

മൂന്ന്

തൊണ്ണൂറുകളിൽ അബുദാബി സന്ദർശിച്ച ടി. പത്മനാഭൻ തന്റെ ജീവിതത്തിൽനിന്ന് അടർത്തിയെടുത്ത ഉമ്മർഭായി എന്ന കഥയിൽ കേരള സോഷ്യൽ സെന്റർ എന്ന സ്ഥാപനത്തിൽ നിന്നുണ്ടായ അനിഷ്ടകരമായ സംഭവത്തെക്കുറിച്ചു പറയുന്നുണ്ട്. ചുരുക്കത്തിൽ അവിടെ ഒരു അന്ധകാരം സംഭവിക്കുന്നു. ആ അന്ധകാരത്തിലും വെളിച്ചമാകുന്നത് ഉമ്മർഭായിയുടെ ഓർമ്മയാണ് എന്ന് കഥാകാരൻ നമ്മോടു പറയുന്നു.

ഈ കഥയുടെ പശ്ചാത്തലത്തിൽ ടി. പത്മനാഭന്റെ ജീവിതത്തെ നോക്കിക്കാണുവാൻ ശ്രമിക്കുകയാണ് ഞാൻ. തന്റെ എഴുത്തിൽ കഥയുടെ ഒരു ബൃഹദ്‌ലോകം സൃഷ്ടിച്ച പത്മനാഭൻ സോഷ്യൽ ക്രിറ്റിക് എന്ന നിലയിലും നമുക്ക് സുപരിചിതനാണ്. രണ്ടാമതു പറഞ്ഞ കഥാബാഹ്യമായ പ്രവർത്തന ലോകത്തിലൂടെയാണ് അദ്ദേഹം തന്റെ സംഘർഷങ്ങളിലേക്കു വന്നെത്തുന്നത്. അവിടെ എം.എൻ. വിജയൻ, എം.ടി. വാസുദേവൻ നായർ, സുകുമാർ അഴീക്കോട് എന്നിങ്ങനെ കേരളത്തിലെ യശ്ശസ്സാർന്ന നിരവധി വ്യക്തിത്വങ്ങളുണ്ട്. പല കാരണങ്ങൾകൊണ്ടും ആശയപരമായി ടി. പത്മനാഭന് അവരുമായി ഒത്തുപോകാൻ സാധിക്കുന്നില്ല. അബുദാബിയിലെ സന്ദർശന കാലത്ത് എം.എൻ. വിജയനുമായുള്ള സംഘർഷം കൊടുമ്പിരിക്കൊണ്ടു നിൽക്കുകയാണ്. പുരോഗമന സാഹിത്യത്തിൽ അധിഷ്ഠിതമായ ഒരു തർക്കമാണ് ആ സംഘർഷത്തിലേക്കു നയിച്ചതെന്ന് ഞാൻ ഓർക്കുന്നുണ്ട്. ആലപ്പുഴ സമ്മേളനത്തിൽ വെച്ച് തകഴിയെ വിലയിരുത്തിയ എം.എൻ. വിജയൻ ചെമ്മീനല്ല രണ്ടിടങ്ങഴിയാണ് തകഴിയുടെ ഉജ്ജ്വലമായ കൃതിയെന്ന് സ്ഥാപിക്കാൻ ശ്രമിച്ചു. എന്നാൽ ആ പ്രസ്താവനയെ നിരാകരിച്ചുകൊണ്ടുള്ള ടി. പത്മനാഭന്റെ പ്രസംഗം പുരോഗമന പ്രസ്ഥാനത്തിന്റെ പ്രവർത്തകരിൽ വമ്പിച്ച പ്രതിഷേധത്തിന് ഇടയാക്കുകയും ദേശാഭിമാനി വാരികയുടെ ഒരു ലക്കം ഒരു പത്മനാഭൻ വിരുദ്ധ പതിപ്പായി ഇറക്കുകയും ചെയ്തു. സിദ്ധാർത്ഥൻ പരുത്തിക്കാടായിരുന്നു അന്നു വാരികയുടെ പത്രാധിപർ. എം.ടി. വാസുദേവൻ നായരുടെ നേരെയുള്ള പത്മനാഭന്റെ വിമർശനങ്ങൾ അന്നും അന്തരീക്ഷത്തിൽ ഉയർന്നു

കേൾക്കുന്നുണ്ടായിരുന്നു. (എം.ടി.യാകട്ടെ തന്ത്രപരമായി എപ്പോഴും ഈ വിമർശനങ്ങളെ കേട്ടില്ല എന്നു നടിക്കുകയായിരുന്നു) വിജയൻ മാഷും എം.ടി.യും വളരെ അടുത്ത സുഹൃദ്ബന്ധമുള്ളവരുമായിരുന്നു എന്നതും സാഹിത്യത്തിൽ നിറവാർന്ന ലേഖനങ്ങൾ എഴുതിക്കൊണ്ടിരുന്ന എം.എൻ. വിജയൻ ടി. പത്മനാഭന്റെ കഥകളെപ്പറ്റി ചുണ്ടുകൾ പൂട്ടി നടന്നു എന്നതും ഒരുപക്ഷേ, അദ്ദേഹത്തെ ക്ഷോഭിപ്പിച്ച വികാരങ്ങളിലൊന്നായിരിക്കണം.

ഈയൊരന്തരീക്ഷം ഉമ്മർഭായി എന്ന കഥയും 'സംഘർഷ' ത്തിനും കാരണമായി എന്നു ഞാൻ കരുതുന്നു. വേദിയിൽ വെച്ച് പത്മനാഭനെ അപമാനിക്കാൻ ഒരു കൂട്ടർ മുതിർന്നു. പത്മനാഭൻ എന്ന കഥാകാരന്റെ സ്റ്റാറ്റസിനുനേരെയും വെല്ലുവിളികൾ ഉയർന്നു. അവരിൽ കൂടുതലും കമ്യൂണിസ്റ്റ് ബന്ധങ്ങൾ ഉള്ളവരായിരുന്നു. ദേശാഭിമാനി വാരികയുടെ പത്മനാഭൻ പ്രതിഷേധം അവരെയും സ്വാധീനിക്കാവുന്നതായിരുന്നുവല്ലോ. പത്മനാഭനാകട്ടെ അബുദാബി മലയാളി സമാജമെന്ന കോൺഗ്രസ് ബന്ധങ്ങളുള്ള ഒരു സംഘടനയുടെ പശ്ചാത്തലത്തിലാണ് അവിടെ വന്നിറങ്ങിയതാണ്.

പക്ഷേ, പത്മനാഭൻ എന്ന എഴുത്തുകാരനിലൂടെയാണ് അദ്ദേഹം ചരിത്രമാകാൻ പോകുന്നത് എന്ന വസ്തുത നിലനിൽക്കുന്നു. അവിടെയാകട്ടെ പ്രകാശം പരത്തുന്ന പെൺകുട്ടിയും ഗോലിയും കത്തുന്ന രഥചക്രവും കാലഭൈരവനും നളിനകാന്തികളായി ഉയർന്നു നിൽക്കുന്നു. അവയാകട്ടെ ലോകത്തെ മാനവികരായ ഉയർന്ന എഴുത്തുകാർ വെട്ടിത്തെളിയിച്ച പാതയിലൂടെത്തന്നെ എഴുതപ്പെട്ടതും അതിമനോഹരങ്ങളുമാണ്. വളരെ കാലത്തോളം ആ സൃഷ്ടികൾ വായിക്കപ്പെടുമെന്നുതന്നെയാണ് ഞാൻ കരുതുന്നത്.

(ഹിന്ദുവിശ്വ)

■

സി.വി. ശ്രീരാമൻ
വാസ്തുക്കൾ ഹരിക്കപ്പെട്ടവർ

ചരിത്രത്തിന്റെയും ഓർമ്മകളുടെയും നൈരന്തര്യമാണ് ശ്രീരാമൻ കഥകളിൽ ഒരു കാറ്റായി അലയടിക്കുന്നത്. ചിലപ്പോൾ തഴുകിയും മറ്റു ചിലപ്പോൾ മഹാപ്രവാഹമായും മാറുകയാണ് ആ കാറ്റ്. സ്നേഹത്തിന്റെയും മൂല്യബോധത്തിന്റെയും പൂമരം അവിടെ പൂത്തുലഞ്ഞു നിൽക്കുന്നുണ്ട്. നിരാസത്തിന്റെ വേദനയും കഥകളിൽ നിറയുന്നു. ജീവിതത്തിന്റെ സ്ഥായിയായ വിഷാദവും ഈ കഥകൾ പേറുന്നു. ഇരുപതാം നൂറ്റാണ്ടിന്റെ ആദ്യപകുതികളിൽനിന്നാണ് സി.വി. ശ്രീരാമന്റെ കഥകളുടെ പശ്ചാത്തലം വിരിയുന്നത്. രണ്ടാം ലോക മഹായുദ്ധം, ഇന്ത്യാവിഭജനം, കൽക്കത്ത, സിലോൺ, ബർമ്മ, സിങ്കപ്പൂർ, ആൻഡമാൻ ദ്വീപുകൾ എന്നിങ്ങനെയുള്ള ജീവിത പശ്ചാത്തലങ്ങളാണ് കഥകളിൽ നിറയുന്നത്. അവ പ്രവാസത്തിന്റെ ദുരിതങ്ങൾ പേറിയ *ആസ്സാംപണിക്കാരു*ടെ ആദ്യകാല രേഖകളിൽ ഉൾപ്പെടുന്നു.

പഴയകാലങ്ങൾ ഒരു മിത്തായി കടന്നുവരുന്നു. കയറും ഓടും കൈത്തറിതുണികളും കയറ്റി കൊളമ്പിലേക്കു പോകുമ്പോൾ തൂത്തുകുടിക്കപ്പുറം വച്ച് മുങ്ങിപ്പോയ ഒരു പത്തേമാരിയെ കടലിന്റെ ആഴങ്ങളിൽനിന്ന് കഥാകാരൻ ഉയർത്തിയെടുക്കുന്നുണ്ട്. പത്തേമാരിയെ *കൊട്ടുക* എന്നാണ് പറയുന്നത്. ആ *കൊട്ടുക*യിലാണ് ലൈലയെ കൊണ്ടുവന്നത്. അപ്പോൾ കൗസല്യ മൂത്തമ്മ മദ്രാസിൽ മെഡിസിനു പഠിക്കുകയായിരുന്നു. ആ കഥയിലെ കൗസല്യമൂത്തമ്മയ്ക്ക് മലയാളം വളരെ കുറച്ചു മാത്രമേ അറിയുമായിരുന്നുള്ളൂ. അവരുടെ വിരലുകൾ ഒരു പഴയ പിയാനോവിലാണ്. ഒരേ ഒരു മലയാളം പാട്ടേ കൗസല്യ മൂത്തമ്മ പിയാനൊവിൽ വിരലോടിച്ച് പാടിയിട്ടുള്ളൂ. അതും തികഞ്ഞ ഇംഗ്ലീഷ് ഈണത്തിൽ. "ദീപങ്ങൾ മങ്ങി കൂരിരുൾ തിങ്ങി മന്ദിരമൊന്നതാ കാൺമു മുമ്പിൽ...." ഇംഗ്ലീഷ് ഉച്ചാരണത്തിൽ തന്നെ. നല്ലവണ്ണം ശ്രദ്ധിച്ചാലേ വാക്കുകൾ

മലയാളമാണെന്ന് തോന്നു. സ്നേഹബന്ധങ്ങൾ നഷ്ടമായൊരു കാലമാണ് അവർ നിവർത്തുന്നത്. മനുഷ്യസ്നേഹം വേണ്ട, വെറുമൊരു സ്നേഹമെങ്കിലും. ഒരു വളർത്തുമൃഗമായ സയാമീസ് പൂച്ച തലമുറകളിലൂടെ വളർന്നു വന്നത് ഈ സ്നേഹരാഹിത്യത്തിന്റെ പ്രതീകമാണെന്ന് കഥാകാരൻ പറയുന്നു.

രണ്ടാം ലോകമഹായുദ്ധക്കാലത്ത് സിലോണിൽ ബോംബു വന്നു വീണപ്പോൾ ജീവനും കൊണ്ട് ഓടിപ്പോന്നവനാണ് നാരായണിയുടെ ഭർത്താവ്. തെങ്ങോലകൾക്കിടയിലൂടെ കൈതോലകൾ സുഗന്ധം പരത്തുന്ന കാറ്റിലൂടെയാണ് അവർ നടക്കുന്നത്. ഭർത്താവിന്റെ വീട്ടിലേക്കാണ് യാത്ര. അമ്മ വെളിച്ചെണ്ണപ്പം ഉണ്ടാക്കിയിരുന്നു. അതു മുളങ്കുട്ടയിലാക്കി തലയിൽവെച്ച് പണിക്കാരൻചെക്കൻ മുൻപിലും ഭർത്താവും അവളും പിറകിലുമായി നടന്നു. രണ്ടു പാടവും രണ്ടു കരയും നടക്കണം. വഴിയിൽ ചായക്കട കണ്ടപ്പോൾ ഭർത്താവു പറഞ്ഞു. "വരൂ, നമുക്ക് ചായ കുടിച്ചിട്ടു പോകാം." അവൾ പറഞ്ഞു, "അയ്യോ പെണ്ണുങ്ങളുണ്ടോ ചായക്ലബ്ബിൽ പോകുന്നു." അവൾ പെരുവഴിയിൽ നിന്നു. ചായ കുടിച്ചിട്ടു വരുമ്പോൾ അവൾക്കു പപ്പടവട കൊണ്ടുവന്നിരുന്നു. ആൽമരം കണ്ടപ്പോൾ ഭർത്താവു പറഞ്ഞു. "നമുക്ക് കുറച്ച് ഇവിടെ ഇരുന്നിട്ടു പോകാം. വീട്ടിൽ ചെന്നാലുണ്ടോ സ്വൈര്യമായി വർത്തമാനം പറയാൻ കഴിയുന്നു." എന്തെല്ലാം വർത്തമാനം പറഞ്ഞു. ഭർത്താവിന്റെ വീട്ടിലെത്തി ഒരു നാൾ കഴിഞ്ഞു. അപ്പോൾ ഭർതൃവീട്ടിൽ നിന്ന് ഒരുപാട് ചോദ്യങ്ങൾ. ഒപ്പം കുറെ കുത്തുവാക്കുകളും. നാലാംനാൾ ഭർത്താവു പറഞ്ഞു. "ഞാൻ നാളെ മടങ്ങിപ്പോവാണ്." "അയ്യോ, യുദ്ധമല്ലേ? യുദ്ധം കഴിഞ്ഞിട്ടു പോയാൽ പോരേ?" "ഇവിടെ അതിലും വലിയ യുദ്ധമല്ലേ?" എന്നാണ് ഭർത്താവിന്റെ ചോദ്യം. തനിക്ക് സംഘർഷങ്ങളിൽനിന്ന് മോചനമില്ല എന്നയാൾ അറിയുന്നു. അങ്ങനെ ഒരിക്കലും തിരിച്ചുവരാതിരിക്കാനായി അയാൾ പടനിലങ്ങളിലേക്കും യുദ്ധഭൂമികളിലേക്കും വിട പറഞ്ഞുപോയി.

ആനകൾക്കു കടന്നുപോകാനാകുന്ന ഒരു വലിയ തറവാടിന്റെ ആനവാതിൽക്കൽ ഗജരൂപിയായി ഒരു ശീമത്തമ്പുരാൻ ഉയർന്നു നിൽക്കുന്നു. അവിടെ വിഷാദം നിറഞ്ഞ പാട്ടിന്റെ ഈണങ്ങൾ ഉയരുന്നുണ്ട്. മെഴുകുതിരികൾ എരിയുന്നുണ്ട്. ചുരുട്ടിന്റെ ഗന്ധങ്ങൾ ഉയരുന്നുണ്ട്. ഇവിടെയും സ്നേഹത്തിന്റെ കഥകളാണ് ഉയർന്നു നിൽക്കുന്നത്.

അങ്ങനെ വാസ്തുക്കൾ ഹരിക്കപ്പെട്ടവരുടെ ഭൂമിയിലാണ് നാം അലയുന്നത് എന്നൊരു ജീവിതസത്യം അദ്ദേഹം അനാവരണം ചെയ്യുന്നു. ഈ വാസ്തു സ്നേഹംകൂടിയാണ്. The Deprived/

Dispossesed എന്ന അർത്ഥമാണ് ഇംഗ്ലീഷിൽ വാസ്തുഹാരയ്ക്ക് അർത്ഥമായി നൽകിയിട്ടുള്ളത്.

ജീവിതം എന്ന മഹാനദിയുടെ തീരത്ത് മോക്ഷം തേടിയിറങ്ങിയ മനുഷ്യരുടെ കഥകളും സി.വി. ശ്രീരാമൻ എഴുതി. ചവിട്ടിക്കുഴച്ച ഈർപ്പമുള്ള മണ്ണുകൊണ്ട് അദ്ദേഹം തന്റെ കഥകളുടെ ശില്പങ്ങൾ തീർത്തു. അദ്ദേഹത്തിന്റെ കഥകളുടെ ഒരു വലിയ പശ്ചാത്തലമായി നിറഞ്ഞുനിൽക്കുന്നത് ക്ഷേത്രഗോപുരങ്ങളും സ്നാനഘട്ടങ്ങളും കല്പടവുകളും പത്മതീർത്ഥങ്ങളുമാണ്. മോക്ഷം തേടിയലഞ്ഞ സിദ്ധാർത്ഥൻ ഈ നദികളുടെ കരയിലൂടെ നടന്നാണ് ബോധി വൃക്ഷത്തണലിൽ എത്തിച്ചേർന്നതത്രേ. ജീവിതപാപത്തിന്റെ ഭാരങ്ങളും ചുമന്ന് മനുഷ്യർ ഇപ്പോഴും ഈ നദീതീരങ്ങളിൽ അലയുകയാണ്. സമത്വസുന്ദര ചിന്തകൾകൊണ്ടു മാത്രം നമുക്ക് ഇതിനെ തിരുത്താനാകുന്നില്ല. നമ്മുടെ വികാരവിചാരങ്ങളോടൊപ്പം ഈ ലോകം സഞ്ചരിക്കുന്നതുമില്ല. ഗയാനദിക്കരയിലെ പുണ്യതീർത്ഥത്തിൽ വച്ച് പാണ്ഡേ ചോദിക്കുന്നു,

"എത്രയെത്ര മതങ്ങൾ ഈ മഗധദേശത്ത് പ്രതിഷ്ഠിച്ചു വച്ചു. ഒന്നും വേരോടിയില്ല. നമ്മുടെ ധർമ്മബോധങ്ങൾ എവിടെയുമെത്തിയില്ല."

ആഴം നിറഞ്ഞ കിണറ്റിലേക്കെത്തി നോക്കുന്ന പ്രതീതി. അപാരമായ ഈ ആഴം ജീവിതത്തിന്റെതന്നെ ആഴമാണെന്ന് നാം തെല്ലു പരിഭ്രാന്തിയോടെ, തിരിച്ചറിയുന്നു. ജീവിതത്തിന്റെ ഈ അപൂർണ്ണതയിലൂടെയാണ് സി.വി. ശ്രീരാമന്റെ കഥകൾ സ്വത്വം തേടുന്നത്.

യഥാർത്ഥ ജീവിതത്തിൽ സി.വി. ശ്രീരാമൻ ഒരു വക്കീലും അതിലുമുപരി ഒരു പാർട്ടി പ്രവർത്തകനുമായിരുന്നു. എഴുത്തുകാരൻ എന്നുകൂടി കൂട്ടിച്ചേർക്കാം. പക്ഷേ, എഴുത്ത് അബോധമനസ്സുകളിലാണല്ലോ അരങ്ങേറുന്നത്. ഒരു കഥയെഴുത്തുകാരനായി പിറന്ന ശ്രീരാമൻ ഒരു പുരോഗമന സാഹിത്യകാരന്റെ സാമ്പ്രദായിക പരിമിതികൾ ഭേദിക്കുകയും അവ ജീവിതത്തെക്കുറിച്ചുള്ള ആഴങ്ങൾ നിറഞ്ഞ ആത്മാന്വേഷണങ്ങളായി മാറുകയും ചെയ്തു. അടിയാനും ഉടയോനും തമ്മിലുള്ള സാമൂഹ്യവൈരുദ്ധ്യങ്ങൾ രൂക്ഷമായി നിലനിന്ന ഒരു കാലത്തു പോലും പൊന്തൻമാടയുടെയും ശീമത്തമ്പുരാന്റെയും അതിരുകളില്ലാത്ത സ്നേഹത്തെയാണ് അദ്ദേഹം പകർത്തിവച്ചത്. വലിയ കഥാകാരന്മാരെപ്പോലെ ഈ ഭൂമിയിൽ കഥ പറയാൻ മാത്രം ജനിച്ചവനാണ് സി.വി. ശ്രീരാമൻ. അവ ഊർജ്ജ്വവും തന്മയത്വവുമുള്ള കാലത്തിന്റെ അതിരുകൾ ഭേദിക്കുന്ന കഥകളായിരുന്നു.

നിങ്ങൾ പുരോഗമനകാരിയാണോ, ആധുനികനാണോ, ഉത്തരാധുനികനാണോ, പഴഞ്ചനാണോ എന്നിങ്ങനെ അവ്യക്തവും അസത്യവുമായ തരംതിരിവിലൂടെ ഒരു സാഹിത്യവും വായിക്കപ്പെടുന്നില്ല. ഒരു കൃതിയുടെ ഊർജ്ജം അതുൽപ്പാദിപ്പിക്കുന്ന ജീവിതവും മാനുഷികതയുമാണ്. ആ ഗുണങ്ങളാണ് കൃതിയെ കാലങ്ങളിലൂടെ നിലനിർത്തുന്നത്. ഒരു ചരിത്രകാലത്തെയും അവിടത്തെ മനുഷ്യരെയും ആ സാഹിത്യം രേഖപ്പെടുത്തിവയ്ക്കുന്നു. അങ്ങനെയാണ് ശ്രീരാമൻ കഥകൾ മലയാള കഥയിലെ അപൂർവ ജനുസ്സുകളായി മാറുന്നതും സുവർണ്ണകഥകളായി ഇടംതേടുന്നതും. മലയാള സാഹിത്യത്തിൽ മുൻനിരയിൽത്തന്നെയാണ് അദ്ദേഹം നിലക്കൊള്ളുന്നത്.

(മലയാളത്തിന്റെ സുവർണ്ണകഥകൾ - സി.വി. ശ്രീരാമൻ
എന്ന പുസ്തകത്തിനെഴുതിയ മുഖക്കുറിപ്പ്)

■

വായന

ഭാഗം രണ്ട്

നഷ്ടയൗവ്വനങ്ങളുടെ പാരീസ് കഫേകൾ

Art of memory with which Patric Modiano has evoked the most ungraspable human destinies and uncovered the life-world of the occupation. - **Nobel Prize Committee**

നഷ്ടയൗവ്വനങ്ങളുടെ പാരീസ് കഫേയിലേക്ക് കാണാൻ ചന്തമുള്ള ഒരു പെൺകുട്ടി കയറിവരുന്നു. കവികളും എഴുത്തുകാരും ബുദ്ധി ജീവികളും വിദ്യാർത്ഥികളുമടങ്ങുന്ന ഒരു കൂട്ടമാണ് അവിടത്തെ പതിവുകാർ. അറുപതുകൾ വരെ പാരീസിൽ വളരെ സജീവമായി രുന്ന ബൊഹീമിയൻ കാലഘട്ടത്തിന്റെ ഓർമ്മക്കുറിപ്പുകൾ കൂടി യാണ് ഈ കഫേകൾ.

കഫേ കോൻഡിക്ക് രണ്ടു വാതിലുകളുണ്ടായിരുന്നുവെങ്കിലും അതിലെ നന്നേ ഇടുങ്ങിയ വാതിലിലൂടെയാണ് അവൾ കടന്നുവന്നത്. കഥയിലുടനീളം 'നിഴൽവാതിൽ' എന്നാണ് ആ കവാടത്തെ അഭിസം ബോധന ചെയ്യുന്നത്. കോൻഡിയിലെ പതിവുകാരായ സക്കറി യായും കൂട്ടുകാരും പെൺകുട്ടിയെ ആരവത്തോടെ സ്വീകരിക്കുന്നു; അവളെ മാമോദീസ മുക്കിയെന്നു പ്രഖ്യാപിക്കുന്നു; ലൂക്കി എന്ന ഓമനപ്പേരു ചേർക്കുന്നു. സത്യത്തിൽ അവൾ തെല്ലൊന്നു പരിഭ്രമി ച്ചെങ്കിലും തന്റെ ഊരും പേരും മാറുന്നതിൽ അവൾക്ക് സന്തോഷ മേയുള്ളൂ. കാരണം ഓർക്കാൻ ഇഷ്ടമില്ലാത്ത അസ്വസ്ഥജനകമായ ഭൂതകാലത്തിന്റെ ഒരു തടവറയിൽനിന്നാണ് അവൾ വരുന്നത്. അതിൽനിന്ന് ഓടിയൊളിക്കാനാണ് അവൾ വർത്തമാനകാലത്തി ലേക്കു യാത്രയാകുന്നത്. അർദ്ധരാത്രി വരെ തുറന്നിരുന്ന ആ കഫേയുടെയും പതിവുകാരുടെയും ആരവങ്ങൾ പിന്നീട് നിശ്ശബ്ദ മായി. അവർ പാരീസിന്റെ അറിയപ്പെടാത്ത തെരുവുകളിലേക്കും അവിടത്തെ ചരിത്രത്തിലേക്കും പോയ്മറഞ്ഞു. വർഷങ്ങൾക്കുശേഷം കഫേ നിന്ന ഇടം പൊളിച്ച് അത്യാഡംബര വസ്തുക്കൾ വിൽക്കുന്ന

ഷോപ്പുകളായി മാറി. എന്നാൽ കടയുടമസ്ഥയായ ഫ്ളാസിന് ഭൂതകാലത്തിലെ ആ കഫേയും അതിലെ പതിവുകാരെയും ഒരിക്കലും മറക്കാനായില്ല. അതിലെ അന്തേവാസികളെക്കുറിച്ച് അവർക്ക് തെല്ലും പ്രതീക്ഷയുണ്ടായിരുന്നില്ല. ഒരാളും നേരെയാകില്ല. തെരുവുനായ്ക്കളെപ്പോലെ ജീവിച്ചവർ എന്നാണ് അവർ ആ കാലഘട്ടത്തെക്കുറിച്ചോർത്തെടുക്കുന്നത്. പക്ഷേ, അവർ ആർദ്രമായി പ്രതിവചിക്കുന്നു: "ആ കൂട്ടത്തിൽ എനിക്ക് ഏറ്റവും ഇഷ്ടം തോന്നിയത് ലൂക്കിയോടായിരുന്നു." ആ പരിസരത്തുള്ള ലുബേക്കെ, ലാ പെർഗോള എന്നീ കഫേകളെപ്പോലെത്തന്നെ കഫേ കോൻഡിയും വളരെ വൈകിയേ അടയ്ക്കുമായിരുന്നുള്ളൂ. പക്ഷേ കഫേ കോൻഡിക്ക് ഒരസാധാരണത്വമുണ്ടായിരുന്നു. പ്രകാശം പരത്തിയ ആ പെൺകുട്ടിയായിരുന്നുവോ ആ പ്രത്യേകതയ്ക്കു കാരണം?

ജാക്ലിൻ എന്നായിരുന്നു അവളുടെ യഥാർത്ഥ പേര്. പതിനഞ്ചു വയസ്സു പ്രായമുണ്ടായിരുന്നെങ്കിലും ഇരുപതിന്റെ വളർച്ചയുണ്ടായിരുന്നു. നേരംതെറ്റിയ മണിക്കൂറുകളിലെല്ലാം അവൾ നഗരത്തിന്റെ ഹൃദയപഥങ്ങളിൽ അലഞ്ഞുതിരിഞ്ഞു നടന്നു. പോലീസ്സ്റ്റേഷൻ രേഖകളിൽ അവളെ 'അസമയത്ത് അലഞ്ഞു നടക്കുന്ന ബാലിക' എന്നാണ് അടയാളപ്പെടുത്തിയിരുന്നത്. അവളെയോർത്ത് നിശ്ശബ്ദമായ നെടുവീർപ്പിടാൻ അമ്മയേയുണ്ടായിരുന്നുള്ളൂ. വളരെ ചെറുപ്പത്തിലേ ഫ്രാൻസിലെ ഒരജ്ഞാത ഗ്രാമത്തിൽനിന്ന് കുടിയേറിയവൾ. പിന്നീടൊരിക്കലും അവിടേക്കു തിരിച്ചുപോകാത്തവൾ. അച്ഛനാര് എന്ന് ജാക്ലിന് അറിയില്ല. രാത്രി ജോലിക്കു പോയി പിറ്റേദിവസം ഉച്ചയ്ക്കു മാത്രം തിരിച്ചെത്തുന്ന അമ്മ. "നമുക്കാരുമില്ല" എന്ന് അമ്മ എപ്പോഴും അവളോടു സങ്കടം പറഞ്ഞു. ഒരു വലിയ കെട്ടിടത്തിന്റെ അഞ്ചാംനിലയിൽ അമ്മയും മകളും ജീവിച്ചു. ഏകാന്തതയും അന്യതാബോധവും അരക്ഷിതത്വവും അവരെ വലയം ചെയ്തു നിന്നു. ജാക്ലിനെ പല സ്കൂളുകളിലും ചേർത്തുവെങ്കിലും അവിടെയൊക്കെ അവൾ തിരസ്കൃതയായി. അമ്മ ജോലിക്കു പോയാൽ തന്നെ വലയം ചെയ്ത നാലു ചുവരുകൾക്കുള്ളിൽ ശ്വാസംമുട്ടി അവൾ പുറത്തുകടന്നു. രാത്രി മുഴുവൻ തുറന്നിരിക്കുന്ന ബേക്കറിയിൽ നിന്ന് ഒരു ക്രോസ വാങ്ങി തിന്നുമ്പോഴാണ് ഒരിക്കൽ പോലീസുകാർ അവളെ സംശയത്തോടെ ചോദ്യം ചെയ്യുവാൻ കൊണ്ടുപോയത്. ജീവിതത്തിനു നേരെ നെടുവീർപ്പുകളുതിർത്തു ജീവിച്ച ഒരമ്മയുടെ വേദന എത്ര ചാരുതയോടെയാണ് മോദിയാനോ അനാവരണം ചെയ്യുന്നത്.

> "മറ്റൊരു രാത്രിയിൽ പൊലീസ് സ്റ്റേഷനിൽനിന്നെന്നെ കൂട്ടിക്കൊണ്ടുപോകാൻ വന്നപ്പോഴെന്നപോലെ. ശകാരമില്ല, ഭീഷണിയില്ല, സദുപദേശങ്ങളില്ല. അന്ന് ഞങ്ങൾ പരസ്പരം ഒന്നും

ഉരിയാടാതെ നടന്നു. ഗൂലോകോർ പാലം കടക്കവേ അമ്മ പിറുപിറുക്കുന്നത് ഞാൻ കേട്ടു. 'പാവം കുട്ടി.' പക്ഷേ, അതെന്നോടാണോ അതോ ആത്മഗതമായിട്ടായിരുന്നോ എന്നെനിക്ക് മനസ്സിലായില്ല. വീട്ടിലെത്തി. ഞാനുടുപ്പൊക്കെ മാറ്റി കിടക്കയിലേക്കു കയറിയശേഷമേ അവരെന്റെ മുറിയിലേക്കു കടന്നുള്ളു. എന്റെ കാൽക്കൽ അവർ ഒരുപാടുനേരം ഇരുന്നു. ഒന്നും മിണ്ടിയതേയില്ല. ഞാനും ഒന്നും പറഞ്ഞില്ല. അവസാനം അവർ ചെറുതായൊന്നു ചിരിച്ചു. 'അല്ലെങ്കിൽ നമുക്കെന്തുണ്ട് പറയാൻ അല്ലേ?' അന്നാദ്യമായി അമ്മയുടെ കണ്ണുകൾ എന്റെ മുഖത്ത് ഒരുപാടു നേരം പതിഞ്ഞു നിന്നു. എത്ര തെളിഞ്ഞ കണ്ണുകൾ. ചാരനിറമോ അതോ ഇളം നീലയോ? അതേ, ചാരം കലർന്ന നീല. അവർ മുന്നോട്ടാഞ്ഞ് എന്റെ കവിളിൽ മുത്തി. മുത്തം എന്ന് ശരിക്ക് പറയാനാവില്ല. ചുണ്ടുകൾ ധൃതിയിൽ മുട്ടിച്ചുവെന്നേ പറയാനാവൂ. നോട്ടം എന്നിൽത്തന്നെ. തെളിഞ്ഞ വിസ്മൃതിയിലാണ്ട കണ്ണുകൾ. അന്ന് വിളക്കണച്ച് പുറത്തേക്കു കടക്കുന്നതിനുമുമ്പ് അമ്മ പറഞ്ഞു 'ഇനിയിതാവർത്തിക്കരുത്.' ആദ്യമായിട്ടായിരുന്നു ഞങ്ങൾ തമ്മിൽ അങ്ങനെയൊരു വൈകാരികസമ്പർക്കമുണ്ടായത്."

പിന്നീട് ആ അമ്മയും ഭൂതകാലത്തിന്റെ തിരശ്ശീലയിലേക്ക് മറഞ്ഞുപോയി. അവൾ തീർത്തും അനാഥയായി.

തന്റെ ജീവിതത്തിന്റെ ഗതി മാറ്റാൻ അവൾ ആവുന്നത്ര ശ്രമിച്ചു. ഒരു മദ്ധ്യവയസ്കന്റെ പത്നിയായി. എന്നിട്ടും ഏകാന്തതയിൽനിന്നുള്ള മോചനവും സുരക്ഷിതത്വവും അവൾക്ക് ഒരിക്കലും കൈവന്നില്ല. തെല്ലു പ്രായക്കൂടുതലുള്ള ജാനെറ്റിനെയും, തന്നെ ഒട്ടൊക്കെ കണ്ടറിഞ്ഞ മുജ്ജന്മത്തിലെന്നോണം കടന്നുവന്ന റൊളാങ് എന്ന കാമുകനെയും ഗി ദു വേരെ എന്ന തത്ത്വജ്ഞാനിയായ പ്രപഞ്ചവ്യാഖ്യാതാവിനെയും അവൾ കണ്ടുമുട്ടുന്നു. ജാനറ്റുമായുള്ള സഹവാസത്തിലൂടെ മദ്യത്തിന്റെയും മയക്കുമരുന്നുകളുടെയും അപഥസഞ്ചാരങ്ങളുടെയും അടിമയാകുന്നു. എന്നാൽ അവിടെനിന്നും ഓടിയൊളിക്കുമ്പോഴാണ് അവൾ റൊളാങ് എന്ന ഹൃദയപ്പൊരുത്തമുള്ള കാമുകനെ കണ്ടെത്തുന്നത്. അവർ ആലംബഹീനരായ രണ്ട് ഏകാന്തജീവികളായിരുന്നു. ഗി ദു വേരെ എന്ന തത്ത്വചിന്തകൻ അവരെ ഒന്നിപ്പിച്ചു.

ജീവിതകാലത്ത് തന്നെ പിടിച്ചുലച്ച നാസി ഭീകരതകളും കൂട്ടക്കൊലകളും ഒരു ജൂതൻ കൂടിയായ എഴുത്തുകാരനെ അയുക്തികമായ ദർശനങ്ങളുടെ വക്താവാക്കുന്നുണ്ട്. വഴിയോരക്കഫേയിലെ പെൺകുട്ടിയെന്ന പുസ്തകത്താളുകളിലൂടെ അദ്ദേഹം അഴിക്കും തോറും മുറുകുന്ന ജീവിതത്തിന്റെ കാണാച്ചരടുകളിലേക്ക് നമ്മെ

നയിക്കുന്നു. എല്ലാം കുഴഞ്ഞു മറിയുന്നു. പിന്നീട് സ്വപ്നവും മിഥ്യയും ഇടകലർന്ന് അനേകം വിഭ്രമാത്മക ദർശനങ്ങളിലൂടെ അദ്ദേഹം നമ്മെ നയിക്കുന്നു. ജീവിതം ആവർത്തനങ്ങളുടെ കടങ്കഥയാണെന്ന നീഷേയുടെ വ്യാഖ്യാനം അദ്ദേഹം ഉയർത്തിക്കാണിക്കുന്നു.

ഗി ദു വേരെ എന്ന കഥാപാത്രം ജീവിതത്തിന്റെ അയുക്തികമായ വായനയ്ക്കുവേണ്ടി സമർപ്പിക്കപ്പെട്ടതത്രെ. പാരീസ് തെരുവിലെ വേഗ എന്ന പുസ്തകക്കടയിൽനിന്നാണ് ലൂക്കിയും റൊളാങ്ങും ഗി ദു വേരെയിലേക്ക് എത്തപ്പെടുന്നത്. അദ്ദേഹത്തിന്റെ പതിവു സമ്മേളനങ്ങൾക്കുള്ള ക്ഷണപത്രം പുസ്തകക്കച്ചവടക്കാരൻ നൽകുന്നു. എന്നിട്ട്, ഇതു നിങ്ങളെപ്പോലുള്ളവർക്കുള്ള ക്ഷണപത്രമാണെന്ന് അയാൾ പ്രത്യേകം പറയുന്നു. ക്ഷണം വിചിത്രമായിരുന്നുവെങ്കിലും അയാളുടെ കണ്ണുകളിൽ കനിവു നിറഞ്ഞു നിന്നു.

“ഞങ്ങളുടെ വായനകളിൽ അടിസ്ഥാനപരമായ ഭിന്നതകളുണ്ടായിരുന്നു. ജീവിതപ്രപഞ്ചരഹസ്യങ്ങൾ കണ്ടെത്തണമെന്ന പ്രതീതിയിലാണ് അവൾ വായിച്ചത്. പക്ഷേ പദങ്ങളുടെയും ശൈലികളുടെയും സംഗീതാത്മകതയാണ് എന്നെ ആകർഷിച്ചത്” എന്ന് റൊളാങ് ഓർക്കുന്നു. സമാനതകൾ ഏറെയുണ്ടായാലും വ്യക്തികൾ അടിസ്ഥാനപരമായി ഭിന്നരാണ് എന്ന് റൊളാങ് പ്രഖ്യാപിക്കുന്നു.

ഗി ദു വേരെ നിർദ്ദേശിച്ച പുസ്തകങ്ങളുടെ തലക്കെട്ടുകൾ - ഉപബോധമനസ്സിന്റെ അലൗകികത, ഉന്നതങ്ങളിലെ ദൈവിക സുഹൃത്ത്, മൗക്തിക ജപമാല, വെളിച്ചത്തിന്റെ രക്ഷകൻ, നിഗൂഢതയുടെ പനിനീർത്തോട്ടം എന്നിങ്ങനെ ജീവിതത്തിന്റെ പൊരുൾ തേടുന്ന പച്ചപ്പുസ്തകങ്ങളായിരുന്നു. പക്ഷേ, ഒന്നും ലൂക്കിക്കു വഴങ്ങിയില്ല. ഒരു ദിനം മുകളിലത്തെ നിലയിൽ നിന്നും താഴോട്ടെടുത്തു ചാടി അവൾ ജീവിതം അവസാനിപ്പിച്ചു. ലൂക്കിയുടെ മരണം ആഴങ്ങളിലെ ഒരു സമസ്യയായി മാറുന്നു. കഫേ കോൻഡിയിലെ പതിവുകാർക്ക് അതു സഹിക്കുവാനാകുന്നില്ല. എല്ലായ്പ്പോഴും സ്പഷ്ടമായ പദങ്ങൾ ഉച്ചരിക്കുന്ന ഗി ദു വേരെ പോലും നിരുദ്ധകണ്ഠനാകുന്നു. റൊളാങ്ങിനെയും ലൂക്കിയെയും അറിയുന്ന അജ്ഞാതനായ ഒരാൾ പിന്നീട് മരണവൃത്താന്തങ്ങളുടെ ചുരുളഴിക്കുന്നു. പക്ഷേ, റൊളാങ് സംശയത്തോടെ മിഴിച്ചുനിൽക്കുന്നു. ആരായിരുന്നു അയാൾ?

ഒരു കടംകഥപോലെ ദുരൂഹമായ ജീവിതത്തിന്റെ കഥയെഴുതുകയാണ് റൊളാങ്. കോൻഡി കഫേയിലെ പതിവുകാരനായിരുന്ന നാടകകൃത്തും കവിയുമായിരുന്ന ബോബ് സ്റ്റോംസിന്റെ കവിതയിലെ വരികൾ

"ആകാശം പിഞ്ഞിക്കൂട്ടിയ ഒരു സർക്കസ് കൂടാരം പോലെ ദുരവസ്ഥയിലെ കൂട്ടുകാരെ, ഈ രാത്രി ആസ്വദിക്കൂ..."

പൗരസ്ത്യകവി ഒമർ ഖയാമിന്റെ വരികൾ തന്നെയാണ് മോദിയാനോയിലൂടെ വാക്കുകളിലൂടെ നാം കേൾക്കുന്നത്.

"കഴിഞ്ഞുപോയ വേവലാതികളും വരാനിരിക്കുന്ന സംഭ്രാന്തികളും ഒത്തൊരുമിക്കുന്ന ഇന്ന്, പ്രിയരേ ഒഴിയുന്ന ചഷകങ്ങളിൽ വീണ്ടും മധു നിറയ്ക്കൂ."

എല്ലാ വലിയ എഴുത്തുകാരെയും പോലെ ആടിത്തിമിർത്ത് കടന്നുപോകുന്ന ഒരു മിഥ്യയാണ് ജീവിതമെന്ന് മോദിയാനോയും പ്രഖ്യാപിക്കുന്നു.

ജീവിതത്തിന്റെ ഓർമ്മകളെ സൂക്ഷ്മമായി പുറത്തെടുത്ത് അവ കലാപരമായി പുനരാവിഷ്ക്കരിക്കാനുള്ള അതീവവൈദഗ്ദ്ധ്യമാണ് അദ്ദേഹത്തെ കിടയറ്റ ഒരു സാഹിത്യകാരനാക്കിയതും തുടർന്ന് നോബൽ ജേതാവാക്കിയതും. വഴിയോരക്കഫേയിലെ പെൺകുട്ടിക്ക് നിദാനമായ പാരീസിന്റെ ആകാശം പിന്നീട് എത്രയോ മാറി മറിഞ്ഞു. പഴയ കഫേകളെല്ലാം ഒരു ബൊഹീമിയൻ സംസ്കാരത്തിന്റെ പ്രതീകമായി ചരിത്രത്താളുകളിലേക്ക് പിന്മാറി. സാജർമേൻ ബുളോവഡിലെ വേഗ പുസ്തകക്കടയും ഗി ദു വേരെയും ലൂക്കിയും പിന്നീട് അപ്രത്യക്ഷമായി. റൊളാങ് എന്ന കാമുകൻ ജീവിതത്തിന്റെ സായാഹ്നവേളയിൽ പാരീസിലെ തെരുവുകളിലൂടെ അലഞ്ഞു. ഒരു ദിനം ഗി ദു വേരെയുടെ വീട്ടിലെ പടർന്നു പുഷ്പിച്ചു കിടക്കുന്ന രോഹിണിവള്ളികളെ അയാൾ സ്വപ്നം കാണുന്നു. സ്വപ്നത്തിലെന്നോണം അയാൾ യാഥാർത്ഥ്യത്തെയും കണ്ടെത്തുന്നു - അതെ രോഹിണിവള്ളികൾ വിജനമായ ഗി ദു വേരെയുടെ വീട്ടിൽ പുഷ്പിണികളായി പടർന്നു പന്തലിച്ചു കിടക്കുന്നു. അപ്പോൾ അവൾ - ലൂക്കി അവിടെയുണ്ടായിരിക്കുമോ എന്ന് അയാൾ ആഗ്രഹിച്ചുപോകുന്നു. അവളുടെ ശബ്ദം കേൾക്കാനായെങ്കിൽ? അല്ലെങ്കിൽ അവളെന്നെ വിളിച്ചുവോ?

പാരീസിലെ അജ്ഞാതമായ തെരുവുകളിൽ അവർ ജീവിച്ച പ്രണയത്തിന്റെ ദീപ്തമായ സ്മരണകളുണ്ട്. ഒരു സ്വപ്നത്തിലെന്ന വണ്ണം കാലങ്ങൾക്കുശേഷം അവൾ വീണ്ടും കടന്നുവന്നു പറയുന്നു, "അതു നമ്മുടെ ഫ്ളാറ്റാണ്. നമ്മളിരുവരുമാണ് അവിടെ താമസിക്കുന്നത്. പുറത്തിറങ്ങും മുൻപ് നാം വിളക്കണെയ്ക്കാൻ മറന്നു പോയതാണ്. നായക്കുട്ടി നമ്മെയും കാത്ത് ഉറക്കമായിരിക്കുന്നു. ലോകാവസാനം വരെ ആ നായക്കുട്ടി നമ്മെ കാത്തു നിൽക്കും." ഇങ്ങനെ സ്വപ്നസാന്ദ്രമായ നിരവധി ഭ്രമാത്മകതകളിലൂടെ

ലൂക്കിയോടുള്ള അഗാധമായ പ്രണയത്തെയും ജീവിതമെന്ന മിഥ്യ യെയും എഴുത്തുകാരൻ പുനരാവിഷ്കരിക്കുന്നു.

പാരീസിനെ പകുത്തുകൊണ്ട് സിയോൺ നദി മാത്രം ഇടതടവി ല്ലാതെ ഒഴുകിക്കൊണ്ടിരുന്നു. അറുപതുകളിലെ യുവാക്കളൊക്കെ പടുവൃദ്ധന്മാരായി മാറി. എന്നാലും ഓർമ്മകൾക്കു മരണമില്ലല്ലോ. റൊളാങ്ങിന് തന്റെ ഓർമ്മകളിൽനിന്ന് ലൂക്കിയെ തുടച്ചു മാറ്റാനാകു ന്നില്ല.

> "ഇപ്പോഴും ചില രാത്രികളിൽ റോഡിലൂടെ നടക്കുമ്പോൾ ആരോ എന്നെ പേരു ചൊല്ലി വിളിക്കുന്നത് ഞാൻ കേൾക്കുന്നു. അല്പം നീട്ടിക്കുറുക്കി ഒരു പ്രത്യേകരീതിയിലാണ് അവൾ എന്റെ പേരു ച്ചരിക്കാറ്. എനിക്കുടൻ മനസ്സിലാകും. ലൂക്കി, ലൂക്കിയുടെ ശബ്ദം. ഞാൻ തിരിഞ്ഞു നോക്കും.ആരുമുണ്ടാവില്ല. രാത്രികാലങ്ങളിൽ മാത്രമല്ല, സ്ഥലകാലബോധം നഷ്ടമാവുന്ന വേനലിന്റെ മധ്യാഹ്ന ങ്ങളിലും എനിക്ക് ഈ അനുഭവം ഉണ്ടാകാറുണ്ട്. എല്ലാം പുനരാ വർത്തിക്കപ്പെടുന്നു എന്നൊരു തോന്നൽ. അതേ ദിവസം, അതേ രാത്രി, അതേ സ്ഥലം, അതേ കൂടിക്കാഴ്ചകൾ. നിലയ്ക്കാത്ത പുനരാവർത്തനം."

കഫേ കോൻഡിയിലെ നാലു പതിവുകാരുടെ ഓർമ്മകളുടെ ആഖ്യാനത്തിലൂടെയാണ് 'വഴിയോരക്കഫേയിലെ പെൺകുട്ടി' എന്ന ഈ നോവൽ അനാവൃതമാകുന്നത്. അതിലൊന്ന് ലൂക്കി തന്നെ യാണ്. മറ്റൊന്ന് റൊളാങ്. നോവലിന്റെ തുടിക്കുന്ന ഹൃദയതാളങ്ങൾ ആവാഹിച്ചുകൊണ്ട് വഴിതെറ്റിയ യാത്രക്കാരനെപ്പോലെ വായന ക്കാരനും തന്നെ വലയം ചെയ്തുനിൽക്കുന്ന അഭിശപ്തമായ ജീവിത ത്തിലേക്കു തിരിച്ചുപോകുന്നു.

(വഴിയോരക്കഫേയിലെ പെൺകുട്ടി
എന്ന പുസ്തകത്തിനെഴുതിയ മുഖക്കുറിപ്പ്)

dans le cafe da la jeunesse perdue - patrick modiano
(മാധ്യമം)

■

ബാഗ്ദാദിലേക്കുള്ള പാത

നിന്റെ കണ്ണുകൾ ദുർബ്ബലമാകുംമുമ്പേ,
നിന്റെ ആശയലോകം കലുഷിതമാകും മുമ്പേ
തിരക്കുകൾ നിറഞ്ഞ ഈ ഭാഷ
എത്രയോ ശാന്തമാണെന്ന് പഠിക്കുംമുമ്പേ
അവൻ വന്നെത്തും ഹുലാഗു* -
അവൻ പുസ്തകങ്ങളെ ചുട്ടുകരിക്കും.

- മിശിൽ ഹദാദ്

കഫ്ര് കറാം എന്ന ബദൂവിയൻ ഗ്രാമത്തിൽനിന്ന് ബാഗ്ദാദിലേക്കുള്ള പാത രക്തപങ്കിലമായിരിക്കുന്നു. ടാങ്കുകൾ, കവചിത വാഹനങ്ങൾ, പോലീസ്, പട്ടാളം, പരിശോധനകൾ, തകർന്ന കെട്ടിടങ്ങളുടെ അവശിഷ്ടങ്ങൾ, അഹങ്കാരത്തിന്റെ പ്രതീകമായി അമേരിക്കൻ സേനാമേധാവികൾ - സമാനതയില്ലാത്ത ഒരു തകർച്ചയുടെ ചിത്രങ്ങളിലൂടെയാണ് അയാളുടെ യാത്ര. ഒരു തരം വന്യമായ നിസ്സംഗതയിലൂടെയാണ് ആ യാത്ര കടന്നുപോകുന്നത്. അയാളുടെ ധാർമ്മികതയ്ക്ക് മുറിവേറ്റിരിക്കുന്നു. അഭിമാനം വിജൃംഭിതനായിരിക്കുന്നു. വിദേശീയമായ അധിനിവേശത്തിൽ സ്വന്തം ഗ്രാമത്തിനും അയാളുടെ കുടുംബത്തിനും സംഭവിച്ച അപമാനത്തിൽ മനംനൊന്ത് ഒരു ഫദീയനായിത്തീരാൻ (വിമോചനപ്പോരാളി) ലക്ഷ്യമില്ലാതെ ഇറങ്ങിത്തിരിച്ചവനാണ് ആ ചെറുപ്പക്കാരൻ.

മരുഭൂമികളിലെവിടെയോ മറഞ്ഞുകിടക്കുന്ന ഒരു ബദൂവി ഗ്രാമമാണ് കഫ്ര് കറാം. അവിടെയാണ് അയാൾ ജനിച്ചത്. വൈക്കോലും മണ്ണും കുഴച്ചുണ്ടാക്കിയ വീടുകൾക്കും തണലേകുന്ന ഈന്തപ്പനകൾക്കും ഇടയിലെ ഗ്രാമത്തിൽ നൂറ്റാണ്ടുകളായി സമാധാനപരമായി ജീവിതം നയിക്കുന്ന ഒരു ജനതയിലേക്ക് അധിനിവേശത്തിന്റെ കരിമേഘങ്ങൾ കടന്നുവരുന്നു. മരുഭൂമിയിലെ ഒരു കിണർപണിക്കാരന്റെ മകനായി

* ഹുലാഗു ഖാൻ - മംഗോളിയാ രാജാവ്. ലോകചക്രവർത്തിയായിരുന്ന ജെങ്കിഷ് ഖാന്റെ കൊച്ചുമകൻ. പന്ത്രണ്ടാം നൂറ്റാണ്ടിൽ ബാഗ്ദാദിൽ നിലനിന്ന ഇസ്ലാമിക ചൈതന്യം ഹുലാഗു തല്ലിക്കെടുത്തിയെന്നു ചരിത്ര പുസ്തകങ്ങൾ.

ജനിച്ച അയാളുടെ തലമുറ പുതിയ കാലഘട്ടത്തിൽ വിദ്യാഭ്യാസത്തിന്റെയും പുതിയ തിരിച്ചറിവിന്റെയും പാതയിലായിരുന്നു. എന്നാൽ ബാഗ്ദാദിലെ യൂണിവേഴ്സിറ്റിയിൽ ഉപരിപഠനത്തിനായി തിരഞ്ഞെടുക്കപ്പെട്ട ആ ചെറുപ്പക്കാരന്റെ ഉത്സാഹം ബാഗ്ദാദിലെ അമേരിക്കൻ ആക്രമണത്തോടെ നഷ്ടമായി.

> "ബാഗ്ദാദിന്റെ ആകാശം വിചിത്രമായ വെടിക്കെട്ടുകൊണ്ട് മുഴങ്ങാൻ തുടങ്ങി. രാത്രിയുടെ നിശ്ശബ്ദതയിൽ സൈറണുകൾ പ്രതിധ്വനിച്ചുകൊണ്ടേയിരുന്നു, കെട്ടിടങ്ങൾ സ്ഫോടനങ്ങൾക്കിരയായി, എങ്ങും പുകമറ. ഒരൊറ്റ ദിവസം കൊണ്ട് വികാരതീവ്രമായ പ്രണയകഥകൾ കണ്ണീരിലും രക്തത്തിലും കുതിർന്നൊലിച്ചുപോയി. അക്രമികൾ യൂണിവേഴ്സിറ്റി കൈയ്യേറി, എന്റെ സ്വപ്നങ്ങളും തകർന്നടിഞ്ഞു."

ലോകചരിത്രത്തിന്റെ ഐതിഹ്യങ്ങളും മിത്തുകളും ആരംഭിക്കുന്നത് മദ്ധ്യപൗരസ്ത്യമേഖലകളിൽനിന്നത്രെ. മഹാന്മാരായ രണ്ടു പ്രവാചകന്മാരുടെ ആസ്ഥാനം ഈ മേഖലയാകുന്നു. ബാബേൽ ഗോപുരത്തിന്റെ തകർച്ചയും ലോകസമൂഹത്തിന്റെ ചിതറലും, യേശുക്രിസ്തുവിനെ ഒറ്റിയ യൂദചരിത്രവും, ജൂത-പലസ്തീൻ ജനതകളുടെ ദുർവിധിയും ഇസ്ലാമിക സംസ്ക്കാരത്തിന്റെ ആവിർഭാവവും ഉയിർത്തെഴുന്നേല്പുമെല്ലാം ഈ ചരിത്രത്തിന്റെ അഭേദ്യഭാഗങ്ങളാണ്. അതോടൊപ്പംതന്നെ ഇസ്ലാമിക ഭിന്നതകളും ഗോത്രവൈര്യങ്ങളും അറബ്-പേർഷ്യൻ സമൂഹത്തിന്റെ പരമ്പരാഗതമായ കുടിപ്പകകളുംകൂടി ഈ ചരിത്രത്തിന്റെ ഭാഗമായി വർത്തിക്കുന്നു. പൈതൃകമായി ലഭിച്ച എണ്ണസമ്പത്ത് ഈ മേഖലയെ കൂടുതൽ കലുഷിതമാക്കുകയാണ് ചെയ്തത്.

മൂന്നു പതിറ്റാണ്ടു മുൻപു വരെയുള്ള മദ്ധ്യപൗരസ്ത്യചരിത്രം വിശകലനം ചെയ്യുമ്പോൾ ഒരു സുപ്രധാന വാചകം ഓർമ്മിക്കപ്പെടുന്നുണ്ട് - അമേരിക്കൻമോഹങ്ങളുടെ കൂറ്റൻപടക്കപ്പലുകൾ അറേബ്യൻ ഉൾക്കടലിലൂടെ മുക്രയിട്ടു നടന്നു. അതെഴുതുന്ന കാലത്ത് രണ്ടു ശാക്തിക ചേരികൾ നിലവിലുണ്ടായിരുന്നു. സോവിയറ്റ് യൂണിയനും അമേരിക്കയും. എന്നാൽ സോവിയറ്റ് യൂണിയന്റെ പതനത്തോടെ അമേരിക്കയുടെ സൈനികമായ ആധിപത്യം മിഡിൽ ഈസ്റ്റിൽ യാഥാർത്ഥ്യമായി. ഇസ്രായേലിന്റെ ഉറച്ച പിന്തുണക്കാരനായി, ആദ്യം ലെബനോണിന്റെയും പിന്നെ ഇറാഖിന്റെയും ഭൂപടങ്ങളിൽ ചോര വാർന്നുവീഴാൻ തുടങ്ങി. സിറിയൻപതനം ഇതിന്റെ തുടർച്ചയായി വായിക്കണം. മദ്ധ്യപൗരസ്ത്യ ദേശത്തെ സെക്കുലർ ഭരണകൂടങ്ങൾ നിലനിന്നിരുന്ന പൗരാണിക സാംസ്ക്കാരികകേന്ദ്രങ്ങളായിരുന്ന ബെയ്റൂട്ടും ബാഗ്ദാദും ഡമാസ്കസും ഫലത്തിൽ തകർക്കപ്പെടുകയാണുണ്ടായത്.

കഫ്ര് കറാമിന്റെ ഗ്രാമീണമായ ഒരു കഫേ സംസ്കാരം രൂപം കൊള്ളുന്നത് അവിടത്തെ ഒരു ബാർബർ ഷോപ്പിന്റെ പശ്ചാത്തലത്തിലാണ്. നാട്ടുകാർ അവിടെ കൂടിയിരുന്ന് തങ്ങളുടെ രാഷ്ട്രീയ കാഴ്ചപ്പാടുകളും അറിവുകളും പങ്കുവയ്ക്കുന്നു. സദ്ദാം ഹുസൈനാകട്ടെ നിഷ്കാസിതനായിരിക്കുന്നു. അവിടെ ബാത്ത് പാർട്ടി അനുകൂലികളുണ്ട്. വിരോധികളുമുണ്ട്. ഇസ്ലാമിക അനുകൂലികളുണ്ട്. ഒറ്റുകാരും വഞ്ചകന്മാരും ഉണ്ട്. വാദങ്ങൾക്കും പ്രതിവാദങ്ങൾക്കും ഇടയിൽ മുഴങ്ങിക്കേൾക്കുന്ന ഒരു വാദഗതി ഈ നോവലിന്റെ വീക്ഷണത്തെ സാധൂകരിക്കുന്നു. "നമ്മുടെ തെറ്റുകുറ്റങ്ങളെ സദ്ദാമിന്റെ ചുമലുകളിൽ ഇറക്കിവെയ്ക്കാൻ ഞാൻ സമ്മതിക്കില്ല. സമ്മതിച്ചു, അയാൾ ദുഷ്ടരാക്ഷസനായിരുന്നു. പക്ഷേ, അയാൾ നമ്മുടെ രാക്ഷസനായിരുന്നു. നമ്മളുമായി ബന്ധമുള്ളവൻ. എന്നാൽ ലോകത്തിന്റെ അങ്ങേ കോണിൽനിന്നു വന്ന് നമ്മെ ചതച്ചരയ്ക്കാൻ കൂട്ടുനിൽക്കുന്നതാണോ നിങ്ങൾക്കിഷ്ടം? അമേരിക്കൻ ജിഐമാർ, അവർ കാടന്മാരാണ്."

സുലൈമാൻ എന്ന സ്വന്തം ഗ്രാമത്തിലെ ബുദ്ധിമാന്ദ്യം സംഭവിച്ച കുട്ടിയെ സ്ഫോടകവസ്തുക്കൾ നിറഞ്ഞ ചാവേറായി സംശയിക്കാനേ അവർക്കാകൂ. അവരുടെ നിറതോക്കുകളിൽ നിഷ്കളങ്കനായ കുട്ടി ഒരു മാംസപിണ്ഡമായി ചിതറിത്തെറിക്കുന്നു. ഗ്രാമത്തെ പിടിച്ചുലച്ച നോവൽത്താളുകളിലെ ആ ദുരന്തം പിന്നീട് ഇറാഖ് എന്ന ദേശീയ ജീവിതത്തിന്റെ വൻപതനവുമായി കൂടിച്ചേരുന്നു.

ആത്മാഭിമാനം വീണ്ടെടുക്കാൻ ഇതിലെ കഥാനായകൻ വഴി കണ്ടെത്തുന്നത് സ്വയം ഒരു തീവ്രവാദിയും ചാവേറുമായി മാറുന്നതിലാണ്. മാംസക്കഷ്ണങ്ങൾ ചിതറുന്ന സ്ഫോടനങ്ങളിൽ മനസ്സ് ചിതറാതിരിക്കുക. തലയറുത്താലും ചോര ചീറ്റിവന്നാലും നിസ്സംഗനായി കണ്ടുനിൽക്കുക. വികാരങ്ങൾ നഷ്ടമാകുക. ഇത്രയുമായാൽ നിങ്ങൾക്കുമൊരു ചാവേറാകാൻ കഴിയും. ജീവിതത്തിന്റെ സാഫല്യമായി അവസാനം അയാൾ കാത്തിരുന്ന ഒരു ചാവേറായി മാറുകയാണ്. മനുഷ്യരെ കൂട്ടത്തോടെ കൊന്നൊടുക്കുന്ന പുതിയ തന്ത്രങ്ങളാണ് ചാവേറുകൾ മെനയുന്നത്. അങ്ങനെ ഒരു പരീക്ഷണശാലയിൽനിന്ന് വേർതിരിച്ചെടുത്ത മാരകവൈറസ് വാഹകനായി അയാൾ യൂറോപ്പിലേക്ക് പുറപ്പെടാൻ ബെയ്റൂട്ടിലെത്തിച്ചേരുകയാണ്. യൂറോപ്പിലെ ജനതയെ കൊന്നൊടുക്കുക എന്ന പ്രതികാരദാഹവുമായി അയാൾ വിമാനത്താവളത്തിൽ ഉപവിഷ്ടനായിരിക്കുന്നു. ഒരു നെടുനൊടിയിലെവിടെയോ തിരിച്ചറിവിന്റെയും വെളിപാടിന്റെയും വെളിച്ചം അയാളുടെ മനസ്സിലേക്ക് കയറിവരുന്നു.

> വിമാനത്താവളത്തിലെ വൃദ്ധ, ആകാംക്ഷയോടെ മൊബൈൽ വീണ്ടും വീണ്ടും നോക്കുന്ന വൃദ്ധ. പിതാവാകാൻ പോകുന്ന സന്തോഷം നിറഞ്ഞുനിൽക്കുന്ന പുരുഷമുഖം. ആലിംഗനബദ്ധരായി ചുംബിച്ചുകൊണ്ടിരിക്കുന്ന യുവമിഥുനങ്ങൾ...

> അവരൊക്കെ ജീവിക്കണം, ആയിരമായിരം കൊല്ലങ്ങളോളം ജീവിക്കണം. അവർക്ക് അതിനുള്ള അവകാശമുണ്ട്. അവരുടെ ചുംബനങ്ങളെ വെല്ലുവിളിക്കാൻ, അവരുടെ സ്വപ്നങ്ങളെ ചുട്ടുചാമ്പലാക്കാൻ, അവരുടെ പ്രതീക്ഷകളെ തകർക്കാൻ എനിക്ക് അധികാരമില്ല. അവകാശമില്ല.

പക്ഷേ കഥാനായകന്റെ വിധി രൂപപ്പെട്ടു കഴിഞ്ഞു. തീവ്രവാദി സംഘം അയാളുടെ വൈറസ് ബാധിതമായ ശരീരത്തെ വെടിയുണ്ട കൾക്ക് ഇരയാക്കുകയാണ്.

> ടയറുകൾ ചരലിൽ ഉരുളുന്ന ശബ്ദം. കാറിന്റെ വാതിലുകൾ തുറക്കുകയും വലിച്ചടക്കപ്പെടുകയും ചെയ്യുന്ന ശബ്ദം. കാല ടികൾ ഞങ്ങളെ സമീപിക്കുന്നു. എനിക്കുനേരെ ചീറിവരുന്ന വെടിയൊച്ചക്കുവേണ്ടി ഞാൻ കാത്തുകൊണ്ടിരുന്നു.
>
> ഞാൻ ഷകീറിനോടു പറയുകയാണ്.
>
> "അവരോടു പറയൂ വേഗമാവട്ടെയെന്ന്. എനിക്കു നിങ്ങളോടു വിദ്വേഷമില്ല, ഇനിയാരോടും എനിക്ക് ഒരു വിദ്വേഷവുമില്ല."

ഇവിടെ ഒരുപക്ഷേ അൽബേർ കാമുവിന്റെ അന്യനിലെ മെർ സോൾട്ടിനെ നാം യാദൃച്ഛികമായെന്നോണം ഓർത്തുവെന്നു വരാം.

ബാഗ്ദാദിന്റെ വിനാശകരമായ കഥ പറയാൻ ഇതിലെ കഥാ നായകൻ ബെയ്റൂട്ടിലൂടെ കടന്നുപോയി എന്നു പറയുന്നതും അർത്ഥ വത്തായിരിക്കുന്നു. അറബ് സംസ്ക്കാരത്തിന്റെ തകർച്ച പുതിയ കാല ഘട്ടത്തിൽ ആരംഭിക്കുന്നത് ബെയ്റൂട്ടിൽനിന്നാണല്ലോ. എത്രയോ പേടിസ്വപ്നങ്ങളിലൂടെയാണ് ഈ നഗരം ഒരിക്കൽ കടന്നുപോയതെന്ന് അയാൾ ചിന്തിക്കുന്നുണ്ട്.

പടയോട്ടങ്ങളുടെ രക്തപങ്കിലമായ ചരിത്രത്തിന്റെ തുടർച്ചകളി ലൂടെ കടന്നുപോയ ഒരു നഗരമാണ് ബാഗ്ദാദ്. മനുഷ്യസംസ്ക്കാര ത്തിന്റെ പുരാതന മാതൃകയായിരുന്ന മെസെപ്പൊട്ടോമിയൻ തീര ങ്ങളെ തഴുകുന്ന യൂഫ്രട്ടീസ് ടൈഗ്രീസ് നദികളിലൂടെ എത്രയോ ചോരപ്പുഴകൾ ഒഴുകിപ്പോയിട്ടുണ്ടാകാം. എന്നാൽ സുദീർഘമായ ഓട്ടോമൻ വാഴ്ചയ്ക്കുശേഷം മാത്രമാണ് ഒന്നാം ലോകമഹായുദ്ധ കാലത്ത് ബാഗ്ദാദ് അധിനിവേശത്തിന് ഇരയായത് എന്ന് ചരിത്ര പുസ്തകങ്ങളിൽ കാണുന്നു. പെരുമയുടെയും സംസ്ക്കാരത്തി ന്റെയും എത്രയോ കഥകൾ ഈ നഗരത്തിന് പങ്കുവയ്ക്കാനുണ്ട്. എന്നെ സ്വപ്നം കാണാൻ പഠിപ്പിച്ച നഗരം ഇതാണെന്ന് ഇതിലെ കഥാനായകൻ ഓർക്കുകകൂടി ചെയ്യുന്നുണ്ട്. ആയിരത്തൊന്ന് രാവു കളുടെ കഥകൾ പറഞ്ഞ നഗരം അറബ് ലോകത്തെ അനുഗൃഹീത ഗായകന്മാരുടെ ശംഖൊലികൾ നിറഞ്ഞ നഗരം. മദ്ധ്യപൂർവ്വദേശത്തെ മഹത്തായ സാംസ്കാരിക കേന്ദ്രം. അതാണ് ബാഗ്ദാദ്.

അധിനിവേശം ചവിട്ടിയരച്ച ഇറാഖിന്റെ ഗതകാലചിത്രങ്ങളെ കോർത്തിണക്കിക്കൊണ്ടാണ് 'ബാഗ്ദാദിന്റെ വിലാപം' എന്ന നോവൽ

എഴുതപ്പെട്ടിട്ടുള്ളത്. യാസ്മിനാ ഖാദ്രാ എന്ന അൾജീരിയൻ എഴുത്തുകാരന്റെ വിഖ്യാതമായ മൂന്നു ഫ്രഞ്ചു നോവലുകളിൽ (Trilogy) ഒന്നാണ് ഈ പുസ്തകം. അമേരിക്കൻ അധിനിവേശത്തെ തുടർന്ന് സദ്ദാം ഹുസൈൻ തൂക്കിലേറ്റപ്പെട്ടു. എന്നാൽ ഇറാഖ് ഇന്നും രക്തപങ്കിലമായ ഒരവസ്ഥയിൽ തുടരുകയാണ്. സദ്ദാമിന്റെ ശൂന്യതയിൽ പിന്നീട് മതതീവ്രവാദമാണ് അവിടെ ശക്തി പ്രാപിച്ചത്. മദ്ധ്യകാലത്തിന്റെ ചരിത്രമായി വായിക്കാൻ നാം ഭയപ്പെട്ടിരുന്ന മതപരമായ കുടിപ്പകകൾ പുതിയ നൂറ്റാണ്ടിന്റെയും ഭീകരമായ യാഥാർത്ഥ്യങ്ങളായി മാറുകയാണിപ്പോൾ.

ഇതെഴുതുമ്പോൾ കറുപ്പണിഞ്ഞ മതഭീകരവാദം ഇറാഖിനെയും ചുറ്റുമുള്ള ദേശങ്ങളെയും വളഞ്ഞിരിക്കുന്നു. ഇറാഖിന്റെ പുരാതന സംസ്ക്കാരത്തിന്റെ അവശേഷിപ്പുകളെ അവർ തകർത്തു തരിപ്പണമാക്കിക്കൊണ്ടിരിക്കുകയാണ്. പിരമിഡ്, സ്ഫിംഗ്സ് (sphinx) തുടങ്ങി ലോകം വിലമതിക്കുന്ന മഹത്തായ പൈതൃകങ്ങളുടെ (heritage) സൂക്ഷിപ്പുകൾക്കും ഭീഷണികൾ നേരിട്ടുകൊണ്ടിരിക്കുന്നു. ഇങ്ങനെ സങ്കീർണ്ണമായ അവസ്ഥയുടെ പശ്ചാത്തലത്തിലാണ് ബാഗ്ദാദിന്റെ വിലാപങ്ങൾ എന്ന നോവൽ വായിക്കേണ്ടത്.

പലസ്തീൻ വിമോചന സംഘടനയുടെ ആരാധ്യനായ യാസർ അറാഫത്ത്, ഇറാഖിന്റെ സദ്ദാം ഹുസൈൻ, ലിബിയയിലെ ഗദ്ദാഫി തുടങ്ങിയവരുടെ ചരിത്രത്തിൽ നിന്നുള്ള കലുഷിതമോ രക്തപങ്കിലമോ ആയ തിരോധാനങ്ങൾ, ബോംബാക്രമണങ്ങളിലും സ്ഫോടനങ്ങളിലും തകർന്ന ബെയ്റൂട്ടിന്റെയും ബാഗ്ദാദിന്റെയും ആലപ്പോയുടെയും തെരുവുകൾ, അവിടത്തെ ജനതയുടെ അവസാനിക്കാത്ത ദുരിതങ്ങളും ദീനാലാപങ്ങളും എന്നിങ്ങനെ വളരെ സങ്കീർണ്ണവും ദുഃഖകരവുമാണ് സമകാല മിഡിൽ ഈസ്റ്റിന്റെ ചരിത്രം.

അധിനിവേശത്തിനും തീവ്രവാദത്തിനുമെതിരെ നിലകൊള്ളുന്നതാണ് ലോകപ്രസിദ്ധനായ യാസ്മിനാ ഖാദ്രയുടെ നോവൽ. രക്തപങ്കിലമായ ടൈഗ്രീസ് തീരങ്ങളിൽ വിസ്ഫോടനങ്ങൾക്കും ചിതറുന്ന കബന്ധങ്ങൾക്കുമിടയിൽ ഉയരുന്ന ബാഗ്ദാദിന്റെ നിലവിളികൾ, സദ്ദാംഹുസൈന്റെ കാലശേഷം എഴുതപ്പെട്ട നോവൽ എന്നിങ്ങനെയുള്ള പശ്ചാത്തലങ്ങളാണ് 'ബാഗ്ദാദിന്റെ വിലാപങ്ങൾ' എന്ന കൃതിയുടെ പ്രാധാന്യം വിളിച്ചറിയിക്കുന്നത്. അന്ധമായ തീവ്രവാദങ്ങൾ നമ്മെ എവിടെയും എത്തിക്കില്ലെന്ന് നോവലിസ്റ്റായ യാസ്മിനാ ഖാദ്രാ തെളിച്ചു പറയുന്നു. മദ്ധ്യപൂർവ്വ ദേശത്ത് ഒരു തീവ്രവാദി എങ്ങനെ സൃഷ്ടിക്കപ്പെടുന്നു എന്ന ചോദ്യത്തിനും കൂടി ഉത്തരം കണ്ടെത്തുകയാണ് ഈ നോവൽ.

(ഗ്രീൻ ബുക്സ് പ്രസിദ്ധീകരിച്ച യാസ്മിനാ ഖാദ്രായുടെ 'ബാഗ്ദാദിന്റെ വിലാപങ്ങൾ' എന്ന നോവലിനെഴുതിയ കുറിപ്പ്)

Les Sirenes de Bagdad - Yasmina Khadra

(മലയാളം വാരിക) ■

ആവിഷ്ക്കാരത്തിന്റെ ഇന്ദ്രജാലങ്ങൾ

ജീവിതത്തേയും വിധിയേയും കോർത്തിണക്കി അതിസൂക്ഷ്മമായ വസ്തുതകളുടെ പിൻബലത്തോടെ ഒരു ഹിപ്നോട്ടിക് ശൈലിയിൽ എഴുതപ്പെട്ട മഹത്തായ കലാസൃഷ്ടിയത്രെ പ്രവചിക്കപ്പെട്ട ഒരു മരണത്തിന്റെ പുരാവൃത്തം. ഗബ്രിയേൽ ഗാർസിയാ മാർക്വിസിന്റെ നോവലുകളിലെ വ്യതിരിക്തമായ ഒരു ധാരയാണ് ഈ കൃതി. വെബ്സൈറ്റുകളും, നിരൂപകന്മാരും പലപ്പോഴും ഒരു ഷെർലക് ഹോംസ് കഥയ്ക്കു സമീപം ഈ കൃതിയെ തളച്ചിടുന്നതായി കാണുന്നു. അവരാകട്ടെ ആവിഷ്ക്കാരങ്ങളുടെ നവീനതകളിലേക്ക് ഉയരുന്ന എഴുത്തുകാരനായ ഒരു കുലപതിയെ കാണാതിരിക്കുകയാണ് ചെയ്യുന്നത്.

തോമാസ് ഹാർഡിക്ക് സസെക്സ് പോലെയോ, റോബർട്ട് ഫ്രോസ്റ്റിന് ന്യൂ ഇംഗ്ലണ്ട് പോലെയോ, സ്റ്റൈൻബക്കിന് സാലിനാസ് താഴ്വാരം പോലെയോ ആണ് മാർക്വിസിന് കരീബിയൻ ആകാശങ്ങൾ. ദുഃഖസാന്ദ്രമായ കരീബിയൻ ആകാശങ്ങൾക്കു താഴെ *പ്രവചിക്കപ്പെട്ട ഒരു മരണത്തിന്റെ പുരാവൃത്തം* അരങ്ങേറുന്നു. ഇത് കരീബിയ ഉൾക്കൊള്ളുന്ന ഒരു മുഴുവൻ ഭൂഖണ്ഡത്തിന്റെ ദുഃഖമാണെന്ന് പറയാം. അവിടെ ആകാശം മേഘാവൃതമായിരിക്കുന്നു. മാനം താഴത്തേക്കിറങ്ങി വന്നിരിക്കുന്നു. കെട്ടിക്കിടക്കുന്ന വെള്ളം കനത്ത ഗന്ധം ഉയർത്തുന്നു. നിർഭാഗ്യങ്ങളുടെ മഴച്ചാറലുകൾ നേർത്ത അടരുകളായി പൊഴിയുന്നു. സീയൂസ് ഭവനം സ്ഥിതിചെയ്യുന്ന കുന്നിൻപുറത്തുനിന്ന് നോക്കിയാൽ ചന്ദ്രവെളിച്ചത്തിൽ കുളിച്ചു നിൽക്കുന്ന നീലനിറമാർന്ന വാഴത്തോപ്പുകളും ദുഃഖപൂർണ്ണമായ ചതുപ്പുനിലങ്ങളും കരീബിയൻ ചക്രവാളങ്ങളുടെ തിളക്കവും നിങ്ങൾക്ക് കാണാനാകുന്നു. അവിടെ കടൽക്കാറ്റ് വീശുന്നുണ്ട്. നക്ഷത്രങ്ങളെ നിങ്ങൾക്ക് കയ്യെത്തിപ്പിടിക്കാം. കടലിൽ നിന്നാലയടിക്കുന്നത് ഒരു തുടർവെളിച്ചത്തിന്റെ ദീപ്തിയാണ്. ലാറ്റിനമേരിക്കയുടെ പീഡിതമായ ചരിത്രത്തിലേക്കുള്ള

ഒരുൾക്കാഴ്ചയാണത്. സെനിഗാളിൽ നിന്ന് കറുത്തവരേയും വഹിച്ചു വരുന്ന ഒരു കപ്പൽ കാർട്ടിഗ് ഡി ഇന്ത്യാസിന്റെ സമുദ്രത്തിന് കുറുകെയായി മുങ്ങുകയായിരുന്നുവെന്നും, അതിലെ പീഡിതനായ ഒരടിമയുടെ ആത്മാവിന്റേതാണ് ആ വെളിച്ചമെന്നും ഗ്രന്ഥകാരൻ നമുക്ക് പറഞ്ഞു തരുന്നു. കുന്നിൻചെരുവിലെ ചെങ്കുത്തായ താഴ്വാരത്തിലെ സെമിത്തേരിയിലെ സെയിന്റ് ആൽമോസിന്റെ ചിതയിൽ നിന്ന് ഊർന്നുവീഴുന്ന വെളിച്ചം ലാറ്റിനമേരിക്കൻ മിത്തുകളിലേക്ക് ഉൾക്കാഴ്ച പകരുന്നു. പിന്നെ കരീബിയന്റെ ഉപ്പിൽ വറുത്തെടുത്ത ഊഷരമായ ഇന്ത്യൻ ഗ്രാമങ്ങളിൽ അരങ്ങേറുന്ന ഉന്മാദം നിറഞ്ഞ വിചിത്ര പ്രണയകഥകളും നിങ്ങൾക്ക് കേൾക്കാനാകുന്നു. അവിടെ വേലിയേറ്റമുള്ള രാത്രികളിൽ കുളിമുറികളിൽ വെള്ളം നിറയുമെന്നും, കിടപ്പുമുറികളിലെ പ്രഭാതങ്ങളിൽ മത്സ്യങ്ങൾ പിടയ്ക്കുമെന്നുമുള്ള വാർത്തകളും നിങ്ങൾ ഗ്രഹിക്കുന്നു.

അസംബന്ധങ്ങളെ(absurdity)ക്കുറിച്ചുള്ള വേവലാതികൾ നിത്യജീവിതത്തിന്റെ വ്യവഹാരങ്ങളായി മാറുമ്പോൾ, അവ്യാഖ്യേയവും, അപ്രതീക്ഷിതവുമായ ഒന്നിനുവേണ്ടിയാണ് നാമെപ്പോഴും ഒരുങ്ങിയിരിക്കേണ്ടത് എന്നൊരു നിരൂപകമതം പ്രബലമാകുമ്പോൾ *പ്രവചിക്കപ്പെട്ട മരണത്തിന്റെ പുരാവൃത്തത്തിൽ* ജീവിതത്തിന്റെ നിഗൂഢവും, സങ്കീർണ്ണവുമായ നിഴലുകൾ പതിയുന്നത് നാം കണ്ടെത്തുന്നു. വിധിയുടെ ദുരന്തപൂർണ്ണമായ നിസ്സഹായതകളിൽനിന്ന് മനുഷ്യന് മോചനമില്ല എന്ന് എഴുത്തുകാരൻ പറയുന്നു. പലപ്പോഴും അത് ഒരു ഗ്രീക്ക് ട്രാജഡിയോളം വന്നെത്തുന്നു. ശത്രുക്കളുടെ കൊലക്കത്തികളിൽ നിന്ന് രക്ഷനേടാൻ ആർത്തലച്ചു വരുന്ന മകനു മുമ്പിൽ വാതിൽ കൊട്ടിയടയ്ക്കുന്ന ഒരമ്മയുടെ ദുർവിധി ഒന്നോർത്തുനോക്കൂ. ഒരു വിധി വൈപരീത്യത്തിന്റെ വിരുദ്ധോക്തി(Paradox)യിലേക്കു കഥ തെന്നിവീഴുമ്പോൾ, അമർഷത്തിന്റെ മുയൽകുടലുകൾ തിന്നു ശീലിച്ച നായ്ക്കൾ അവസാനം യജമാനന്റെ കുത്തിമലർത്തിയ കുടലുകൾക്കായി മുറവിളി കൂട്ടിയെന്നൊരു അസംബന്ധം നാം കേൾക്കാനിടവരുന്നു. വർഷങ്ങൾക്കു മുമ്പ് സംഭവിച്ച ഒരു കൊലപാതകത്തിന്റെ ചുരുൾ നിവർത്തുകയാണ് ഈ കഥയിൽ. പക്ഷേ ചുരുൾ പൂർണ്ണമായും നിവരുന്നില്ല. നിഗൂഢതകൾ അവശേഷിക്കുന്നു. ഈ നിഗൂഢതകളെ ജീവിതത്തിനുതന്നെ വിട്ടുകൊടുക്കുകയാണ് എഴുത്തുകാരൻ ചെയ്യുന്നത്. കൊലചെയ്യപ്പെട്ട സാന്തിയാഗോ നാസർ എന്ന കഥാപാത്രം പൂർണ്ണമായ നന്മയുടേയോ, പൂർണ്ണമായ തിന്മയുടേയോ വക്താവല്ല. എന്നാൽ അയാൾ നിരപരാധിയായിരുന്നു എന്നൊരു ആത്മഗതം വായനക്കാരനെ അലട്ടുന്നുണ്ട്. പിന്നെയെന്തിനാണ് സാത്വികയായ ആഞ്ചെലാ വിക്കാറിയോ എന്ന കഥാപാത്രം അവനെ ഒരു ശിക്ഷയുടെ ബലിപീഠത്തിലേക്ക് നയിച്ചത് എന്ന് വായനക്കാരൻ വിസ്മയം

കൊള്ളുകയും ചെയ്യുന്നു. താനൊരിക്കലും ചെയ്യാത്ത ഒരു കുറ്റത്തിന്റെ പേരിൽ വധശിക്ഷയ്ക്കു വിധേയനാകുന്ന കാഫ്കയുടെ വിചാരണ (Trial)യെ ഈ കൃതി ഓർമ്മിപ്പിക്കുന്നുണ്ട്.

ഫ്രാൻസ് കാഫ്ക തന്നെ ഏറ്റവുമധികം സ്വാധീനിച്ച ഒരെഴുത്തുകാരനാണെന്ന് മാർക്വിസ് എടുത്തു പറയുന്നുണ്ട്. തന്റെ ആദ്യകാല കൃതികളിൽ കാഫ്ക സ്വാധീനം വളരെ പ്രകടമായിരുന്നുവെന്ന് അദ്ദേഹം സമ്മതിക്കുകയും ചെയ്യുന്നു. പിൽക്കാലത്ത് നൂതനമായ ഒരാവിഷ്ക്കാര ഭ്രമത്തിലേക്കുള്ള ചൂണ്ടുപലകമാത്രമായി ആ സ്വാധീനം മാറി എന്നദ്ദേഹം ഏറ്റുപറയുന്നു. കുറ്റബോധത്തിന്റേയും വിധിയുടേയും ഉത്ക്കണ്ഠയുടേയും വിഷാദാത്മക എഴുത്തുകാരനായിരുന്നു ഫ്രാൻസ് കഫ്ക. എന്നാൽ മാർക്വിസ് എന്ന എഴുത്തുകാരന്റെ മുമ്പിലെ യാഥാർത്ഥ്യം മറ്റൊന്നായിരുന്നു. ഇല്ലായ്മയും, ചൂഷണവും, വികസനരഹിതവുമായ ഒരു ഭൂഖണ്ഡത്തിന്റെ വിഹ്വലതകൾ നിറഞ്ഞ എഴുത്തുകാരനാകുക എന്നൊരു ചരിത്ര നിയോഗമാണ് അദ്ദേഹത്തിന്റേത്. എന്നാൽ ഈ കൃതിയിലൂടെ യുക്തിനിബദ്ധമല്ലാത്ത ജീവിതത്തിന്റെ മനുഷ്യകഥാനുഗായിയായി അദ്ദേഹം മാറ്റുകയും കാഫ്കയിലേക്ക് ഭാഗികമായെങ്കിലും മടങ്ങിപ്പോവുകയും ചെയ്യുന്നു. എന്നാൽ അദ്ദേഹം ജീവിതത്തിന്റെ നേരെ ഒരു നിഷേധക്കുറിപ്പെഴുതുന്നില്ല എന്നതാണ് ശ്രദ്ധേയം. മറിച്ച് ലാറ്റിനമേരിക്കയിലെ അധികാരത്തിന്റെ ഇടനാഴികളിലെ ഏകാധിപതികൾക്കും, പുരോഹിത വർഗ്ഗങ്ങൾക്കുമെതിരെ കലഹിക്കുകയും, ദുഷ്പ്രഭുത്വങ്ങളെ തുറന്നു കാട്ടുകയും ചെയ്യുന്ന പ്രക്രിയ ഈ കൃതിയിലും ആവർത്തിച്ചിരിക്കുന്നു.

പീഡിതരുടെ നെടുവീർപ്പുകൾ കരീബിയന്റെ ഈർപ്പം കലർന്ന ആകാശങ്ങളിലേക്കുയരുന്നു. പിന്നെ നെടുവീർപ്പുകൾ ഒരു പ്രതികാര ബുദ്ധിയിലേക്ക് കടന്നു കയറുന്നു. വിക്ടോറിയ ഗുസ്മാൻ എന്ന വീട്ടുവേലക്കാരിയുടെ ചിത്രം അതാണ്. യൗവ്വനത്തിന്റെ നിറവുകളിൽ ഇബ്രാഹിം നാസറുടെ ലൈംഗിക കേളികൾക്കിരയായവളായിരുന്നു അവൾ. പണിസ്ഥലത്തെ കുതിരാലയങ്ങളിൽ ഒരിക്കൽ അവരുടെ പ്രേമചേഷ്ഠകൾ നിർബ്ബാധം അരങ്ങേറി. പ്രേമം മടുത്തപ്പോൾ അവൾ അയാളുടെ അടുക്കളപ്പണിക്കാരിയായി. അമർത്തിവെച്ച വിദ്വേഷങ്ങളിലൂടെയാണ് അവളുടെ ജീവിതം മുന്നോട്ടു നീങ്ങുന്നത്. പിന്നീട് ചരിത്രം സാന്തിയാഗോ നാസറിലൂടെ തന്റെ മകളേയും നശിപ്പിക്കുമെന്ന് മനസ്സിലാക്കിയപ്പോൾ ചോരവാർന്നൊഴുകുന്ന ഒരടുക്കളക്കത്തിയെടുത്ത് അവനെ താക്കീതു ചെയ്യുവാനും അവൾ മടിക്കുന്നില്ല. "അവൻ അവന്റെ അച്ഛനെപ്പോലെത്തന്നെയായിരുന്നു - വെറുമൊരു തീട്ടം" എന്ന വിദ്വേഷത്തിന്റെ മൊഴികൾ അവളിലൂടെ

പുറത്തു ചാടുന്നു. സാന്തിയാഗോ നാസറുടെ കൊലപാതകം തടയുവാൻ വിക്ടോറിയാ ഗുസ്മാന് കഴിയുമായിരുന്നു. പക്ഷേ ദുഷ്പ്രഭുത്വത്തിന്റെ പരമ്പരകൾ നശിച്ചു പോകട്ടെ എന്നാണവൾ ഉള്ളു കൊണ്ടാഗ്രഹിച്ചത്.

വിക്ടോറിയാ ഗുസ്മാന് മറ്റാരിലോ പിറന്ന ഡിവീനാ ഫ്ളോർ എന്ന പെൺകുട്ടി നിഷ്കളങ്കയും ചകിതയുമായിരുന്നു. വർഷങ്ങൾക്കു ശേഷം ഡിവീനാ ഫ്ളോറിനെ കണ്ടുമുട്ടുമ്പോൾ -

"അവളുടെ മുഖം വാടിയിരുന്നു. അവൾ തടിച്ചിരുന്നു. ഇതര പ്രണയങ്ങളിലെ സന്തതികൾ അവളെ വലയം ചെയ്തിരുന്നു."

എന്നിങ്ങനെ വിഷാദമാർന്ന ഒരു ചിത്രമാണ് ഗ്രന്ഥകാരന് അവളെപ്പറ്റി നൽകാനുള്ളത്. തലമുറകളിലൂടെ തങ്ങളിൽ വന്നുപതിച്ച പീഡിതവും, അഭിശപ്തവുമായ ജീവിതശൈലികൾക്ക് മാറ്റമില്ല എന്ന് ഇവിടെ സൂചിപ്പിക്കപ്പെടുകയും ചെയ്യുന്നു.

പൗരോഹിത്യം ഇവിടെ ഒരു ധൂർത്തചിത്രമാകുന്നു. പൂവൻകോഴികളും, പന്നിക്കുഞ്ഞുങ്ങളുമായി ബിഷപ്പിനെ വരവേൽക്കാൻ വന്നണയുന്ന ഒരു പാവപ്പെട്ട ജനസമൂഹത്തിന്റെ ബദ്ധപ്പാടുകൾ ഇവിടെ തന്മയത്വത്തോടെ ചിത്രീകരിക്കപ്പെടുന്നുണ്ട്. ബിഷപ്പാകട്ടെ സജ്ജീകരിക്കപ്പെട്ട ഒരു ബോട്ടിൽ ആർഭാടസമേതം അകമ്പടികളുമായി വന്നെത്തുന്നു. ബിഷപ്പിന്റെ ആർഭാട ജീവിതത്തിന് പൂവൻകോഴികൾ സൂപ്പൊരുക്കുന്നു. "പൂവൻകോഴിയുടെ മാംസം മാത്രം പറിച്ചെടുത്ത് ബാക്കി ഭാഗം മാലിന്യങ്ങളിലേക്കെറിഞ്ഞു കളയുന്ന ആ മനുഷ്യന്റെ ആശീർവാദത്തിൽ എനിക്കൊട്ടും വിശ്വാസമില്ല" എന്ന് നോവലിലെ ഒരു പ്രധാന കഥാപാത്രം ചിന്തിക്കുന്നു. "ഈ ബിഷപ്പ് ബോട്ടിൽനിന്ന് ഒന്നിറങ്ങി വരികവരെ ചെയ്തില്ല. അദ്ദേഹം ഈ നഗരത്തെ വെറുക്കുന്നു" എന്നാണ് മറ്റൊരു അഭിപ്രായം. സത്യത്തിൽ സംഭവിക്കുന്നതും അതുതന്നെയാണ്.

"അതൊരു പലായനത്തിന്റെ മായാചിത്രമായിരുന്നു. ജെട്ടിയിലെ ജനക്കൂട്ടത്തിന് അഭിമുഖമായി ബിഷപ്പ് വായുവിൽ ഒരു കുരിശിന്റെ ചിത്രം വരച്ചു. പിന്നെ തികച്ചും യാന്ത്രികമായി ബോട്ട് കൺമുമ്പിൽ നിന്ന് മറയുന്നതുവരെ അതാവർത്തിച്ചുകൊണ്ടിരുന്നു."

അല്പം പരിഹാസത്തിൽ ചാലിച്ചെഴുതിയ ഈ വിവരണവും, പൂവൻ കോഴികളുടെ കരച്ചിലുകൾ ഉയർത്തുന്ന പ്രകമ്പനവും കൂടിക്കലർത്തുമ്പോൾ പരിഹാസത്തിന്റെ ഒരു മൂർത്തചിത്രം വിരിയുന്നു. പൗരോഹിത്യം ജനങ്ങളിൽ നിന്നകലുന്നു എന്നും ധൂർത്തുകളിൽ മുഴുകി അവർ ജീർണ്ണതയുടെ പ്രതീകങ്ങളാകുന്നു എന്നും സ്ഥാപിക്കപ്പെടുന്നു.

അഭ്യന്തരകലാപങ്ങളുടെ അവസാനമാണ് അറബികൾ കരീബിയനിലേക്ക് കുടിയേറാൻ തുടങ്ങിയത്. അവർ പ്രധാനമായും തുർക്കി വംശജരായിരുന്നു. കരീബിയൻ നഗരങ്ങളിൽ മാത്രമല്ല വിദൂരമായ ഗ്രാമീണ മേഖലകളിലും അവർ താമസമുറപ്പിച്ചു. സമാധാനപ്രിയരും ഗോത്രാധിഷ്ഠിതരും അധ്വാനശീലരും കത്തോലിക്കരുമായിരുന്നു അവർ. ഇബ്രാഹിം നാസർ, നഹീർ മിഗ്വായേൽ, യമീൻ ഷെയും തുടങ്ങിയ പേരുകളിലാണ് അവർ അറിയപ്പെട്ടിരുന്നത്. കുടിയേറ്റങ്ങളുടെ മൂന്നാം തലമുറകളായിട്ടും, അവർക്കിനിയും തങ്ങളുടെ ഭാഷയിൽ നിന്നും ചരിത്രത്തിൽനിന്നും പൂർണ്ണമായി അകന്നു മാറാൻ കഴിയുമായിരുന്നില്ല. ബധൂവി കുപ്പായവും ചുകന്ന താടിയും അവരുടെ മുഖമുദ്രകളായിരുന്നു. സാന്തിയാഗോ നാസറുടെ കൊലപാതകത്തെ തുടർന്ന് നഗരത്തിൽ ഒരു വംശീയ കലാപം പൊട്ടിപ്പുറപ്പെടുമോ എന്ന ആശങ്കയിലായിരുന്നു മേയർ. പക്ഷേ എല്ലാ സന്ദേഹങ്ങളേയും അസ്ഥാനത്താക്കിക്കൊണ്ട് ശാന്തചിത്തരായ അറബ് സമൂഹം സന്മനസ്സാർന്ന ഒരു സഹകരണമാണ് പ്രകടിപ്പിച്ചത്.

മാർകിസിന്റെ ഇതര നോവലുകളിലും അറബ് കഥാപാത്രങ്ങൾ കടന്നുവരുന്നുണ്ട്. ഒരുതരം വിഭാഗീയതകളുമില്ലാതെയാണ് അവർ അവതരിപ്പിക്കപ്പെട്ടിട്ടുള്ളത്. അൽബേർ കാമുവിന്റെ അന്യൻ (The Outsider) എന്ന നോവലിലെ അറബികളെ പേരില്ലാ കഥാപാത്രങ്ങളാക്കുകയും, ഒരു വംശീയ വിദ്വേഷത്തിന്റെ പശ്ചാത്തലത്തിൽ അവതരിപ്പിക്കുകയും വഴി അദ്ദേഹം കോളണിവാഴ്ചയുടെ ഉപാസകനായിരുന്നു എന്നും വിമർശനം ഉയർന്നു വന്നിട്ടുള്ളത് ഇത്തരുണത്തിൽ ഓർക്കേ ണ്ടതുണ്ട്.

കാല്പനിക ഭംഗി നിറഞ്ഞതും കാവ്യാത്മകവുമായ ഒരു ശൈലിയിലാണ് ഈ നോവൽ എഴുതപ്പെട്ടിട്ടുള്ളത്. പ്രത്യക്ഷത്തിൽ യുക്തിവിരുദ്ധമെന്ന് തോന്നിക്കുന്ന ഒട്ടേറെ ആഖ്യാനങ്ങളിലൂടെ നാം കടന്നുപോകുന്നു. ഈ ശൈലി മാന്ത്രിക റിയലിസത്തിന്റേതാണ്. ആവർത്തനങ്ങളിലൂടെ ലോപം സംഭവിച്ച ഒരു വാക്കായി മാജിക്കൽ റിയലിസം മാറിപ്പോയിട്ടുണ്ടെങ്കിലും, പ്രസ്തുത ശൈലിയുടെ വിധാതാവായ ഗബ്രിയേൽ ഗാർസിയാ മാർകിസിന്റെ തൂലികയുടെ കരുത്ത് ഈ ആഖ്യായികയിലൂടെ വായനക്കാരൻ അനുഭവിച്ചറിയുന്നു. യാഥാർത്ഥ്യത്തിന്റെ തീക്ഷ്ണതയെ അതിശക്തമായി അനുഭവിക്കുന്ന ഒരാഖ്യാന ശൈലിയാണിത്. ബിഷപ്പിന്റെ ആഗമനത്തോടനുബന്ധിച്ച് പൂവൻ കോഴികൾ കൂകി നഗരത്തെ പ്രകമ്പനം കൊള്ളിക്കുന്നതും, സ്വപ്നതുല്യമായ സീയൂസ് ഭവനത്തിൽ പ്രേതവാഴ്ച അരങ്ങേറുന്നതും, ആഞ്ചെലാ വിക്കാറിയോവും ബയാർദോ സാൻ റോമനുമായുള്ള അതിവിചിത്രമായ പ്രണയകഥയും, മറിയാ അലേജാന്ദ്രീനാ

സെർവാന്റീസിന്റെ കൗതുകമാർന്ന ദുഃഖവിലാപവും മാന്ത്രിക റിയലിസത്തിന്റെ സവിശേഷ മാർന്ന ആഖ്യാനശൈലികളാകുന്നു. കുത്തേറ്റ് ആന്തരാവയവങ്ങൾ പുറത്തു ചാടിയ സാന്തിയാഗോ നാസർ തന്റെ കുടൽമാലകളും കയ്യിലേന്തി പുറത്തുവരുന്നത് മറ്റൊരു മായാചിത്രമാകുന്നു. കൊലപാതകത്തിന്റെയും പോസ്റ്റ്മോർട്ടത്തിന്റെയും അതിസൂക്ഷ്മമായ വിവരണങ്ങളും വിചിത്രവും കാവ്യാത്മകമായ ഒരു പ്രണയത്തിന്റെ ആർദ്രമായ കുറിപ്പുകളും ഈ നോവലിനെ ഭദ്രവും അതുല്യവുമായ ഒരു കലാ സൃഷ്ടിയാക്കി മാറ്റിയിരിക്കുന്നു.

ഏതൊരു മഹത്തായ കലാസൃഷ്ടിയുംപോലെ വ്യാഖ്യാനങ്ങളുടെ അപരിമേയ തലങ്ങളടങ്ങുന്നതാണ് ഈ കൃതി. ആയതിനാൽ മറ്റു പല മാർകിസ് കൃതികളെപോലെ പ്രവചിക്കപ്പെട്ട ഒരു മരണത്തിന്റെ പുരാവൃത്തവും പുനർവായന ആവശ്യപ്പെടുന്നു. അതുവഴി ഒരു മഹദ്സൃഷ്ടിയുടെ ശക്തിയും സൗന്ദര്യവും ഊട്ടിയുറപ്പിക്കപ്പെടുന്നു.

(Chronicle of a Death foretold - Gabriel Garcia Marquis)

■

കേണൽ പറയുന്ന രാഷ്ട്രീയവും ജീവിതവും.

എഴുത്തുകാരന്റെ മക്കോണ്ടോ എന്ന മാന്ത്രികദേശത്തുനിന്നു തന്നെയാണ് *കേണലിന് ആരും എഴുതുന്നില്ല* എന്ന കൃതിയുടെ പശ്ചാത്തലവും രൂപം കൊള്ളുന്നത്. അറുപതുകളിൽ ഈ കൃതി പ്രസിദ്ധീകൃതമായതിനുശേഷമാണ് സാഹിത്യത്തിൽ മക്കോണ്ടോ ദേശത്തെ അനശ്വരവത്ക്കരിച്ച *ഏകാന്തതയുടെ നൂറു വർഷങ്ങൾ* പുറത്തുവന്നത്. വിനാശകരമായ ഒരു ഏകാന്തതയിൽ മയങ്ങിക്കിടക്കുന്ന കൊളംബിയായുടെ കരീബിയൻ തീരത്തെ ഈ നിഗൂഢ പ്രദേശം മാർക്വിസ് സാഹിത്യത്തിന്റെ വറ്റാത്ത നീരുറവയാണ്. അവിടെ ജീവിച്ച തന്റെ മുത്തച്ഛനെ ഉൾക്കൊണ്ടാണ് ഈ കഥയിലെ കേണൽ എന്ന വൃദ്ധ കഥാപാത്രത്തെ രൂപപ്പെടുത്തിയതെന്ന് അദ്ദേഹം സ്മരിക്കുന്നുണ്ട്.

അനന്തവും വിശാലവുമായ ജീവിതത്തിന്റെ ഊടുവഴികളിലേക്കു തന്നെയാണ് ഈ കൃതിയും നമ്മെ കൂട്ടിക്കൊണ്ടുപോകുന്നത്. എന്നാൽ സമകാലിക ജീവിതത്തിന്റെ രാഷ്ട്രീയ പശ്ചാത്തലമാണ് ഈ നോവൽ ഉൾക്കൊള്ളുന്നത്. ആയതിനാൽ മാർക്വിസിന്റെ രാഷ്ട്രീയനോവൽ എന്ന വിശേഷണം ഈ കൃതിക്കിണങ്ങുന്നു. മക്കോണ്ടോ ജില്ലയിലെ വിപ്ലവത്തിന്റെ ഖജാൻജി എന്ന നിലയിൽ രണ്ട് വലിയ ഇരുമ്പുപെട്ടികളിൽ സ്വന്തം പ്രദേശത്തിന്റെ ആഭ്യന്തര യുദ്ധത്തിനുള്ള ഫണ്ടുമായി ഒരു പെൺകഴുതപ്പുറത്തേറിപ്പോയ ഊർജസ്വലനായ പഴയ കേണലിന്റെ ഭൂതകാലം ഈ നോവലിൽ നാം കേൾക്കാൻ ഇടവരുന്നുണ്ട്. വിശപ്പുകൊണ്ട് ചത്തുപോയ പെൺകഴുതയേയും വലിച്ചിഴച്ചുകൊണ്ട് അദ്ദേഹം ഉദ്ദിഷ്ടസ്ഥാനമായ നീർലാന്റിയായിലെ ക്യാമ്പിലെത്തുന്നു. അത് കേണലിന്റെ ഇരുപതുകളിലായിരുന്നു. സ്കൂൾ വിട്ടിറങ്ങിയ യുവ വിപ്ലവകാരികളായിരുന്നു അവർ. കേണലും അദ്ദേഹത്തിന്റെ സമര സഖാക്കളും അവിടെ തണൽ വിരിച്ച ഒരു പടുകൂറ്റൻ വൃക്ഷത്തിനുതാഴെ തങ്ങളുടെ പുത്തൻ ഭരണകൂടം മോഹനവാഗ്ദാനങ്ങൾ നിറവേറ്റുന്നതും

കാത്തുകിടന്നു. മൂന്നുമാസത്തിനുശേഷം ഒരു നീണ്ട കാത്തിരിപ്പിനായി മാത്രം വിധിക്കപ്പെട്ട് അവർ സ്വന്തം പ്രദേശങ്ങളിലേക്ക് തിരിച്ചുപോയി.

കഴിഞ്ഞ അറുപതുവർഷങ്ങളായി കേണൽ കാത്തിരിക്കുകയാണ്. കാത്തിരിപ്പ് പ്രത്യാശയുടേതാണ്. എന്നാൽ കാത്തിരിപ്പ് നിരാശയുടേതുമാകുന്നു. അങ്ങനെ ജീവിതം പ്രത്യാശയുടേയും നിരാശയുടേയും വൃത്തവലയങ്ങളിൽ കറങ്ങുകയും മരിക്കാൻ വിസമ്മതിക്കുന്ന മനുഷ്യന്റെ അന്തഃസംഘർഷങ്ങൾ നിറഞ്ഞ കഥയായി രൂപപ്പെടുകയും ചെയ്യുന്നു. തന്റെ സമകാലികരായ സഖാക്കളെല്ലാം മരിച്ചുപോയിട്ടും ഒരുപക്ഷേ ഈ കഥ നമ്മോടു പറയാൻ വേണ്ടി മാത്രമായിരിക്കാം കേണൽ ഇപ്പോഴും ജീവിച്ചിരിക്കുന്നത്!

നീണ്ട കാത്തിരിപ്പും പിൽക്കാലജീവിതത്തിലെ പീഡിതാനുഭവങ്ങളും പേറി കേണലും അദ്ദേഹത്തിന്റെ പ്രിയപത്നിയും കാർട്ടൂൺ കഥാപാത്രങ്ങളുടെ ദയനീയതകളിലേക്കും പരിഹാസ്യതകളിലേക്കും രൂപാന്തരം നേടി. ഇപ്പോൾ നാം കണ്ടെത്തുന്ന കേണൽ നട്ടും ബോൾട്ടും ഇട്ടുറപ്പിച്ച കനമുള്ള എല്ലുകളോടു കൂടിയ ഒരു മനുഷ്യനാകുന്നു. ഫോർമാലിൻ ദ്രാവകത്തിൽ ഇട്ടുവെച്ച ഒരു ജീവിക്കുന്ന ശവശരീരമാണത്. താനിനിയും മരിച്ചിട്ടില്ല എന്നു പറയുന്നത് അദ്ദേഹത്തിന്റെ കണ്ണുകൾ മാത്രമാണ്! അദ്ദേഹത്തിന്റെ ഭാര്യയാകട്ടെ ആസ്തമായുടെ കിലുങ്ങുന്ന ശ്വാസത്തോടുകൂടിയ, വളഞ്ഞ മരക്കൊള്ളിപോലുള്ള നട്ടെല്ലിൽ നാട്ടിയ ഒരു വെളുപ്പു മാത്രമായും രൂപപ്പെട്ടിരിക്കുന്നു.

കാത്തിരിപ്പിന്റെ വർഷങ്ങളേറെ ചെന്നിട്ടും അക്ഷീണമായൊരു ശുഭാപ്തി വിശ്വാസത്തിൽ നിന്നു വഴുതിമാറാൻ കേണൽ തയ്യാറാകുന്നില്ല. എന്നാൽ ഭാര്യയാകട്ടെ ഒഴിഞ്ഞ കലവറകളെപ്പറ്റിയും മകൻ അനാഥമാക്കിയ അവരുടെ ജീവിതത്തെക്കുറിച്ചും വിപ്ലവത്തിന്റെ നിഷ്ഫലതകളെക്കുറിച്ചും ഭർത്താവിനെ നിരന്തരം ഓർമ്മിപ്പിച്ചുകൊണ്ടിരുന്നു. സൂര്യൻ താഴോട്ടുപോകുമ്പോൾ ബെഗോണിയ ചെടികൾക്കിടയിലിരുന്ന് കീറിയ വസ്ത്രങ്ങൾ തുന്നുന്ന ഈ കുടുംബിനിയുടെ ചിത്രം കലാകാരൻ അനശ്വരമാക്കിയ ഒരു പെയിന്റിങ്ങ് കാൻവാസിനെയാണ് ഓർമ്മിപ്പിക്കുന്നത്. സ്വപ്നജീവിയായ തന്റെ ഭർത്താവിനെ ജീവിത യാഥാർത്ഥ്യങ്ങളിലേക്കു തിരിച്ചുകൊണ്ടുവരുന്ന സമീകരണപ്രക്രിയ അവരിൽ അർപ്പിതമാണ്. അങ്ങനെയുള്ള സംഘർഷഭരിതമായ ദാമ്പത്യത്തിന്റെ വിസ്ഫോടന ചിത്രങ്ങൾ നിറഞ്ഞതാണ് ഈ കൃതി. തീക്ഷ്ണമായ ഇത്തരം സന്ദർഭങ്ങൾ വായനക്കാരന്റെ ജീവിതാനുഭവങ്ങളിലേക്കും കടന്നുവരുന്നുണ്ടെങ്കിൽ അവ തീർത്തും സ്വാഭാവികം മാത്രമാകുന്നു. പനയോല

മേഞ്ഞ മേൽക്കൂരയ്ക്കു മുകളിൽ മഴ താളം കൊട്ടുമ്പോഴും, ഇടി മുഴക്കങ്ങൾ വലിയ ഉരുളൻകല്ലുകൾ പോലെ കട്ടിലനടിയിലൂടെ പാഞ്ഞുപോകുമ്പോഴും ആ വീട്ടിൽ രൂക്ഷമായ സംവാദങ്ങൾ നടന്നുകൊണ്ടിരിക്കുകയായിരുന്നു. മാനസികമായ ഒത്തുചേരലിനു കഴിയാതെ പിന്നെ പരസ്പരം നുണകൾ പറയുന്നത് അവർ ഒരു പതിവാക്കി. നാല്പതു വർഷങ്ങൾക്കുശേഷവും തങ്ങൾക്ക് പരസ്പരം മനസ്സിലാക്കാനായില്ലെന്ന് കേണൽ ചിന്തിക്കുന്നു. കേണൽ ദുഃശാഠ്യക്കാരനും ആജ്ഞാപിക്കുന്നവനും മനസ്സലിവില്ലാത്തവനുമാണെന്ന് ഭാര്യ കുറ്റപ്പെടുത്തുന്നു.

ഭക്ഷണം കഴിക്കുന്നതിനിടയിൽ ഭാര്യ കരച്ചിലടക്കാൻ പാടുപെടുന്നത് കേണൽ കണ്ടു. തന്റെ ഭാര്യയുടെ വിശ്വാസത്തിന്റെ തകർച്ച അദ്ദേഹത്തെ അമ്പരപ്പിച്ചു. സ്വതവേ കർക്കശമായിരുന്ന അവരുടെ സ്വഭാവം നാല്പതു വർഷങ്ങളിലെ ദുരിതപൂർണ്ണമായ ജീവിതം കൊണ്ട് കൂടുതൽ കർക്കശമായിത്തീർന്നിട്ടുണ്ടെന്ന് കേണലിന് തോന്നി. സ്വന്തം മകന്റെ മരണത്തിനു പോലും അവരുടെ കണ്ണുകളിൽ നിന്ന് ഒരിറ്റു കണ്ണുനീർ പുറത്തു കൊണ്ടുവരാനായിട്ടില്ല.

അവസാനം കേണലിന് തിരിച്ചറിവുണ്ടാകുമ്പോൾ കഥയുടെ തിരശ്ശീല വീഴുന്നു. ഭാര്യയുടെ വിട്ടുവീഴ്ചയില്ലാത്ത നിലപാടുകളുടെ വിജയം കൂടിയാണിത്.

രാഷ്ട്രീയത്തിലും വിപ്ലവത്തിലും ഒറ്റപ്പെട്ടുപോകുന്ന മനുഷ്യരെക്കുറിച്ചാണ് മാർക്വിസിന് നമ്മളോട് പറയാനുള്ളത്. നിഷ്കാമമായ പ്രവർത്തനത്തിന്റേയും ആത്മാർപ്പണത്തിന്റേയും നിഷ്കളങ്കതയുടേയും പ്രതീകമാകുന്നു കേണൽ. വിപ്ലവാവേശം നിറഞ്ഞ ഇരുപതുകളിലെ സാഹസികതകളും വിപ്ലവപാർട്ടിയുടെ പ്രവർത്തകൻ എന്ന നിലയിലുള്ള സേവനങ്ങളും സ്വന്തം മകന്റെ രക്തസാക്ഷിത്വവും പാരിതോഷികമർഹിക്കാത്ത കേവലപ്രവർത്തനങ്ങളായി മാറുകയും ദാരിദ്ര്യവും പട്ടിണിയും ആ വീട്ടിൽ നിന്നു വിട്ടുമാറാതെ നിൽക്കുകയും ചെയ്തു. അങ്ങനെ ജീവിതം ദുരിതമയമാകുമ്പോഴൊക്കെയും കേണലിന്റെ ഭാര്യ അദ്ദേഹത്തെ യാഥാർത്ഥ്യങ്ങളിലേക്ക് കൈപിടിച്ചുകൊണ്ടുപോയി.

'തിരഞ്ഞെടുപ്പിൽ അവർക്കുവേണ്ടി നിങ്ങൾ അത്യദ്ധ്വാനം ചെയ്തു. അതിന്റെ പേരിൽ ഒരു സ്ഥാനത്തിനും നിങ്ങൾക്ക് അവകാശമുണ്ടായിരുന്നു. ആഭ്യന്തരയുദ്ധത്തിൽ സ്വന്തം കഴുത്ത് പണയപ്പെടുത്തിയതിന് ഒരു സ്വാതന്ത്ര്യ സമര പെൻഷനും നിങ്ങൾക്കവകാശമുണ്ട്. ഇന്ന് എല്ലാവരും അവരവരുടെ ഭാവി സുരക്ഷിതമാക്കിയിരിക്കുന്നു. നിങ്ങൾ മാത്രം ഏകനായി വിശപ്പുകൊണ്ട് മരിക്കുന്നു.'

സബാസിനോട് അങ്കക്കോഴിക്ക് വിലപേശാൻ ഒരുങ്ങുമ്പോഴും ജീവിതം നിലനിർത്താനായി ഘടികാരം വിൽക്കാൻ കൊണ്ടുപോകുമ്പോഴും ഒടുങ്ങാത്ത പ്രതീക്ഷയുമായി പോസ്റ്റ് മാസ്റ്ററുടെ തപാലിനായി കാത്തിരിക്കുമ്പോഴും ഒരിടത്തരക്കാരന്റെ അപകർഷതാബോധവും മിഥ്യാഭിമാനവും കേണലിനെ വേട്ടയാടുന്നുണ്ട്.

എന്നാൽ കഴുത്തിലൊരു പാമ്പിനേയും ചുറ്റി നഗരത്തിലെത്തിയ സബാസ് എന്ന വിപ്ലവ പ്രവർത്തകൻ പിന്നീടെങ്ങനെ അതീവ സമ്പന്നനായി എന്ന ഉൾക്കാഴ്ചയിലേക്കും ഈ നോവൽ നമ്മെ നയിക്കുന്നു. വിപ്ലവത്തേയും സഖാക്കളേയും ഒറ്റുകൊടുത്താണ് അയാൾ സമ്പന്നനായത്. എന്നിട്ടയാൾ നഗരത്തിൽ സമ്പത്ത് കുന്നുകൂട്ടി. മാനം രക്ഷിക്കാൻ എന്ന വ്യാജേന മേയറുമായുണ്ടാക്കിയ ഉടമ്പടി സത്യം മറച്ചുവെക്കലായിരുന്നു. മേയർ പകുതി വിലയ്ക്കു കൈക്കലാക്കിയ സഖാക്കളുടെ സ്വത്തുക്കൾ അയാൾ കൈവശമാക്കുകയായിരുന്നു. 'മനുഷ്യ മാംസം തിന്നു ജീവിക്കുന്ന ഒരേയൊരു ജീവി സബാസ് ആകുന്നു' എന്ന ആക്ഷേപത്തിലൂടെ ഈ സത്യം അനാവൃതമാകുന്നു.

ആഭ്യന്തര കലാപങ്ങളുടേയും പട്ടാളവിപ്ലവങ്ങളുടേയും ഏകാന്ത വിലാപങ്ങളിൽ കഴിയുന്ന തന്റെ ഭൂഖണ്ഡമാണിത്. പ്രസ്തുത പ്രതിഭാസത്തെ എഴുത്തുകാരൻ വായനക്കാർക്ക് പരിചയപ്പെടുത്തുന്നതിങ്ങനെയാണ്: 'യൂറോപ്യന്മാരെ സംബന്ധിച്ചിടത്തോളം തെക്കേ അമേരിക്ക തോക്കും ഗിത്താറും മീശയുമുള്ള ഒരു മനുഷ്യൻ മാത്രമാകുന്നു.'

അവിടെ നഗരമാകട്ടെ പ്രതിവിപ്ലവശക്തികളുടെ കയ്യിലമർന്നിരിക്കുന്നു. രാത്രി കൃത്യസമയങ്ങളിൽ കർഫ്യൂവിനുള്ള മണിനാദം മുഴങ്ങുന്നു. അസ്വാഭാവികമായ മരണങ്ങൾക്ക് ഒട്ടും പഞ്ഞമില്ല. വളരെ കാലത്തിനുശേഷമുള്ള ഒരു സ്വാഭാവിക മരണമായിരുന്നു സംഗീതജ്ഞന്റേത് എന്ന് കേണൽ ഓർക്കുന്നുണ്ട്. പക്ഷേ വിലാപയാത്ര പൊലീസ് ബാരക്കുകൾക്കു മുമ്പിലെ തെരുവിലൂടെ കൊണ്ടുപോകുന്നതു നിയമവിരുദ്ധമാണ്. വർത്തമാന പത്രങ്ങൾക്കാകട്ടെ കർശനമായ സെൻസർഷിപ്പ് ഏർപ്പെടുത്തിയിരിക്കുന്നു. ആയതിനാൽ പത്രങ്ങളിൽ വാർത്തകളൊന്നുമില്ല. വിപ്ലവകാരികളുടെ രഹസ്യവാർത്താ ബുള്ളറ്റിനുകളിലൂടെ, അച്ചടിക്കാത്ത വാർത്തകൾ ജനങ്ങൾ കൈമാറി വായിക്കുന്നുണ്ട്. അവയിൽ രാഷ്ട്രീയവിവരങ്ങളുടെ സംഗ്രഹവും ഉൾപ്രദേശങ്ങളിൽ നടക്കുന്ന സായുധകലാപത്തിന്റെ പുരോഗതിയെക്കുറിച്ചുമുള്ള വെളിപ്പെടുത്തലുകളുമുണ്ട്. പക്ഷേ അവിടേയും കാര്യമായൊന്നും നടക്കുന്നില്ലെന്ന സൂചനയുണ്ട്. വരാൻ പോകുന്ന മാസത്തേക്കാൾ അദ്ഭുതപ്പെടുത്തുന്ന ഒരു വാർത്തയുമില്ലെന്ന് പത്തുവർഷത്തെ രഹസ്യലഘുലേഖകൾ കേണലിനെ പഠിപ്പിച്ചു കഴിഞ്ഞിരിക്കുന്നു!

തന്റെ നാൽപതുകളിൽ മാർക്വിസ് ചിട്ടപ്പെടുത്തിയ ഈ നോവൽ ഒരു റിയലിസ്റ്റിക് തലത്തിൽ ഒതുങ്ങിനിൽക്കുന്നു. അദ്ദേഹത്തിന്റെ സവിശേഷമാർന്ന മാന്ത്രിക ശൈലിയുടെ പോസ്റ്റ് മോഡേൺ തലത്തിലേക്ക് ഈ നോവൽ വന്നെത്തിയിട്ടില്ല എന്ന് സാരം. എന്നാൽ ഫംഗസ്സുകളും ലില്ലികളും വളരുന്ന കുടലിനെക്കുറിച്ചും ദുഷ്ട മാംസത്തെക്കുറിച്ചുമുള്ള പരാമർശങ്ങൾ അദ്ദേഹത്തിന്റെ പിൽക്കാല നോവലുകളുടെ പോസ്റ്റ്മോഡേൺ സവിശേഷതകളിലേക്കുള്ള ഒരെത്തിനോട്ടമായി കണക്കാക്കാം. ഒരു കലാകാരൻ എന്ന നിലയിലുള്ള തന്റെ വെളിപാടുകളും ഉൾക്കാഴ്ചകളും സഹാനുഭൂതികളും നിറഞ്ഞുനിൽക്കുന്ന ഒരു കൃതിയാണിത്. നിരാശയ്ക്കും പ്രത്യാശയ്ക്കുമിടയിൽ ജീവിക്കുന്ന മനുഷ്യരുടെ ജീവിതവേദാന്തങ്ങൾക്ക് ശോഭയും ചാരുതയും ശക്തിയും പകരുന്ന വ്യാഖ്യാനമാണ് ഈ നോവൽ.

(No one writes to the Colnel - Gabriel Garcia Marquis)

■

ബേദൻ ബേദനിലെ ഗ്രീഷ്മകാലത്ത്

ബേദൻ-ബേദനിലെ ഗ്രീഷ്മകാലം ഒരു ഫുൾസ്റ്റോപ്പിൽ അവസാനിക്കുന്നില്ല. ഡോസ്റ്റോയെവ്സ്കിമാരെയും വഹിച്ചുകൊണ്ട് അതു കാലത്തിലൂടെ, നൂറ്റാണ്ടുകളിലൂടെ കടന്നുപോകുകയാണ്. മഞ്ഞുകൂമ്പാരങ്ങളിലൂടെ കടന്നുപോകുന്ന ആ തീവണ്ടിയുടെ കോച്ചുകൾ ശക്തമായി ആടിയുലയുന്നു. ഓരോ സ്റ്റേഷനിലും വണ്ടി നിർത്തുമ്പോൾ ശബ്ദഘോഷങ്ങളോടെ വാതിലുകൾ തുറക്കുകയും അടയുകയും ചെയ്യുന്നു. തണുത്ത നീരാവി ട്രെയിനിലേക്ക് തള്ളിക്കയറുന്നു. "പിന്നെ ജനൽപ്പാളികളിൽ എന്റെയും സീലിങ് ലൈറ്റോടുകൂടിയ കോച്ചിന്റെയും ഇരിക്കുന്ന യാത്രക്കാരുടെയും പ്രതിബിംബങ്ങൾ മാത്രമായി" എന്ന് എഴുത്തുകാരൻ കുറിച്ചിടുമ്പോൾ അതയാളുടെ കൂടി ജീവിതകഥയായി നാം വായിക്കുന്നു. ഈ ട്രെയിൻ യാത്രയിൽ കാലങ്ങളിലൂടെ നിങ്ങൾ നഗരങ്ങളെ തൊട്ടറിയുന്നു. കൂർമ്പൻ തൊപ്പികൾ പോലെ ഗോഥിക് മാതൃകയിൽ വാർത്തെടുത്ത ബേദൻ-ബേദനിലെ നഗരസമുച്ചയങ്ങൾ; പശ്ചാത്തലത്തിൽ ശാന്തമായി ഒഴുകുന്ന റൈൻ നദി, ബെൽ ടവറുകളും പള്ളികളും നിറഞ്ഞ, മഞ്ഞു മൂടിക്കിടക്കുന്ന മോസ്കോ തെരുവുകൾ, കട്ടപിടിച്ച ഇരുട്ടുമായി അനന്തമായ മഞ്ഞിലുറങ്ങുന്ന പീറ്റേഴ്സ്ബർഗിലെ ശിശിരകാല രാത്രികൾ....

ഇതിലെ 'അയാൾ' എന്ന പ്രയോഗം എന്നെയും നിങ്ങളെയും കുറച്ചൊന്നു വിഭ്രമിപ്പിക്കുന്നുണ്ട്. വായന അല്പം നിർത്തി നിങ്ങൾ അല്പം പിറകോട്ടു നടക്കുന്നു, എന്നിട്ട് പരിശോധിക്കുന്നു. ഈ അയാൾ ഡോസ്റ്റോയെവ്സ്കിയാണോ, ലിയോനിഡ് ട്സിപ്കിനാണോ, ടർജെനീവാണോ, ഒരു മൂളിപ്പാട്ടുമായി പോസ്റ്റ്മാസ്റ്ററുടെ മകളെക്കുറിച്ചുള്ള പ്രേമചിന്തകളും പേറി കുതിരവണ്ടിയിൽ ഗമിക്കുന്ന പുഷ്കിൻ എന്ന കവിയാണോ, അല്ലെങ്കിൽ രാജ്യഭ്രഷ്ടനായി അമേരിക്കയിലെ ഒരു മഞ്ഞുമലയിൽ കയറിനിന്ന് ക്ഷീണിതനായി

സ്വന്തം രാജ്യത്തെ നോക്കിനില്ക്കുന്ന സോൾഷെനിത്സൻ എന്ന എഴുത്തുകാരനാണോ? പിന്നെ സാവധാനം നിങ്ങൾ കാര്യങ്ങൾ ശരിയായിത്തന്നെ ഗ്രഹിക്കുന്നു. മഞ്ഞുപാളികൾ ഭേദിച്ചുകൊണ്ട് ചരിത്രത്തിലൂടെയാണ് നിങ്ങൾ മുന്നോട്ടു പോകുന്നത്. ഒന്നുകിൽ യൂറോപ്പിലേക്കോ പീറ്റേഴ്ബർഗിലേക്കോ പോകുന്ന തീവണ്ടിയാകാം. അല്ലെങ്കിൽ ലെനിൻഗ്രാഡിലൂടെ കടന്നുപോകുന്ന, കിറുകിറെ ശബ്ദ മുതിർക്കുന്ന ഒരു ട്രാമാകാം. ഇവിടെയെല്ലാം തെരുവുവിളക്കു കളുടെ അനന്തമായ നിരയുണ്ട്. അവ ഉരുകി ഒരു നാടപോലെയായി പരിണമിക്കുന്നുവെന്ന് ട്സിപ്കിൻ എഴുതുന്നു.

പത്തൊമ്പതാം നൂറ്റാണ്ടിലെ പീറ്റേഴ്സ്ബർഗിലെ ഒരു പള്ളി ക്കാര്യസ്ഥന്റെ മുഖമുള്ള ഡോസ്റ്റോയെവ്സ്കി എന്ന മനുഷ്യനെ കേന്ദ്രീകരിച്ച ഈ നോവൽ ഇരുപത്തൊന്നാം നൂറ്റാണ്ടിലിരുന്നു വായിക്കുമ്പോൾ ചരിത്രത്തിന്റെ അലംഘനീയമായ വിധികളിലൂടെ കാലം പാഞ്ഞുപോകുകയാണെന്ന് വായനക്കാരനും ഒരു ഞെട്ട ലോടെ അറിയുന്നു. എഴുത്തുകാരൻ ലെനിൻഗ്രാഡിലേക്കാണ് പോകുന്നത്. അവിടെ ഡോസ്റ്റോയെവ്സ്കി ജീവിച്ച പീറ്റേഴ്സ് ബർഗിന്റെ പുനർനിർമ്മിതിയിൽ അയാളേർപ്പെടുന്നു. എന്നാൽ ഇരുപതാം നൂറ്റാണ്ടിന്റെ തളർച്ചയിൽ ട്സിപ്കിൻ എന്ന എഴുത്തു കാരന്റെ മരണശേഷം, ആ നഗരം വീണ്ടും പീറ്റേഴ്സ്ബർഗായി മാറി എന്നൊരു അദ്ഭുതസമാപ്തിയും സംഭവിക്കുന്നു. ചിലർക്കിത് ആഹ്ലാദകരമാകാം. മറ്റു ചിലർക്ക് അവരുടെ സ്വപ്നങ്ങളുടെ തകർച്ച യാകാം.

ഈ നോവലിലെ കഥാപാത്രങ്ങളുമായി ആത്മബന്ധം പുലർത്തി ക്കൊണ്ട് ഡോസ്റ്റോയെവ്സ്കിയുടെ നോവലുകളും കഥാപാത്രങ്ങളും ഒരു കുത്തൊഴുക്കായി നിങ്ങളുടെ മുമ്പിലേക്കെത്തുന്നു. *വൈറ്റ് നൈറ്റ്സ്, ദി ഡബിൾ, നിന്ദിതരും പീഡിതരും, അധോലോകത്തിൽ നിന്നുള്ള കുറിപ്പുകൾ, ചൂതാട്ടക്കാരൻ, കാരമസോവ് സഹോദരന്മാർ, മരിച്ചവരുടെ വീട്ടിൽനിന്നുള്ള ഓർമ്മക്കുറിപ്പുകൾ, ഭൂതാവിഷ്ടർ....* അവസാനം ട്സിപ്കിൻ വായിക്കുന്നത് 'എഴുത്തുകാരന്റെ ഡയറി' യാണ്. "നീ ഇപ്പോഴും ഡോസ്റ്റോയെവ്സ്കിയിൽ വല്ലാതെ ആകൃ ഷ്ടനാണോ?" എന്ന ഗില്യായുടെ ദുർബലസ്വരം അദ്ദേഹം കേൾക്കുന്നു. അവിടെ എഴുത്തുകാരൻ ഒരാത്മപരിശോധനയ്ക്ക് ഒരു ങ്ങുകയാണ്. പാറിപ്പറക്കുന്ന നീളൻ തലമുടിയുമായി, ഇടുങ്ങിയ തെരുവുകളിലൂടെ ഭാര്യമാരൊത്ത് സഞ്ചരിക്കുന്ന, വൃത്തികെട്ട ജൂത ന്മാരെപ്പറ്റി ഒരു ജീവിതം മുഴുവനെഴുതിയ ഡോസ്റ്റോയെവ്സ്കി; എന്നാൽ ചരിത്രത്തിന്റെ ഗെട്ടോകളിലെ കൂട്ടക്കൊലകളിൽനിന്ന് പരി രക്ഷ നേടാൻ പരക്കം പാഞ്ഞുനടന്ന ട്സിപ്കിൻ എന്ന എഴുത്തു

കാരനടക്കമുള്ള ജൂതസമൂഹം. ഡോസ്റ്റോയെവ്സ്കിയെ നിശിതമായി കീറിമുറിച്ചു പഠിച്ചത് ഈ ജൂതസമൂഹത്തിലെ ബുദ്ധിജീവികളും എഴുത്തുകാരുമായിരുന്നു. എന്തുകൊണ്ടാണിങ്ങനെ സംഭവിച്ചത്?

മുറിവുകളും നിന്ദനങ്ങളും ദുഃഖങ്ങളും ചേർത്തുവച്ച ഒരു മനസ്സാണ് ഫെഡ്യ്യായുടേത്. മനസ്സിന്റെ ഈ മുറിപ്പാടുകളും ജീവിതം സമ്മാനിച്ച (ആസ്ത്മ) രോഗത്തിന്റെ പൂക്കളും ഒത്തുചേരുമ്പോൾ ആ മാനസികനില ഒരു ശരാശരി മനുഷ്യനിൽനിന്ന് വിഭിന്നമാകുന്നുണ്ട്. പിതാവിന്റെ പീഡനങ്ങളും അവ അമ്മയുമായി പങ്കിടുന്ന ഒരു ബാലന്റെ ഗദ്ഗദവും; ബിർച്ചുമരത്തിന്റെ വടികൊണ്ടുള്ള അടിയേറ്റു പുളയുന്ന ജയിൽ കുറ്റവാളി; ഒബ്സെസ്സീവ് കംപൽസീവ് ന്യൂറോസിസ് എന്ന മാനസികരോഗത്തിന്റെ പരിണതിയായ ചൂതുകളി ഭ്രാന്ത്; ടർജെനീവും ബെലിൻസ്കിയും അടങ്ങുന്ന റഷ്യൻ സാഹിത്യലോകത്തിന്റെ പരിഹാസവും ഒറ്റപ്പെടുത്തലും; അന്നയും ഫെഡ്യ്യായും തമ്മിൽ പങ്കുവയ്ക്കുന്ന വിശ്വാസങ്ങളും അവിശ്വാസങ്ങളും; ദാമ്പത്യജീവിതത്തിലെ പുരുഷമേധാവിത്തവും യുക്തിവിചാരമില്ലാത്ത കലഹങ്ങളും യാചനകളും; ഇതിലെല്ലാമുപരിയായി ഒരു കുടുംബനാഥന്റെ സ്നേഹപ്രകടനങ്ങളും അന്നയോടുള്ള നിലയ്ക്കാത്ത പ്രണയലഹരിയും (അവളെ മറ്റൊരാൾ നോക്കുന്നതുപോലും അയാൾക്കിഷ്ടമല്ല) എന്നിങ്ങനെ ഡോസ്റ്റോയെവ്സ്കിയെ കേന്ദ്രീകരിച്ച ജീവിതകഥ ഈ നോവലിന്റെ കഥാതന്തുവായി ഒഴുകുന്നു. അന്നാ, ഞാൻ മരിക്കാൻ പോവുകയാണ് എന്നു പറയുന്ന ഫെഡ്യ്യാ നിങ്ങളുടെ കണ്ണുകളെ നനയ്ക്കുന്നു. പിന്നീട് ഡോസ്റ്റോയെവ്സ്കി മരിച്ചുകിടക്കുന്ന ആ ചിത്രം ഒരു മുക്കാലിയും ചുമന്നുവന്ന് ക്രാംസ്കോയി എന്ന ചിത്രകാരൻ ചരിത്രത്തിനു സമ്മാനിച്ചു.

റഷ്യൻ വിപ്ലവഭരണ കാലഘട്ടത്തിന്റെ അവസാന നാളുകളിൽ അല്ലെങ്കിൽ ഇരുപതാംനൂറ്റാണ്ടിന്റെ അന്ത്യകാലഘട്ടത്തിലാണ് ഈ നോവൽ എഴുതിത്തീർത്തത്. ഡോസ്റ്റോയെവ്സ്കിയുടെ പീഡിതമായ ഓർമ്മകളും ജീവിതവും തന്റേതു കൂടിയാണെന്ന് നോവലിസ്റ്റായ ട്സിപ്കിൻ എന്ന എഴുത്തുകാരൻ തിരിച്ചറിയുന്നു. ഗില്യ എന്ന തന്റെ അമ്മയുടെ കൂട്ടുകാരിയുമൊത്തിരുന്ന് അവർ പഴയ കാര്യങ്ങൾ ഓർമ്മിക്കുന്നു. രണ്ടാം ലോകമഹായുദ്ധത്തിനു ശേഷമുള്ള പീറ്റേഴ്സ്ബർഗിന്റെ തെരുവുകൾ, ലോകയുദ്ധം തകർത്ത റഷ്യയിലെ മിൻസ്ക് നഗരം, ആന്റിസെമിറ്റിക് വിരോധത്തിലാർന്ന ജൂതപീഡനകാലം എന്നിങ്ങനെ. അപ്പോൾ പീറ്റേഴ്സ്ബർഗിനെ പിടിച്ചുകുലുക്കിക്കൊണ്ട് ട്രാമുകൾ കടകട ശബ്ദത്തോടെ കടന്നുപോകുന്നു.

അവരുടെ വീടിനെയടക്കം പിടിച്ചുകുലുക്കിക്കൊണ്ട് കടന്നുപോകുന്നത് ജീവിതത്തിന്റെ ശോകമയമായ ഓർമ്മകൾകൂടിയാണെന്ന് വായനക്കാരൻ തിരിച്ചറിയുന്നു.

ഇതിനെ ഒരു സ്വപ്നാത്മക നോവൽ എന്നു കൂടി വിളിക്കാം. ബേദൻ-ബേദനിലെ ഗ്രീഷ്മകാലത്തിലൂടെ കടന്നുപോകുമ്പോൾ വ്യത്യസ്തമായ ഒരു വായന നിങ്ങളെ കാത്തിരിക്കുന്നു. സാഹിത്യത്തിന്റെ അത്യപൂർവ്വമായ ഒരു പങ്കിടലാണത്.

(ലിയോനിഡ് ട്സിപ്കിന്റെ ബേദൻ ബേദനിലെ
ഗ്രീഷ്മകാലത്ത് എന്ന കൃതിക്ക് എഴുതിയ മുഖവുര)
Summer in Bedan Bedan - Leonid Tsypkin

■

ഇരുമ്പുമറകളും ചിലന്തിവലകളും

വിമോചിതമല്ലാത്ത ചൈനയിൽ തന്റെ വിരസവും ഏകാന്തവുമായ കുട്ടിക്കാലത്തിന് തുണയേകാൻ വന്നെത്തിയ മഹാനായ ഡിക്കൻസ് എന്ന എഴുത്തുകാരന് പേൾ എസ്. ബക്ക് എന്ന എഴുത്തുകാരി അർപ്പിക്കുന്ന സ്മരണാഞ്ജലിയെപ്പറ്റി ഈ അവസരത്തിൽ ഓർത്തുപോകുന്നു. വർഷങ്ങൾക്കുശേഷം വിമോചിത ചൈനയിലെ ദായ് സിജി എന്ന എഴുത്തുകാരൻ വിശ്വസാഹിത്യകാരനായ ബൽസാക്കിന് പ്രണാമം അർപ്പിക്കുന്നു. വിശ്വസാഹിത്യത്തിലെ ഉത്കൃഷ്ട രചനകളുടെ മഹത്ത്വവൽക്കരണമാണത്. വെറുമൊരു പെൺകുട്ടിയായ പേൾ എസ്. ബക്കിന് ഡിക്കൻസ് എന്ന എഴുത്തുകാരൻ അടക്കി നിർത്താനാവാത്ത ഒരു ഉദ്വേഗവും കൗതുകവും മാത്രമായിരുന്നു. എന്നാൽ യുവത്വത്തിന്റെ ഉച്ചിയിലെത്തിയ ദായ് സിജിക്കാകട്ടെ തന്റെ ജീവിതത്തിലെ വളരെ ക്ലേശകരമായ ഒരു അനുഭവത്തിന്റെ ഉൾവിളിയും.

ബൽസാക്കും ചൈനയിലെ കൊച്ചു തയ്യൽക്കാരിയും എന്ന ഈ നോവൽ ദായ് സിജി എന്ന ചൈനീസ് എഴുത്തുകാരന്റെ അനുഭവങ്ങളിൽ പൊതിഞ്ഞ സാക്ഷ്യപത്രമാണ്. വളരെ അസാധാരണമായ ഒരു പ്രണയത്തിന്റെ കാവ്യാത്മകമായ സഞ്ചാരപഥങ്ങൾ ഉയരങ്ങളിലെ ഫിനിക്സ് എന്നറിയപ്പെടുന്ന മലഞ്ചെരുവുകളിൽ ഉയിർക്കൊള്ളുന്നു. അവ എഴുത്തിന്റെ ലഹരികളിലേക്കും വായനയുടെ ഔന്നത്യങ്ങളിലേക്കുമാണ് നമ്മെ നയിക്കുന്നത്. ആ അർത്ഥത്തിൽ രണ്ട് സതീർത്ഥ്യരുടെ പ്രണയത്തിൽ പൊതിഞ്ഞ ഭിക്ഷാടനം എന്ന വിശേഷണമായിരിക്കും ഈ നോവലിന് ഇണങ്ങുക. എന്നാൽ ഈ നോവലിന്റെ പ്രധാന ഉള്ളടക്കം രണ്ട് യുവത്വങ്ങളുടെ ആത്മസംഘർഷങ്ങളും ധർമ്മസങ്കടങ്ങളുമാണ്. ആക്ഷേപഹാസ്യം (Satire) എന്ന കലാരൂപത്തിലാണ് ഈ നോവൽ അനാവരണം ചെയ്യപ്പെട്ടിട്ടുള്ളത്. ഹാസ്യം പലപ്പോഴും വിരോധാഭാസത്തിൽ (Paradox) ചെന്നെത്തുകയും മറ്റു ചിലപ്പോൾ മാന്ത്രിക റിയലിസത്തിന്റെ (Magical Realism) തലങ്ങളിൽ വ്യവഹരിക്കുകയും ചെയ്യുന്നു.

ചൈനയിലെ സാംസ്കാരിക വിപ്ലവമാണ് ഈ നോവലിന്റെ ആധാരം. ഇന്ത്യൻ ജീവിതത്തിന് അടിയന്തരാവസ്ഥയെന്നപോലെ ചൈനീസ് രാഷ്ട്രീയത്തിന്റെ കറുത്ത കാലഘട്ടമായിട്ടാണ് സാംസ്കാരിക വിപ്ലവത്തെ വിലയിരുത്തിയിട്ടുള്ളത്. തുഗ്ലക്ക് എന്ന മുഗൾ സങ്കല്പ ത്തിന് സാർവ്വലൗകികത കൈവരുന്നു എന്ന് ഇരുപതാം നൂറ്റാണ്ടിലെ ഈ ചൈനീസ് ചരിത്രം നമ്മെ പഠിപ്പിക്കുന്നു. മാവോയുടെ പേരിൽ അദ്ദേഹത്തിന്റെ ഭാര്യയുൾപ്പെടെയുള്ള നാൽവർസംഘം ചൈനയിലെ രാഷ്ട്രീയ അധീശത്വത്തിന്റെ വക്താക്കളായി. മാവോ ചിന്തകൾ മാത്രമാണ് എല്ലാറ്റിനും പോംവഴി എന്ന് അവർ പ്രഖ്യാപിച്ചു. ഇതരസാഹിത്യങ്ങളും വിദേശസാഹിത്യങ്ങളും അന്യവർഗ്ഗ ചിന്താഗതികളുടെ ഭാഗമായി അടച്ചാക്ഷേപിക്കപ്പെടുകയോ ബഹിഷ്കരിക്കപ്പെടുകയോ ചെയ്തു. ലിയുഷാവോചി പോലുള്ള വന്ദ്യവയോധികരെ സാംസ്കാരിക വിപ്ലവത്തിന്റെ അറിവില്ലാപടകൾ ആക്രമിച്ചു. കമ്യൂണിസ്റ്റ് പാർട്ടിയിൽനിന്നും ബഹിഷ്കൃതനായ ലിയോ ഷാവുചിയെ പില്ക്കാലത്ത് അദ്ദേഹത്തിന്റെ മരണശേഷം പാർട്ടിയിലേക്ക് തിരിച്ചെടുത്തുകൊണ്ട് ആ പാപഭാരത്തിന്റെ മൗലികമായ ഉത്തരവാദിത്തം ഏറ്റെടുക്കുകയാണുണ്ടായത്.

ഭൂരിപക്ഷവും കാർഷികവൃത്തിയിലേർപ്പെട്ടിട്ടുള്ള ഒരു ജനസമൂഹത്തിന്റെ പ്രവർത്തനമേഖലകളായ പാടശേഖരങ്ങളിൽനിന്നും മലഞ്ചെരിവുകളിൽനിന്നും കൽക്കരി ഖനികളിൽനിന്നും പാഠങ്ങൾ ഉൾക്കൊണ്ടുകൊണ്ട് മഹത്തായ ഒരു ചൈനീസ് ജനതയെ കെട്ടിപ്പടുക്കുക എന്നതായിരുന്നു മാവോ ആവിഷ്ക്കരിച്ച പുനർവിദ്യാഭ്യാസത്തിന്റെ ദൗത്യം. 'ബൂർഷ്വാ ആശയ'ങ്ങളുടെ പിടിയിലമർന്ന പട്ടണത്തിലെ അഭ്യസ്തവിദ്യരാണ് ഈ കടുത്ത ആക്രമണത്തിന് വിധേയരായത്. ചെറുതോ വലുതോ ആയ രീതിയിൽ പാർട്ടിക്ക് അപ്രീതി ഉണ്ടാക്കിയവരും മറ്റ് അഭ്യസ്തവിദ്യരും പുനർവിദ്യാഭ്യാസത്തിനായി ഗ്രാമങ്ങളിലേക്ക് അയയ്ക്കപ്പെട്ടു. ഈ കഥയിലെ നായകനായ ആഖ്യാതാവും സുഹൃത്തായ ലുവോവും അങ്ങനെ പുനർവിദ്യാഭ്യാസത്തിന് പറഞ്ഞയയ്ക്കപ്പെട്ടവരിൽ പെടുന്നു. അവർക്ക് അറിയാവുന്ന ഒട്ടേറെ യുവാക്കളും ഈ ഫിനിക്സ് മലയിലുണ്ടായിരുന്നു. അഭ്യസ്തവിദ്യരായ അവർ മലത്തൊട്ടികൾ ചുമന്നും കൽക്കരിഖനികളിലെ പൊടിപുരണ്ട അന്തരീക്ഷം തങ്ങളുടെ ശ്വാസകോശങ്ങളിലേക്ക് ഊറ്റിവലിച്ചും ഈ പ്രക്രിയകളിൽ പങ്കാളികളായി.

അതിതീക്ഷ്ണമായ രാഷ്ട്രീയവിമർശനം ഈ നോവലിന്റെ അന്തർധാരയായി വർത്തിക്കുന്നു. ഒട്ടേറെ സന്ദർഭങ്ങൾ വായനക്കാരന്റെ മനസ്സിൽ ചിരിയും കണ്ണുനീരും വിതറുന്നുണ്ട്. തമ്പുരു

എന്ന ഉപകരണത്തെയും തമ്പുരുവിലൂടെ ആലപിക്കുന്ന മൊസ്സാർട്ടിന്റെ ഗീതത്തെയും സംശയദൃഷ്ടിയോടെ ഗ്രാമത്തലവനും സഹചാരികളും നേരിടുമ്പോൾ *മൊസ്സാർട്ട് മാവോയെപ്പറ്റി ചിന്തിക്കുന്നു* എന്നൊരു ഗീതം പാടി രക്ഷപ്പെടുകയാണ് ലുവോ. ഫിനിക്സ് മലയിലെ ധാന്യപ്പൊടിപ്പുകാരൻ വിചിത്രനായ ഒരു വൃദ്ധനാണ്. മലയിലെ തീക്ഷ്ണമായ പേനുകളോടൊപ്പമുള്ള ഒരു കുടിലിലെ സഹവാസമാണ് അയാളുടേത്. ഉപ്പുവെള്ളത്തിൽ വെള്ളാരംകല്ലുകൾ കുതിർത്ത് കഴിക്കുന്നതാണ് അയാളുടെ ഭക്ഷണം. വിപ്ലവ ഭരണകൂടത്തിന് പഥ്യമായ നാടൻ പാട്ടുകൾ *നാലുകണ്ണൻ* എന്ന കഥാപാത്രത്തിനുവേണ്ടി ശേഖരിക്കുവാൻ ലുവോവും കൂട്ടുകാരനും എത്തുന്നു. ഫിനിക്സ് മലകളിലെ കൂറ്റൻ പേനുകളുടെ കടിയേറ്റ് അവർ തളരുന്നതും വൃദ്ധന്റെ വായിൽനിന്നും ഉദ്ഗമിക്കുന്ന തെറിപ്പാട്ടുകൾ പിന്നീട് അതേ ശൈലിയിൽ ഭരണകൂടത്തിന് പത്ഥ്യമായ വിപ്ലവ ഗീതങ്ങളായി മാറുന്നതുമെല്ലാം ഹാസ്യാത്മകമായൊരു നാടോടിക്കഥ പോലെയാണ് ആലേഖനം ചെയ്തിട്ടുള്ളത്. വിപ്ലവകരമായ നാടൻപാട്ടുകൾ ശേഖരിച്ച് രാഷ്ട്രീയാധികാരികളെ തൃപ്തിപ്പെടുത്തി നാലുകണ്ണൻ തന്റെ ഫിനിക്സ് മലയിലെ കഠിനതടവിൽ നിന്നുള്ള മോചനത്തിനായി ഒരുങ്ങുന്നു.

ചൈനീസ് വിപ്ലവ ഭരണകൂടത്തിന്റെ അക്കാലത്തെ സന്തതസഹചാരികളായ ഭരണാധികാരികളായിരുന്നു കൊറിയയിലെ കിം ഇൽ സങ്ങും അൽബേനിയിലെ എൻവർ ഹോക്സയും. തന്റെ പുത്രനെ അനന്തരാവകാശിയായി പ്രഖ്യാപിച്ച കിം ഇൽ സങ്ങും നിരീശ്വരത്വം ഔദ്യോഗികമായി പ്രഖ്യാപിച്ച എൻവർ ഹോക്സയും ഏറെ പരിഹാസ്യരായ മാതൃകകളാകുന്നു. സിനിമാക്കഥകൾ കണ്ട് മലമടക്കിലെ ജനങ്ങൾക്ക് കഥാപ്രസംഗം പകർന്നിരുന്ന ലുവോയിനും കൂട്ടുകാരനും അന്ന് ഈ രാഷ്ട്രങ്ങളിലെ സിനിമകൾ കാണാനേ സാധിച്ചിരുന്നുള്ളൂ എന്ന് ഈ പുസ്തകത്തിലെ പരാമർശങ്ങളിലൂടെ നാം മനസ്സിലാക്കുന്നു. കാമുകിയോടുള്ള പ്രണയം മൂത്തപ്പോൾ അവളെ അവിടത്തെ ഇടുങ്ങിയ സാഹചര്യങ്ങളിൽനിന്നും മോചിപ്പിക്കണമെന്നും അവൾക്ക് വിശ്വകഥകൾ പകർന്നുകൊടുക്കണമെന്നുമുള്ള ആഗ്രഹം ലൂവോ ഉയർത്തുന്നു. അങ്ങനെയാണ് ബൽസാക്ക് എന്ന വിശ്വസാഹിത്യകാരൻ രംഗത്തെത്തുന്നത്. ബൽസാക്കിന്റെ കഥകളിലൂടെ അവൾ തന്റെ ചൈനീസ് യാഥാസ്ഥിതികത്വം കൈവെടിയുകയും പട്ടണത്തിന്റെ പരിഷ്കൃതജീവിതം തെരഞ്ഞെടുത്ത് മുന്നോട്ടു പോവുകയും ചെയ്യുന്നു. അവൾ പക്ഷേ കാമുകൻമാരുടെ നിയന്ത്രണത്തിൽ ഒതുങ്ങിനിന്നില്ല. നിരാശരായ അവർ ബൽസാക്കിനെയും ഇതരവിശ്വസാഹിത്യകൃതികളെയും തീജ്ജ്വാലകൾക്കിരയാക്കുന്നു.

ചൈനയുടെ ഒരു രാഷ്ട്രീയ കാലഘട്ടത്തിന്റെ അധികാരം ദുഷിച്ചതെങ്ങനെയെന്ന് ഈ നോവൽ കാണിച്ചുതരുന്നു. അതുതന്നെയാണ് ഈ പുസ്തകത്തിന്റെ സന്ദേശവും. അധികാരം ഭരണാധിപന്മാരെയും രാഷ്ട്രീയകമ്മീസർമാരെയും തിരുവായ്ക്കെതിർവായ് ഇല്ലാത്ത ഏകാധിപതികളാക്കി മാറ്റുന്നു. അധികാരം സ്തുതിപാഠകരുടെയും ആശ്രിതരുടെയും പ്രവേശനകവാടങ്ങളായി മാറുന്നു. ചിന്താസ്വാതന്ത്ര്യം ഉന്മൂലനം ചെയ്യപ്പെടുന്നു. എതിർത്തവരൊക്കെ നിശ്ശബ്ദരാക്കപ്പെടുകയോ നാടുകടത്തപ്പെടുകയോ ചെയ്യുന്നു. ഈയൊരു സ്ഥിതിവിശേഷം ദീർഘകാലം നിലനില്ക്കുന്നതല്ല എന്ന സരളമായൊരു പാഠം നാം പഠിച്ചുകഴിഞ്ഞു. ഇരുമ്പുമറകളുടെയും ചിലന്തിവലകളുടെയും കാലത്തിന് ചരിത്രത്തെ അതിജീവിക്കാനാവില്ല. വിമർശനങ്ങളെ സഹിഷ്ണുതയോടെ ഉൾക്കൊണ്ട്, അതിൽനിന്ന് നല്ല പാഠങ്ങൾ പഠിച്ച് ചരിത്രഗതിയിലൂടെ മുന്നോട്ടു നീങ്ങണമെന്നുതന്നെയാണ് ദായ് സിജി എന്ന എഴുത്തുകാരൻ ശഠിക്കുന്നത്.

(ബൽസാക്കും ചൈനയിലെ കൊച്ചുതയ്യൽക്കാരിയും
എന്ന പുസ്തകത്തിനെഴുതിയ മുഖവുര)

Balzac and The Little Chinese Seamstress - Dai Sijie

■

പിതാക്കന്മാരുടെ കണ്ണുനീരിൽ കുതിർന്ന പുസ്തകം

"**തൊ**ണ്ടയിൽ കുടുങ്ങിയൊരു ഗദ്ഗദം; അല്ലെങ്കിൽ ഉരുണ്ടു കൂടുന്ന ഒരിറ്റു കണ്ണുനീർ." - വൈകാരികതയും കാവ്യാത്മകതയും ഇടകലർന്ന ഒരു ചെറുനോവലാണിത്. ശ്വാസം മുട്ടിക്കുന്ന ഒരനുഭവത്തിന്റെ തീവ്രതയാണിതിലെ വരികൾക്ക്. നോവലിലുടനീളം വിന്യസിച്ചിട്ടുള്ളത് ഇരുണ്ട ചിത്രങ്ങളാണ്. യാഥാർത്ഥ്യവും ഭ്രമാത്മകതയും കൂട്ടിക്കുഴച്ചുകൊണ്ടുള്ള ഒരു വൃദ്ധപിതാവിന്റെ ഓർമ്മകളും ചലനങ്ങളും. ഒരു ക്യാമറക്കണ്ണിലെന്നവണ്ണം വാക്കുകൾ പകർത്തപ്പെട്ടിരിക്കുന്നു. പിന്നീട് ഈ നോവലിന് ഒരു ചലച്ചിത്രഭാഷ്യം കൂടിയുണ്ടെന്ന് നിങ്ങൾ മനസ്സിലാക്കുന്നു.

ഒരു പട്ടാളവണ്ടി പാലത്തിലൂടെ കടന്നുപോകുന്നു.

അതിന്റെ വാതിലിൽ ഒരു ചുവന്ന നക്ഷത്രം പതിച്ചു വച്ചിരിക്കുന്നു.

ജലമയമില്ലാത്ത ഭൂമിയുടെ കല്ലുറക്കത്തെ അത് അലോസരപ്പെടുത്തുന്നു.

അധിനിവേശത്തിന്റെ അസ്വാസ്ഥ്യകരമായ ചിത്രം വരയ്ക്കാൻ ഇത്രയും വാക്കുകൾ മതി. ജലമയമില്ലാത്ത ഭൂമി ഒരു പരിണാമഗുപ്തിയാണ്. ഒരിക്കൽ അവിടം പുഴയൊഴുകിയിരുന്നു. ഇപ്പോൾ പുഴ വരണ്ട് മുൾച്ചെടികൾ നിറഞ്ഞ മണൽത്തിട്ടയായി മാറി. അവിടെ പൊടിപടലങ്ങളും കുറ്റിക്കാടുകളും മാത്രം. പൊടിപടലങ്ങൾ കഥയിലെ വില്ലനാകുന്നു.

പൊടി ഉയരുന്നു.

പൊടി പാലത്തിൽ ചുറ്റി പടർന്നുയരുന്നു.

പിന്നെ അമർന്നുപോകുന്നു.

പൊടി നിശ്ശബ്ദമായി എല്ലാതിനേയും മൂടുന്നു.

ആപ്പിളിലും അയാളുടെ തലപ്പാവിലും കൺപോളകളിലും പൊടി പടരുന്നു.

വൃദ്ധന്റെ ഓർമ്മകൾ ദുഃഖത്തിൽ കുതിർന്നതാണ്. വൃദ്ധന് ചുറ്റുള്ളവരും ദുഃഖഭാരത്താൽ നീറുന്നവരാണ്. മിർസാഖാദിർ എന്ന കച്ചവടക്കാരൻ, ഫത്തേ എന്ന കാവൽക്കാരൻ, ഷാമർദ് എന്ന ഡ്രൈവർ. ഇവർക്കാർക്കും ദുഃഖഭാരത്തിന്റെ പിടിയിൽനിന്ന് മോചനമില്ല. അവർക്കുചുറ്റും ദുരന്തകഥകൾ എരിയുന്നു. ദുഃഖത്തിന്റെ അവസ്ഥാന്തരങ്ങളും ഇവിടെ വിലയിരുത്തപ്പെടുന്നുണ്ട്.

ദുഃഖം ജലകണങ്ങളായി കണ്ണുകളിലൂടെ ഒഴുകുന്നു.

ദുഃഖം നാവിനെ ഖഡ്ഗംപോലെ മൂർച്ചയുള്ളതാക്കുന്നു.

ദുഃഖം ഒരു ടൈംബോംബായി രൂപാന്തരപ്പെടുന്നു.

പിന്നെ വരണ്ടുപഴുത്ത മലനിരകൾ ഒരു ഭ്രമാത്മകതയിൽ തീപ്പുഴയായി മാറുന്നു. അതിലെരിയുന്നത് അയാളുടെ ഉറ്റവരും ഉടയവരുമാണ്.

ഒരു രാഷ്ട്രത്തിലെ ജനത തന്നെയാണ് അവിടത്തെ ചരിത്രത്തിന്റെ വിധാതാക്കൾ. എന്നാൽ ഇതുവരെയുള്ള ലോകചരിത്രം അധിനിവേശങ്ങളുടെയും ആക്രമണങ്ങളുടേതുമാണ്. ലോകത്ത് ജനാധിപത്യക്രമം ആദ്യം ഉടലെടുത്തത് ബ്രിട്ടനിലാണ്. എന്നാൽ അവർ രക്തരൂഷിതമായ പടയോട്ടങ്ങളിലൂടെ സൂര്യനസ്തമിക്കാത്ത രാജ്യം കെട്ടിപ്പടുക്കുന്ന കാഴ്ച നാം കണ്ടു. രണ്ടാംലോകമഹായുദ്ധത്തിനുശേഷം ശക്തിയാർജ്ജിച്ച അമേരിക്കൻ ഐക്യനാടുകൾ ജനാധിപത്യത്തിന്റെ അപ്പോസ്തലന്മാരായി. സാമ്രാജ്യത്വസൃഷ്ടിക്കായി എത്രയെത്ര ചോരപ്പുഴകളാണ് അവർ ലോകമെമ്പാടും ഒഴുക്കിയത്! മുതലാളിത്തജനാധിപത്യം എന്ന് വിളിക്കപ്പെട്ട ഈ പ്രക്രിയയ്ക്ക് തിരുത്തൽശക്തിയായി വന്ന കമ്യൂണിസ്റ്റ് ഭരണക്രമത്തിനും അധിനിവേശപ്രക്രിയയിൽനിന്ന് ഒഴിഞ്ഞുമാറാനായില്ല. വിപ്ലവം കയറ്റുമതിച്ചരക്കല്ലെന്ന് പഠിപ്പിക്കുകയും പ്രചരിപ്പിക്കുകയും ചെയ്തിട്ടും ഹംഗറിയിലേക്ക് റഷ്യൻ സൈന്യം മാർച്ച് ചെയ്തതിന്റെ തുടർച്ചയാണ് അഫ്ഗാനിസ്ഥാൻ (കേരളത്തിലെ കമ്യൂണിസ്റ്റ് നേതാവായിരുന്ന സി. അച്യുതമേനോൻ ഹംഗറിയിലെ സോവിയറ്റ് അധിനിവേശത്തിന്റെ പേരിൽ രാജി സമർപ്പിച്ച ചരിത്രമുണ്ട്). റഷ്യൻ വിപ്ലവത്തിന്റെ തകർച്ചയ്ക്ക് ആക്കംകൂട്ടിയ അനേകം കാരണങ്ങളിലൊന്ന് അഫ്ഗാനിസ്ഥാനായിരുന്നു. ഭരണകൂടത്തിനു നേരെ പട്ടാളത്തിനുണ്ടായ അതൃപ്തിയായിരുന്നു അതിനു കാരണം.

അധിനിവേശകാലത്ത് റഷ്യൻപട്ടാളക്കാർ തീയും ചാമ്പലുമാക്കിയ ഒരു ഗ്രാമത്തിലെ എല്ലാ കുടുംബാംഗങ്ങളും വധിക്കപ്പെട്ടു.

ദസ്താഗിർ എന്ന പിതാവും അയാളുടെ യാസിൻ എന്ന പേരക്കുട്ടിയും ദൂരെ ഖനിയിലെങ്ങോ ജോലി ചെയ്യുന്ന മുറാദ് എന്ന അയാളുടെ മകനും ബാക്കിയായി. അവരെ സാക്ഷിനിർത്തി അഫ്ഗാനിസ്ഥാന്റെ ദയനീയമായ അവസ്ഥയെ പ്രതിപാദിക്കുന്ന നോവലാണ് മണ്ണും ചാരവും. സ്വന്തം കുടുംബത്തിന്റെ ദുരന്തവാർത്തകൾ അറിയിക്കാൻ പേരക്കുട്ടിയെയും കൂട്ടി യാത്ര പുറപ്പെടുന്ന ദസ്താഗിർ എന്ന വൃദ്ധ പിതാവാണ് ഈ കഥയിലെ പ്രധാന തന്തു.

സ്ഫോടനത്തിൽ യാസിൻ എന്ന പേരക്കുട്ടിയുടെ കേൾവി പൂർണ്ണ മായും നഷ്ടപ്പെട്ടു. അവന് മറ്റൊരാളുടേയും ശബ്ദം കേൾക്കാനാ കുന്നില്ല. രാജ്യം വെട്ടിപ്പിടിച്ചവർ എന്തിനാണ് തങ്ങളുടെ ശബ്ദങ്ങൾ കവർന്നുകൊണ്ടുപോയതെന്ന് അവർ അത്ഭുതപ്പെടുന്നു. ശബ്ദ ത്തിന്റെ അഥവാ പ്രതിഷേധത്തിന്റെ അഭാവം ഈ കഥയിലെ പിതാക്കന്മാരെ അലോസരപ്പെടുത്തുന്നുണ്ട്. ആക്രമണശക്തികളുടെ പ്രലോഭനങ്ങൾക്കുമുമ്പിൽ തങ്ങളുടെ മക്കൾ പതറിപ്പോകുക യാണോ എന്ന ഭയം. മിർസാഖാദിറിന്റെ മകനെ ചൊല്ലിയുള്ള അനുഭവം തന്റെ പുത്രനായ മുറാദിനും സംഭവിക്കുമോ എന്ന ആശങ്ക ദസ്താഗിർ എന്ന വൃദ്ധപിതാവിനെ അലട്ടുന്നുണ്ട്. സ്വന്തം ഭാര്യയും മാതാവും സഹോദരനും വധിക്കപ്പെട്ടു എന്നറിഞ്ഞിട്ടും എന്തു കൊണ്ടവൻ ഗ്രാമത്തിലേക്ക് വന്നില്ല എന്ന സന്ദേഹത്തിൽ ആടിയുല യുകയാണ് അയാൾ.

"ഒരു തേങ്ങൽ അയാളുടെ തൊണ്ടയിൽ തടയുന്നു. അയാൾ കണ്ണു കളടച്ച് നിശ്ശബ്ദം തേങ്ങുന്നു. ദസ്താഗീർ, കരുത്തനാകൂ! തളരരുത് ഒരു പുരുഷൻ കരയുകയില്ല. അല്ലെങ്കിൽ എന്തുകൊണ്ടില്ല! നിന്റെ ഹൃദയത്തിലെ ദുഃഖം കരകവിഞ്ഞൊഴുകട്ടെ."

ഇവിടെയാണ് *ഷഹനാമ* എന്ന പേരിൽ പതിനൊന്നാം നൂറ്റാണ്ടിൽ പേർഷ്യൻ ഭാഷയിൽ എഴുതപ്പെട്ട *ഫെർദൂസി*യുടെ *രാജാ ക്കന്മാരുടെ പുസ്തക*ത്തിന്റെ പരാമർശങ്ങൾ കടന്നുവരുന്നത്. ഇറാനും ചുറ്റുമുള്ള രാജ്യങ്ങളെയും കേന്ദ്രീകരിച്ചുകൊണ്ടുള്ള മിത്തുകൾ നാടോടിക്കഥകൾ ചരിത്രസംഭവങ്ങൾ എന്നിവയടങ്ങുന്ന ഈ പുരാണഗ്രന്ഥം ലോകമാരംഭിച്ചതുമുതൽ ഏഴാം നൂറ്റാണ്ടു വരെയുള്ള ചരിത്രം പറയുന്നു. ഈ കഥാപുസ്തകത്തിലെ പ്രധാന കഥാപാത്രങ്ങളാണ് റൊസ്താം എന്ന പിതാവും സൊഹറാബ് എന്ന മകനും. രണ്ടു പേരും വിരുദ്ധചേരികളിലാവുകയും പിന്നീട് പിതാവ് മകനെ കൊല്ലാനിടവരികയും ചെയ്യുന്നു. സൊഹാക്കുകൾ എന്നറിയപ്പെടുന്ന ഈ പുരാണത്തിലെ ഭീകരനായ ഏകാധിപതി പാമ്പുകളോടുമൊത്ത് സഹവസിക്കുന്ന തിന്മയുടെ പ്രതീകമാണ്.

ശരിതെറ്റുകളുടെ കാറ്റും വെളിച്ചവും കടന്നുവരുമ്പോൾ തന്റെ മകൻ കുറ്റവാളിയല്ല എന്ന തിരിച്ചറിവ് അയാളെ പ്രത്യാശഭരിതനാക്കുന്നു. സന്ദേഹചിന്തകൾ വിട്ടുപിരിയുന്നു. തന്റെ ധർമ്മപത്നിയുടെ ഗന്ധമുള്ള ആപ്പിൾചിത്രങ്ങൾ വലയം ചെയ്ത തുണിശീല പ്രതീക്ഷയുടെ പ്രതീകമായി മാറുന്നു. അയാൾ നിശ്ചയദാർഢ്യത്തോടെ തിരിഞ്ഞുനടക്കുകയാണ്. അഫ്ഗാനിസ്ഥാൻ എന്ന കഷ്ടതകളുടെ ഭൂപടത്തിനുമുകളിൽ ഒരു പൂർണ്ണസൂര്യൻ ഉദയം ചെയ്യും എന്ന പ്രത്യാശയോടെ.

ഇത് എഴുതിയ കാലഘട്ടത്തിനുശേഷം അഫ്ഗാനിസ്ഥാനിൽ പിന്നെയും ചോരച്ചാലുകൾ ഒഴുകി. സോവിയറ്റ് സേന പിൻവാങ്ങി. നജീബുള്ളയും സഹപ്രവർത്തകരും വധിക്കപ്പെട്ടു. പിന്നെ താലിബാന്റെ കറുത്ത നാളുകളായി. കുപ്രസിദ്ധമായ സെപ്തംബർ പതിനൊന്നിനു ശേഷം താലിബാൻകാരെ തിരസ്കൃതരാക്കിക്കൊണ്ട് പുതിയ ജനാധിപത്യഭരണകൂടം നിലവിൽവന്നു. ഒട്ടേറെ വെല്ലുവിളികളോടെ മലമടക്കുകളിലെ ഈ രാഷ്ട്രം അതിജീവനത്തിന്റെ സാഹസികമായ പാതയിലാണ്.

അഫ്ഗാനിസ്ഥാനിലാകട്ടെ ഇറാക്കിലാകട്ടെ അധിനിവേശത്തിന്റെ തിക്തഫലങ്ങൾ എവിടെയും ഒന്നുതന്നെയാണ്. യുദ്ധകാലത്ത് കണ്ണുനീരൊഴുക്കിയ സ്വന്തം പിതാവിനും അനേകം പിതാക്കന്മാർക്കും സമർപ്പിക്കുന്ന ഈ ഗ്രന്ഥം ഉയർത്തിപ്പിടിക്കുന്ന മൂല്യവും ഇതത്രേ.

(മണ്ണും ചാരവും എന്ന
പുസ്തകത്തിനെഴുതിയ മുഖവുര)
Earth and Ashes - Ateeq Rahimi

■

സംഘടനാജീവിതം

തകരപ്പാട്ടയുടെ കിലുക്കം

ആറിത്തണുത്ത ഒരു ഭൂതകാലത്തിന്റെ മണൽപ്പരപ്പിൽ ഇമ്പിച്ചി ബാവയിരിക്കുന്നു. തൊട്ടുരുമ്മിയും തൊടാതെയും തന്റെ നാട്ടുകാർക്കും സുഹൃത്തുക്കൾക്കും സഖാക്കൾക്കുമിടയിൽ കുശലങ്ങൾ അന്വേഷിച്ചും ഫലിതങ്ങൾ പറഞ്ഞും നിഷ്ക്കളങ്കമായി ചിരിച്ചും, നിറഞ്ഞുനില്ക്കുന്ന ഒരോർമ്മച്ചിത്രം. ചരിത്രത്തിന്റെ വഴിത്താരയിലെ ആദർശോന്മുഖവും പവിത്രവുമായ ഒരു വിപ്ലവസ്മരണയാണത്. അന്തരീക്ഷം അപ്പോൾ ശബ്ദായമാനമായിരുന്നു. മരുഭൂമിയുടെ നഗരത്തിൽ ഊഷ്മാവ് പടർന്നുകയറിയിരുന്നു.

ഒരു മധ്യാഹ്നത്തിന്റെ വേലിയിറക്കത്തിൽ ഞാനും എന്റെ സുഹൃത്തും കിലോമീറ്ററുകളോളം മരുഭൂമി താണ്ടി ആ വാണിജ്യ നഗരത്തിലെത്തിച്ചേർന്നു. എന്നിട്ട് സഖാവിന് സ്വയം പരിചയപ്പെടുത്തി. തന്നെ പൊതിഞ്ഞ സുഹൃദ്‌വലയങ്ങളിൽനിന്ന് സഖാവ് തിടുക്കത്തിൽ എഴുന്നേറ്റു വരികയും ഞങ്ങളുടെ കൈ പിടിക്കുകയും കുശലങ്ങൾ അന്വേഷിക്കുകയും ചെയ്തു. ഏതാനും മിനിറ്റുകൾക്കം ഇമ്പിച്ചിബാവയ്ക്ക് ഞങ്ങളും ഞങ്ങൾക്ക് ഇമ്പിച്ചിബാവയും എത്രയോ സുപരിചിതരായി കഴിഞ്ഞിരുന്നു. അദ്ദേഹത്തെ മരുഭൂമിയിലെ മറ്റൊരു നഗരത്തിലേക്ക് ആനയിക്കാൻ നിയുക്തരായിരുന്നു ഞാനും എന്റെ സുഹൃത്തും.

മൂന്നു പതിറ്റാണ്ട് മുമ്പ് എന്നെ അനുഗമിച്ച ആ സുഹൃത്തിനെ ഇപ്പോൾ എനിക്ക് ഓർമ്മിച്ചെടുക്കാനാവുന്നില്ല. ഓർമ്മകളുടെ ഞരമ്പുകൾ മുറിഞ്ഞുപോയതുപോലെ. ഈയിടെ ആ പേരില്ലാ സുഹൃത്ത് അപ്രതീക്ഷിതമായി ഒരു സംഗമത്തിൽ, മുഖം മിനുക്കി കടന്നുവന്നു. എന്നിട്ട് “നമ്മളിരുവരും പണ്ട് ഇമ്പിച്ചിബാവയോടൊപ്പം സഞ്ചരിച്ചത് ഓർമ്മയില്ലേ?” എന്ന് വികാരവായ്പോടെ ചോദിച്ചു. നിറഞ്ഞ സൗഹൃദത്തോടെ ഞാൻ അയാളെ ആലിംഗനം ചെയ്തു. എന്നിട്ട് ഭൂതകാലപ്പെരുമകളിലേക്ക് ഒരു തീർത്ഥയാത്ര നടത്തി. അപ്പോൾ എന്റെ മനസ്സിൽ പഴയൊരു മഴവില്ല് വിടർന്നുവരികയും നീലാകാശച്ചെരുവിലൂടെ ഊഷ്മളമായ കാറ്റ് വീശുകയും ചെയ്തു.

ഭ്രമാത്മകമായ ഒരു ജീവിതത്തിന്റെ ചോദ്യചിഹ്നംപോലെ അയാൾ വിസ്മൃതിയിലേക്കു വലിഞ്ഞു. ആശയക്കുഴപ്പത്തിൽ ഞാനിപ്പോഴും ആ സുഹൃത്തിനെ തിരയുന്നു. ആരായിരുന്നു അയാൾ?

ഒരിക്കൽ എന്റെ മനസ്സിൽ യുവത്വത്തിന്റെ പരിവേഷവുമായി വിരാജിച്ചിരുന്ന ഇബ്രാഹിം എന്ന സുഹൃത്ത് വർഷങ്ങൾക്കുശേഷം ഒരു പടുവൃദ്ധനായി കയറിവരുന്നതു കണ്ട് ഞാൻ തെല്ലിട പരിഭ്രാന്തനായി. കാലത്തിന്റെ അനന്തതയിലേക്ക് വിസ്മയത്തോടെ ഞാൻ എന്റെ കൺപോളകൾ തുറന്നുവച്ചു. ഒരു പ്രമേഹരോഗിയുടെ ക്ഷീണിച്ച മുഖവും ദൈന്യതയാർന്ന കണ്ണുകളും അയാൾക്കുണ്ടായിരുന്നു. ഓരോ ചലനത്തിലും അസ്വസ്ഥത നിറഞ്ഞുനിന്നു. മുടി കറുപ്പിക്കാനൊന്നും അയാൾ മിനക്കെട്ടിരുന്നില്ല. ഇബ്രാഹിം പറഞ്ഞു. "നാമൊരിക്കൽ പ്രവർത്തനത്തിന്റെ സാന്ദ്രതയിലായിരുന്നപ്പോൾ ബന്ധങ്ങളുടെ പിരിമുറുക്കം അയഞ്ഞുപോകുമെന്ന് ഒരിക്കലും കരുതിയില്ലല്ലേ? കാലം എല്ലാതിനേയും പൊട്ടിച്ചെറിയുകയാണ്." ഞങ്ങൾക്കിരുവർക്കും സ്വന്തമായൊരു ഭൂതകാലത്തിലേയ്ക്ക് അയാൾ തിരിഞ്ഞുനോക്കിക്കൊണ്ടിരുന്നു. ഓർമ്മകൾ പൊഴിയുന്ന ഒരു വർത്തമാനകാലത്തിലിരുന്ന് ഞാൻ വെളുത്ത കടൽക്കാക്കകളെ ധ്യാനിച്ചുകൊണ്ടിരുന്നു. ജലനിരകളെ പിളർന്ന് കുറുകെ പായുന്ന ഒരു കടത്തുവഞ്ചിക്കു മീതെ അവ തലങ്ങും വിലങ്ങും പറക്കുകയാണ്.

മരുഭൂമിയിലെ ഹൈവേയിലൂടെ സഞ്ചരിക്കവേ, ഇമ്പിച്ചിബാവയും ഞങ്ങളും കാറ്റും വരൾച്ചയും ഒട്ടകവും നിറഞ്ഞ മരുഭൂമിയുടെ സംഭാഷണങ്ങളിൽ മുഴുകി. മരുഭൂമികൾ ഏകാന്തതയിലും നിശ്ശബ്ദതയിലുമായിരുന്നു. ഹൈവേക്കു ഇരുവശവും അവ പടർന്നുകിടന്നു. ഞങ്ങൾക്കു മുമ്പിൽ ഒട്ടകങ്ങൾ പാത മുറിച്ചുകടക്കുന്ന വഴി എന്നെഴുതിയ ബോർഡുകൾ പ്രത്യക്ഷപ്പെട്ടു. സ്ഥലകാലബോധമില്ലാതെ ഈ സാധുജീവികൾ പാത മുറിച്ചുകടക്കുമെന്നും അപകടങ്ങളിൽ ഒട്ടകങ്ങളും മനുഷ്യരും ചത്തടിയുമെന്നും ഞാൻ പറഞ്ഞു. അസംഖ്യം മൺകൂനകളുടെ ചിത്രങ്ങളിലൂടെ ഞങ്ങൾ കടന്നുപോയി. മൺകൂനകൾ മാറിക്കൊണ്ടേയിരിക്കും. ചിലപ്പോൾ കറുത്ത കീലിട്ട പാതയും മണ്ണു വന്നു മൂടും. കാറ്റിന്റെ വികൃതികളെ അതിജീവിക്കാൻ പാതകൾക്ക് ഇരുവശവും നട്ടുവളർത്തുന്ന സസ്യജാലങ്ങൾ കണ്ടില്ലേ? മരുഭൂമിയിൽ കറുത്ത പ്ലാസ്റ്റിക് പൈപ്പ്ലൈനിൽനിന്നും ഇറ്റുവീഴുന്ന തുള്ളികളിലൂടെ മരുഭൂമി ഇപ്പോൾ ജലസാന്ദ്രമാകുകയാണ് - ഞാൻ മരുഭൂമിയുടെ ഭൂമിശാസ്ത്രത്തെപ്പറ്റി വാചാലനായിക്കൊണ്ടിരുന്നു.

നിങ്ങളുടെ ജീവിതം എങ്ങനെ? സഖാവ് അന്വേഷിച്ചു. ഈ മരുഭൂമി പോലെ വിരസവും ദുഃഖസാന്ദ്രവുമെന്ന് ഞാൻ മറുപടി നല്കി. നാട്ടിൽനിന്നു മറ്റൊരു നാട്ടിലേക്കെത്തി അവിടെ വേരുകൾ ഇറക്കാൻ

സാഹസപ്പെടുന്ന മനുഷ്യരുടെ ദുഃഖവും വ്യഥകളുമായിരുന്നു ഞങ്ങളുടേത്. ഞാൻ മടുപ്പുളവാക്കുന്ന ജീവിതം വിശദീകരിച്ചു.

സഖാവ് എല്ലാം സശ്രദ്ധം കേട്ടുക്കൊണ്ടിരുന്നു. എന്നിട്ടു പറഞ്ഞു: "നിങ്ങൾ ഇവിടെ കഷ്ടപ്പെട്ടു ജീവിക്കുന്നു. നിങ്ങളെ കാത്തിരിക്കുന്ന വീട്ടുകാർക്കുവേണ്ടി വേണ്ടതു ചെയ്യുക. ഒപ്പം നാട്ടിലെ നന്മ നിറഞ്ഞ പ്രസ്ഥാനങ്ങളെയും ഓർക്കുക." സഖാവ് തുടർന്നു. "അറബികൾക്ക് സഹസ്രാബ്ദങ്ങളുടെ ചരിത്രമാണുള്ളത്. അവരുടെ ഭാഷയും കലയും സംസ്ക്കാരവും നിസ്സാരമല്ല, മഹത്തരമാണ്. അവ മനസ്സിലാക്കാനും പഠിക്കാനും നിങ്ങൾ സമയം കണ്ടെത്തണം."

ആകാശച്ചെരുവിൽ അപ്പോൾ അസ്തമയ സൂര്യൻ തിളങ്ങി. കടുംചുവപ്പാർന്ന കിരണങ്ങൾ ഞങ്ങളെ തഴുകി. ഞങ്ങൾക്കിടയിൽ ഒരു ചുവന്ന സൂര്യൻ പ്രകാശിച്ചുകൊണ്ടിരുന്നു.

സഖാവിന് താമസിക്കാൻ ഏർപ്പാട് ചെയ്തിരുന്നത് ഒരു ബാച്ചിലർ മുറിയായിരുന്നു - ആനത്തൊട്ടാവാടികൾ വളർന്നുനില്ക്കുന്ന ശ്മശാനത്തിനടുത്തുള്ള ബോബന്റെ വീട്. ഞങ്ങളെല്ലാവരും ബാച്ചിലർമാരായിരുന്നു. കുടുസ്സായ മുറികളിൽ തിങ്ങി ഞെരുങ്ങിയാണ് താമസിച്ചിരുന്നത്. സഖാവിന് അല്പം സൗകര്യപൂർവം താമസിക്കാനും അതിഥികളെ സ്വീകരിക്കാനും പറ്റിയ മറ്റൊരിടം ഞങ്ങൾക്കു ലഭിച്ചില്ല. താമസത്തെക്കുറിച്ചുള്ള നിർദ്ദേശം എന്റേതായിരുന്നു. "അവൻ നക്സലൈറ്റാണ്. ശല്യം ചെയ്യുമോ?" ആരോ സന്ദേഹം പ്രകടിപ്പിച്ചു. ഏയ്, അതൊന്നുമുണ്ടാകില്ല. ഞങ്ങൾ സമാധാനിച്ചു.

സന്ദേഹം അസ്ഥാനത്തായില്ല. പിറ്റേ ദിവസം പ്രഭാതത്തിൽ കാണാനെത്തിയപ്പോൾ സഖാവിന്റെ മുഖത്ത് ഉറക്കച്ചടവുണ്ടായിരുന്നു. അദ്ദേഹം ദീർഘമായി കോട്ടുവായിട്ടുകൊണ്ടിരുന്നു. ഞാൻ പതുക്കെ ചെവിയിൽ ചോദിച്ചു. "എന്തെങ്കിലും അസൗകര്യമുണ്ടോ സഖാവേ." "ഏയ്, ഒന്നുമില്ല, എന്നാലും ഈ പിള്ളേർ വേണു, അജിത എന്നൊക്കെ ഓരോന്ന് ചോദിച്ച് എന്നെ ഉറക്കിയില്ല. ഇതുപോലെ എത്ര പേരെ കണ്ടതാണ്!"

ഞങ്ങൾക്ക് അരിശം വന്നു. ഞങ്ങൾ ഏല്പിച്ച ഒരതിഥിയോട് അവർ മര്യാദ കാണിച്ചില്ല എന്നു തോന്നി. ഇനി മറ്റൊരു സ്ഥലം കണ്ടെത്തുക തന്നെ...

ജനങ്ങൾക്കിടയിൽ വെള്ളവും മീനും പോലെ ജീവിച്ച ഒരു സഖാവ്. ആയതിനാൽ സാധാരണക്കാരായ നൂറുക്കണക്കിനു പേർ ഇമ്പിച്ചിബാവയെ കാണാനെത്തി. മദീനസെയ്ദും ഖലിദിയായും മലയാളിയുടെ മറ്റ് ജനവാസകേന്ദ്രങ്ങളെയും കേന്ദ്രീകരിച്ച് എത്രയെത്ര സ്വീകരണങ്ങളാണ് സംഘടിപ്പിച്ചത്! ഓരോ സ്വീകരണങ്ങൾക്കൊടുവിലും ചെറിയ ചെറിയ സംഭാവനകളുടെ വരവായി.

ചിലർ വൻതുകകൾ തന്നെ സംഭാവനയായി അർപ്പിച്ചു. ചിലർ നാടൻ രീതിയിൽ നോട്ടുമാലകൾ ഹാരങ്ങളായി അണിയിച്ചു. സോമേട്ടൻ ഓരോ സ്വീകരണങ്ങളുടെയും വിശദമായ റിപ്പോർട്ടുകൾ തയ്യാറാക്കിക്കൊണ്ടിരുന്നു. ഇമ്പിച്ചിബാവ പറയും: "ഏവർക്കും പ്രിയങ്കരനായ എ.കെ.ജിയുടെ പേരിൽ ഒരു പഠനഗവേഷണ കേന്ദ്രം തുറക്കുകയാണ്, അതിനുള്ള സഹായം തേടുകയാണ് ഈ സന്ദർശനത്തിന്റെ ലക്ഷ്യം. നിങ്ങളുടെ വിയർപ്പിന്റെയും അദ്ധ്വാനത്തിന്റെയും നാണയത്തുട്ടുകളാണ് ഈ സംഭാവനയെന്ന് ഞാൻ തിരിച്ചറിയുന്നു. നമ്മുടെ പ്രസ്ഥാനം എന്നും വളരുന്നത് അങ്ങനെയാണ്; ഇനിയും വളരുന്നത് അങ്ങനെയായിരിക്കും."

എ.കെ.ജിയുടെ പേരിൽ പഠന ഗവേഷണകേന്ദ്രമോ? എന്തായിരിക്കും അത്. ജോസഫേട്ടന്റെ മനസ്സിൽ മൂർത്തമായ ഒരു സങ്കല്പം വിടരുന്നില്ല. ആയതിനാൽ സംശയങ്ങൾ തീരുന്നില്ല. സെമിനാറുകളും സ്റ്റഡിക്ലാസുകളുമായിരിക്കുമോ നടത്തപ്പെടുക? അതിനിത്രയേറെ ലക്ഷങ്ങൾ എന്തിനാണ്? സംശയം തീരാത്തതിനാൽ എ.കെ.ജി. പഠന ഗവേഷണകേന്ദ്രത്തെ എ.കെ.ജി. കോളേജെന്നാണ് ജോസഫേട്ടൻ പറഞ്ഞുകൊണ്ടിരുന്നത്.

ഒരിക്കൽ എം.പിയും മന്ത്രിയുമായിരുന്ന ഇമ്പിച്ചിബാവയ്ക്ക് അന്ന് മരുഭൂമിയിലെ പ്രാപ്തരും സമ്പന്നരുമായ മലയാളികളും അവിടത്തെ സംഘടനകളും വേണ്ടത്ര ബഹുമാനവും മതിപ്പും നല്കിയില്ല എന്ന് ഇന്ന് തിരിഞ്ഞുനോക്കുമ്പോൾ കുറിക്കാതെ വയ്യ. അന്ന് കമ്മ്യൂണിസ്റ്റുകാർ കേരളത്തിലെ ഭരണവർഗ്ഗമായി മാറിക്കഴിഞ്ഞിട്ടില്ല. അടിയന്തരാവസ്ഥയെ അതിജീവിച്ച് ആശ്വസിക്കുന്ന ഒരു പാർട്ടിയാണത്. അടിയന്തരാവസ്ഥയ്ക്കു മുമ്പ് പാർട്ടി നിരോധിക്കപ്പെടുമെന്നും വീണ്ടും സഖാക്കൾ ഒഴിവു തേടി പോകേണ്ടിവരുമെന്നും വേണ്ടിവന്നാൽ മരുഭൂമി ഒളിത്താവളമാകേണ്ടിവരുമെന്നും ചില സൂചനകൾ അന്ന് ചില സഖാക്കൾ ഞങ്ങൾക്ക് തന്നിരുന്നു. ഇന്തോനേഷ്യയിലെപോലെ തങ്ങളെയും മുതലകൾക്ക് എറിഞ്ഞുകൊടുക്കുമെന്നും, ചിലിയിലെ പോലെ കാണാതാകപ്പെട്ട നൂറുക്കണക്കിന് പേരിൽ തങ്ങളുടെ വിധിയും നടപ്പിലാകുമെന്നും അന്നത്തെ പല സഖാക്കളും ഭീതിയോടെ ചിന്തിച്ചിരുന്നു. മൂന്ന് പതിറ്റാണ്ടു മുമ്പത്തെ അവിശ്വസനീയമായ ഒരു ചരിത്രത്തിന്റെ ചില സൂചനകളേ എനിക്കെഴുതാനാകുന്നുള്ളു.

അബുദാബിയിലെ ജോസഫേട്ടന്റെ പച്ചച്ചായമടിച്ച അറബി വീട്ടിൽവച്ചാണ് ഞങ്ങൾ അൽസംഘം രൂപീകരിക്കാൻ ഒത്തുകൂടുന്നത്. ചുമരിന്റെ പെയിന്റ് ചിലയിടത്തൊക്കെ അടർന്നുവീണു നിന്നിരുന്നു. ഒരു ചെറിയ മുറിയിൽ അടുക്കിവച്ചതുപോലെ ഒട്ടേറെ പേർ ഒട്ടിച്ചേർന്നിരിക്കുന്നു. മധ്യാഹ്നമായിരുന്നു. ഉഷ്ണം ശമിപ്പിക്കാൻ ഒരു

ഫാൻ മാത്രം കറങ്ങിക്കൊണ്ടിരിക്കുന്നു. ഫലത്തിൽ അത് ഉഷ്ണം വർധിപ്പിക്കാനേ ഉതകിയുള്ളൂ. നടുവിൽ ഇമ്പിച്ചിബാവ ഉപവിഷ്ടനായിരിക്കുന്നു. ഞങ്ങൾ മരുഭൂവിൽ ജീവിതവുമായി അലയുന്നവർ. ശോഭനമായ നാളെയെക്കുറിച്ച് ഓർമ്മിപ്പിച്ചുകൊണ്ട് ഞങ്ങൾക്കിടയിൽ പ്രവാചകനെപ്പോലെ ഇതാ ഒരു രക്ഷകൻ - കണ്ണാടിച്ചില്ലുകൾക്കിടയിലൂടെ ഒരു ചെരിഞ്ഞു നോട്ടവുമായി സഖാവ് ഇമ്പിച്ചിബാവ ചോദിക്കുന്നു: 'ഞാൻ നിങ്ങളോട് എന്താണ് പറയേണ്ടത്? സഖാവ് ഇ.എം.എസിന്റെ ഒളിവുകഥകൾ പറഞ്ഞുതരട്ടെയോ?' പുറത്തെ ചൂടിലും ഞങ്ങളുടെ കഠിനനിശ്വാസങ്ങളിലും മുറിയിലെ ഊഷ്മാവ് ഉയരങ്ങളിലേക്ക് പതിച്ചുകൊണ്ടിരുന്നു. ഞങ്ങൾ വിയർത്തൊഴുകി. എന്നാലും ഞങ്ങൾ ഇ.എം.എസിന്റെ ഒളിവുകാല കഥകൾക്ക് ചെവിയോർത്തിരിക്കുകയാണ്. ഫിഡൽ കാസ്ട്രോവിൽനിന്നും ഹോച്ചിമിനിൽനിന്നും തുടങ്ങുന്ന ഒരു ഗ്രാഫ് ഇപ്പോൾ ഇ.എം.എസിലേക്കും പിന്നെ ഇമ്പിച്ചിബാവ എന്ന കുറിയവനും ഊർജ്ജസ്വലനുമായ സഖാവിലേക്കും പടർന്നുകയറുകയാണ്.

ഔദ്യോഗിക സംഘടനകളുടെ തണുത്ത സ്വീകരണങ്ങളിൽ ഇമ്പിച്ചിബാവയുടെ സൈന്യമായി ഞങ്ങളൊപ്പമുണ്ടായിരുന്നു. ആർട്സ് സെന്റർ കമ്മിറ്റി, സ്വീകരണം നല്കരുതെന്നും നല്കണമെന്നും വാദിക്കുന്നവരുടെ രണ്ട് സംഘമായി പിരിഞ്ഞു. അവസാനം നല്കണമെന്നുള്ളവർ നേരിയ ഭൂരിപക്ഷത്തിൽ ജയിച്ചു. പിന്നെ അവിടെ നടന്നത് ആ സംഘടനയുടെ നാലു ചുമരുകളെ ഭേദിക്കുന്ന ഒരു വമ്പൻ സ്വീകരണമായിരുന്നു. "നമുക്ക് ഈ അവസ്ഥ മാറ്റിയെടുക്കേണ്ടതുണ്ട്." ഓയൽ കമ്പനിയിലെ മുതിർന്ന ഉദ്യോഗസ്ഥനും കമ്മ്യൂണിസ്റ്റ് അനുഭാവിയുമായി സി.പി. നമ്പ്യാർ പറഞ്ഞു. "നിങ്ങൾ ഈ സംഘടനയിൽ കൂട്ടത്തോടെ ചേരണം.."

സ്വീകരണങ്ങൾ കഴിഞ്ഞ് നല്ലൊരു പണക്കിഴിയുടെ ആഹ്ലാദവുമായി സഖാവ് യാത്രയാകുന്നു. "എന്തായാലും ഇവിടെയൊക്കെ വന്നതല്ലേ.. നമ്മുടെ വീടര്ക്ക് നിങ്ങളുടെ വക കുറച്ചു കാച്ചിത്തുണി തരണം." സഖാവ് ഏറനാടൻ ഭാഷയിൽ ഒരു ചെറുചിരിയോടെ മൊഴിയുന്നു. ഞങ്ങൾ സഖാവിന് കാച്ചിത്തുണി നല്കുന്നു. പിന്നെ ദേശാഭിമാനി പത്രത്തിനു നല്കാൻ ഇപ്പോൾ പേരോർമ്മയില്ലാത്ത കുറെ ഉപകരണങ്ങൾ നല്കുന്നു.

"സഖാവിന്റെ സന്ദർശനത്തിന്റെ പത്രവാർത്തകൾ കൃത്യമായി പാർട്ടി പത്രത്തിന് അയച്ചിട്ടുണ്ട്." ഞാൻ പറയുന്നു. "ങ്ങാ, അയച്ചു കൊടുക്ക്. അവർ ഇടണമെങ്കിൽ ഇടട്ടെ..." സഖാവിന്റെ ശബ്ദത്തിലെ വിരക്തി ഞാൻ ശ്രദ്ധിച്ചു.

അന്ന് നഗരത്തിലേത് പഴയ എയർപോർട്ടായിരുന്നു. പടിവാതിൽ വരെ ഞങ്ങൾ സഖാവിനെ അനുഗമിച്ചു. ലഗ്ഗേജ് ബാഗ്ഗേജില്ല.

കാച്ചിത്തുണികളും ചില്ലറ സാധനങ്ങൾക്കുമൊപ്പം കയ്യിലെ ചെറിയ ബാഗ് മാത്രം. അറബി സെക്യൂരിറ്റി ഗാർഡ് സഖാവിന്റെ ഹാന്റ് ബാഗ്ഗേജ് സസൂക്ഷ്മം പരിശോധിച്ചു. തുണികളൊക്കെ കുടഞ്ഞിട്ടു. ബാഗിൽനിന്ന് തുരുമ്പു വീണ ഒരു മിഠായിപ്പാട്ട മറിഞ്ഞുവീഴുന്നു. പൊലീസുകാരൻ സംശയാലുവായി. അയാൾ മിഠായിപ്പാട്ട തുറന്നു. അതിൽ കിലുങ്ങിക്കൊണ്ടിരുന്നത് സെവൻ ഒ ക്ലോക്ക് ബ്ലേയ്ഡ് വച്ച പഴയ ഒരു ഷേവിംഗ് സെറ്റായിരുന്നു. പൊലീസുകാരൻ തന്റെ പുളി ങ്കുരുപ്പല്ലുകൾ കാട്ടി ചിരിച്ചു. എന്നിട്ട് തകരപ്പാട്ടയെടുത്തു കുലുക്കി. കടകട എന്ന ചെറിയ പെരുമ്പറയായി അതു മുഴങ്ങവേ 'മിശ്കിൻ, മിശ്കിൻ' (സാധു മനുഷ്യൻ) എന്നയാൾ മൊഴിഞ്ഞു. നാട്ടിൽ വന്നാൽ എല്ലാവരും മലപ്പുറത്തു വരണമെന്ന് സഖാവിന്റെ യാത്രാമൊഴി.

വർഷങ്ങൾക്കുശേഷവും എന്റെ ഹൃദയത്തിലിരുന്ന് ആ തകര പ്പാട്ട മുഴങ്ങുന്നു. വിമാനത്താവളം മരുഭൂമിയോട് ചേർന്നാണ് നില കൊണ്ടിരുന്നത്. ഒരു സായാഹ്നമായിരുന്നു അത്. മൺകൂനകൾക്കുമ പ്പുറത്ത് സാവധാനം ഒരു ചുകന്ന സൂര്യൻ മറഞ്ഞുകൊണ്ടിരുന്നു....

എന്റെ വിവാഹത്തിന്റെ കാർമ്മികത്വം ഇമ്പിച്ചിബാവയെക്കൊണ്ട് നിർവ്വഹിക്കണമെന്നതായിരുന്നു ആഗ്രഹം. ചില അപ്രതീക്ഷിത കാരണങ്ങളാൽ അതു നടന്നില്ല. വിവാഹശേഷം ഞാൻ കുടുംബ സമേതം സഖാവിന്റെ വീട്ടിൽ പോയിരുന്നു. ചിരിച്ചും കുശലങ്ങൾ പറഞ്ഞും വിസ്മൃതിയിലേക്കു മറഞ്ഞ ഒരു സായാഹ്നം. കരിയില കൾ മൂടിയ അദ്ദേഹത്തിന്റെ ഖബറിടം ഇപ്പോൾ ഞാൻ പതുക്കെ അടിച്ചുവാരുകയാണ്.

(ദേശാഭിമാനി)

■

ക്യൂബാ മുകുന്ദന്മാരുടെ ലോകം

മർദ്ദനങ്ങളെയും മുറിപ്പാടുകളെയും
ലോകത്തിന്റെ സമസ്തദുഃഖങ്ങളെയും
നോക്കി ഞാനിരിക്കുന്നു...
എനിക്കു കേൾക്കാനാകും
വികാരങ്ങളുടെ അലച്ചാർത്തുമായി
വീർപ്പുമുട്ടുന്ന, വ്രണിതമായ
യുവത്വത്തിന്റെ വിക്ഷോഭങ്ങളെക്കുറിച്ച്

(വാൾട്ട് വിറ്റ്മാൻ)

എഴുപതുകൾ റൊമാന്റിസത്തിന്റെ വർണരാജികൾ പീലി വിടർത്തി നിന്ന കാലമായിരുന്നു. ഞങ്ങൾ ലോർക്കയേയും, നെരൂദയേയും വാൾട്ട് വിറ്റ്മാനിനേയും പാടി നടന്ന കാലം.

എവിടെ മനുഷ്യനു ചങ്ങല, പ്രഹരം,
അവ വീഴുവതെന്റെ പുറത്താകുന്നു

എന്നെഴുതിയ എൻ.വി.കൃഷ്ണവാരിയർ കവിയരങ്ങുകളിൽ കത്തി നിന്നിരുന്നു. മരുഭൂമിയിൽ സൂര്യൻ പൂർവ്വാധികം ജ്വലിച്ചുനിന്ന അക്കാലത്താണ് ഞാനദ്ദേഹത്തെ കണ്ടു മുട്ടിയത്. മുഖത്ത് വസൂരി ക്കലകൾ നിറഞ്ഞ ആറടി ഉയരമുള്ള സഖാവ് കെ.പി.ജോസഫ്. ഞങ്ങൾ അദ്ദേഹത്തെ ജോസഫേട്ടൻ എന്നു വിളിച്ചു. ഒരു തുന്നൽ ക്കാരനായി എഴുപതുകളുടെ ആദ്യത്തിൽത്തന്നെ അദ്ദേഹം യു.എ യിലെത്തി. ഷാർജയിലെ ഒരു കടയിൽ സശ്രദ്ധം ഉടുപ്പുകൾ തുന്നുന്ന അദ്ദേഹത്തെ ഒരു ഗമയിലെന്നോണം ഒരു സുഹൃത്ത് എനിക്കു മുമ്പിൽ അവതരിപ്പിച്ചു. "നക്സലേറ്റ് ആയ വെള്ളത്തൂവൽ സ്റ്റീഫന്റെ രാഷ്ട്രീയ ഗുരുവാണദ്ദേഹം."

പിൽക്കാലത്ത് ജോസഫേട്ടൻ എന്റെ ഏറ്റവും അടുത്ത മിത്രമായി മാറി. മിത്രത്തേക്കാളും ഒരു രാഷ്ട്രീയ ഗുരു എന്നതു തന്നെയായി രുന്നു അദ്ദേഹത്തിന്റെ സ്ഥാനം. അദ്ദേഹം നക്സലേറ്റ് ആയിരുന്നില്ല,

മറിച്ച് സി.പി.എമ്മിന്റെ ഒരു തൊഴിലാളി പ്രവർത്തകനായിരുന്നു. ഇടുക്കിയിലെ അടിമാലിയിലായിരുന്നു കുടുംബം. ജീവിതപ്രാരാബ്ധങ്ങളിൽനിന്ന് മോചനം തേടി അദ്ദേഹം യു.എയിലെത്തിച്ചേർന്നതാണ്.

മദീനസെയ്തിലെ വെളിച്ചമില്ലാത്ത ആകാശങ്ങൾക്കു മുകളിൽ ചന്ദ്രനും നക്ഷത്രങ്ങളും കൂടുകൂട്ടിയിരുന്നു. ആ നറുനിലാവിൽ അന്ന് ഞങ്ങൾ നാലഞ്ചുപേർ ജോസഫേട്ടന്റെ വീട്ടുമുറ്റത്ത് നിറം മങ്ങിയ ഇരുമ്പു കസേരകളിലിരുന്ന് പുതിയ കാലത്തെക്കുറിച്ച് ആലോചിക്കാൻ തുടങ്ങി. "ചുറ്റും ഉയരുന്നത് വിപ്ലവത്തിന്റെ ആരവങ്ങളാണ്. ഭൂമുഖത്ത് എവിടെ എത്തിപ്പെട്ടാലും വിപ്ലവമില്ലാതെ നമുക്ക് ജീവിക്കാനാവില്ല. മുമ്പിൽ ജോസഫേട്ടനാണ്. വിപ്ലവത്തിന്റെ ആന്തരാർത്ഥവും ജോസഫേട്ടൻ തന്നെ പറഞ്ഞു തന്നു. "വിപ്ലവത്തിന്റെ കാതൽ ഒരു വ്യക്തിക്ക് തന്നോടുള്ള സ്നേഹം എന്ന സ്വാർത്ഥത തന്നെയാണ്. എനിക്കും എന്നോടൊപ്പം മറ്റുള്ളവർക്കും ഭൗതികമായ സമൃദ്ധിയുണ്ടാവുക." ഞങ്ങൾ സമാനമനസ്കരായ സഖാക്കളെയും തേടിയിറങ്ങി.

ഈന്തപ്പനമരങ്ങളുടെ വിളറിയ പച്ചപ്പുകളെ തഴുകിക്കൊണ്ട് മരുഭൂമിയുടെ നഗരത്തിൽ വിദൂരസ്മൃതിയിലെ ഒരു സന്ധ്യ പിറക്കുന്നു. അറബിക്കഥയിലെ സായന്തനസ്പർശമേറ്റ വിൻഡ് ടവറുകൾ (കാറ്റിൻഗോപുരങ്ങൾ) തിളങ്ങുന്നു. വിവിധഭാരതിയിലെ ഷോർട്ട് വേവ് റേഡിയോ ബാൻഡിലൂടെ ഉതിർന്നുവീഴുന്ന മലയാളം പാട്ടുകൾ. കറാച്ചിയിൽനിന്ന് അബ്ദുള്ളക്കുട്ടി ആവശ്യപ്പെടുന്ന ഒരു മലയാളം പാട്ട് കോഴിക്കോടുള്ള ബാബുരാജ് എന്ന സംഗീതസമ്രാട്ടിന്റേതാണ്. കറാച്ചിയിലും മലയാളിയോ? എന്റെ പരിമിതമായ അറിവിന് ആശ്ചര്യമടക്കാനാകുന്നില്ല. വർഷങ്ങൾക്കുശേഷം അതേ അബ്ദുള്ളക്കുട്ടി അബുദാബിയിലെ കിങ്സ് ടൈലേഴ്സിൽ ഞങ്ങളുടെ മുമ്പിൽ ജീവനോടെ വന്നു നില്ക്കുന്നു. കറുകറുത്ത് എല്ലിച്ച ഒരു മദ്ധ്യവയസ്കൻ. "ദേശാഭിമാനിയിൽ വച്ച് കത്തു കിട്ടി സഖാവേ... ഞാനും നിങ്ങളുടെ സംഘത്തിൽ ചേരാൻ ആഗ്രഹിക്കുന്നു." അയാൾ തന്റെ ചരിത്രം മൊഴിയുന്നു. ജന്മംകൊണ്ട് മലപ്പുറത്തുകാരനായ മലയാളി ഇപ്പോൾ പാക്കിസ്താനി പൗരനാണ്. വിഭജിക്കുമ്പോൾ പാക്കിസ്താനിൽ അകപ്പെട്ടു. ഹോട്ടൽ തൊഴിലാളിയായിരുന്നു. ഇവിടെയും ഹോട്ടൽ തൊഴിലാളി തന്നെ. ബീഡി തെറുപ്പുമുണ്ടായിരുന്നു. കമ്യൂണിസം എപ്പോഴുമുണ്ടായിരുന്നു. ഇപ്പോഴും കമ്യൂണിസ്റ്റാണ്. അബ്ദുള്ളക്കുട്ടിയുടെ ജ്വലിക്കുന്ന കണ്ണുകൾ ഇപ്പോഴും മനസ്സിലുണ്ട്. നന്മനിറഞ്ഞ മനസ്സുമായി ജീവിതത്തെ വിശുദ്ധി നിറഞ്ഞ ഒരു വിശ്വാസത്തിലർപ്പിച്ചവർ.

എഴുപതുകളവസാനിച്ച് എൺപതുകളിലെത്താൻ തുടങ്ങുന്നതേയുള്ളൂ. അന്ന് സോഷ്യലിസ്റ്റ് സമൂഹത്തിന്റേതായി ഒരു പ്രാതിനിധ്യവും ഗൾഫിലുണ്ടായിരുന്നില്ല. ജോസഫേട്ടൻ ഈ അവസ്ഥ

കണക്കിലെടുത്ത് സോഷിലിസ്റ്റ് ചേരിയെ കൂടുതൽ മഹത്തരമാക്കാനായി തന്റെ സ്വപ്നങ്ങൾ നെയ്തുകൊണ്ടിരുന്നു.

"ലോകത്തിന്റെ സകലകോണിൽനിന്നുമുള്ള സമൂഹങ്ങൾ ഗൾഫിലുണ്ട്. എന്നാൽ സോഷ്യലിസ്റ്റ് രാജ്യങ്ങളിൽ നിന്നുള്ള ഒരാളെയെങ്കിലും കാണിച്ചു തരാമോ?" ഒരു ഗർജ്ജനംപോലെ ജോസഫേട്ടന്റെ ശബ്ദം നിരവധി വേദികളിൽനിന്ന് ഉയരാൻ തുടങ്ങി.

ജോസഫേട്ടന്റെ ചോദ്യം എല്ലാ മനസ്സുകളിലും ഒരു കൂരമ്പുപോലെ തുളച്ചു കയറിയിരുന്നു. സെക്കന്റുകളുടെ ഇടവേളയ്ക്കുശേഷം അദ്ദേഹം പറഞ്ഞു നിർത്തും "അവിടത്തെ ഭരണ കൂടങ്ങൾ ആ ജനതയുടെ സംരക്ഷകരാണ്. നമുക്കും വേണം അതുപോലുള്ള ഭരണകൂടങ്ങൾ."

ഹങ്കറിയിൽ നിർമ്മിച്ച ഒരു അത്യാധുനിക ബസ്സ് കാണുമ്പോൾ, കുറഞ്ഞ വിലയ്ക്ക് തെരുവിൽ വില്ക്കാൻ വച്ച ഒരു ചൈനീസ് അലാറം കാണുമ്പോൾ, ഒരു ക്യൂബാമുകുന്ദനായി രോമാഞ്ചമണിഞ്ഞു നിന്ന നാളുകൾ! കടലു കടന്നു വരുന്ന വിപ്ലവ പത്രത്തിന്റെ കോപ്പികളിലൂടെ സംഘടനയും രാഷ്ട്രീയവും വളർത്താൻ ഇറങ്ങിത്തിരിച്ചവരാണ് ഞങ്ങൾ. എന്റെ ഗുരുനാഥനായി ജോസഫേട്ടനുണ്ട്. അദ്ദേഹം പറയും: "എവിടെപ്പോയാലും ഒരു പയർമണിപോലെ മുളച്ചുപൊങ്ങണം." ഊർജ്ജസ്വലമായ യൗവ്വനത്തിന്റെ ദിനങ്ങൾ. ആവേശം വിത്തു വിതച്ച നാളുകൾ. എത്ര വേഗമാണ് അങ്ങനെയൊരു കാലഘട്ടം കടന്നുപോയത്. പിന്നെ സോവിയറ്റ് യൂണിയനും, കിഴക്കൻ യൂറോപ്പും തകർന്നുതരിപ്പണമായ ദിവസങ്ങൾ വന്നെത്തി. എന്റെ ആകാശപ്പയർ മരം ഇല കൊഴിഞ്ഞു ഒരു ദിനോസറിന്റെ അസ്ഥികൂടംപോലെയായിത്തീർന്നു. നേതാക്കൾ പറഞ്ഞു: "അവിടെ നടക്കുന്നതൊന്നും ഞങ്ങൾക്കറിയുമായിരുന്നില്ല". നിരാശയും ദുഃഖവും മൂലം കുറെനാൾ ഉറങ്ങാതെ കിടന്നു. പത്രക്കാരനോട് പറഞ്ഞു: "ഇനി മുതൽ വിപ്ലവപത്രം ഇടേണ്ട...."

ഷാർജയിൽനിന്ന് അബുദാബിയിലെത്തിയ ജോസഫേട്ടന് അബുദാബിയിൽ കിംഗ്സ് ടെയിലേഴ്സ് എന്നൊരു കടയുണ്ടായിരുന്നു. തെരുവിന്റെ പിറകുവശത്തായിരുന്നു കട. കിംഗ്സ് ടെയിലേഴ്സ് അന്ന് പാർട്ടി അനുഭാവികളുടെയും ക്യൂബ മുകുന്ദന്മാരുടെയും സങ്കേതമായിരുന്നു.

കേരള ആർട്സ് നിലകൊണ്ടിരുന്നത് മദീന സെയ്ദിലായിരുന്നു. ജോസഫേട്ടൻ കലാകാരനും നാടകപ്രവർത്തകനുമായിരുന്നു. അവിടെ സംവാദങ്ങളും നാടകങ്ങളും കലാപരിപാടികളും അരങ്ങേറി. ജോസഫേട്ടൻ എല്ലാത്തിന്റെയും മുൻപന്തിയിലുണ്ടായിരുന്നു.

അടിയന്തിരാവസ്ഥ പിന്നിട്ട ഒരു തെളിഞ്ഞ പ്രഭാതത്തിൽ ജോസഫേട്ടന് ഒരു കത്ത് ലഭിക്കുന്നു. എം.എം. ലോറൻസിന്റേതാണ്. സംസ്ഥാന കമ്മിറ്റി തീരുമാനപ്രകാരം സഖാവ് ഇമ്പിച്ചിബാവ

ഗൾഫ്നാടുകൾ സന്ദർശിക്കാനെത്തുന്നു. എ.കെ.ജിയുടെ പേരിൽ തിരുവനന്തുപുരത്ത് ഒരു പഠനഗവേഷകേന്ദ്രം പണിയുകയാണ് ലക്ഷ്യം. വേണ്ടപോലെ സഹകരിക്കണം. ഗൾഫ് നാടുകളിൽ ആദ്യമായി ഒരു കമ്മ്യൂണിസ്റ്റ് സഖാവ് വന്നെത്തുകയാണ്. ഞങ്ങൾ സ്വീകരിക്കാൻവേണ്ട പ്രവർത്തനങ്ങളിൽ മുഴുകി. അത് മറ്റൊരു കഥയാണ്.

അതിനെത്രയോ മുമ്പുതന്നെ എ.കെ.ജി മന്ദിരത്തിനായി ഞങ്ങൾ സംഭാവന നൽകിത്തുടങ്ങിയിരുന്നു. മദീന സെയ്ദിന്റെ പൊടിപുരണ്ട മൺവഴികളിലൂടെ നടക്കവേ എതിരെ വരുന്ന മറ്റൊരു സംഘവുമായി കൂട്ടിമുട്ടി അവരും എ.കെ.ജി. മന്ദിരത്തിന് സംഭാവന പിരിക്കുവാൻ ഇറങ്ങിത്തിരിച്ചവരായിരുന്നു. അങ്ങനെ ഞങ്ങളുടെ സംഘം വലുതായിക്കൊണ്ടിരുന്നു.

ഇമ്പിച്ചിബാവ വന്നെത്തി. അന്നത്തെ എ.കെ.ജി.മന്ദിരത്തിന് പ്ലാനിട്ട പ്രകാരം ഒരു വൻതുക അബുദാബിയിൽ നിന്ന് പിരിച്ചെടുത്തിരുന്നു. 'അബുദാബി ശക്തി' രൂപമെടുത്ത് ഈ പശ്ചാത്തലത്തിലാണ്. പിൽക്കാലത്ത് ബോംബെയിലെ മലയാളി സംഘടനാപ്രവർത്തകനായ ഇ.എസ്. ഗംഗാധരനും അബുദാബിയിലെത്തിയിരുന്നു. ഇപ്പോൾ ജോസഫേട്ടനും ഇ.എസ്സും ഒന്നും ഇതുവായിക്കാൻ എന്റെ മുൻപിലില്ല.

ഗൾഫ് ജീവിതംകൊണ്ട് കാര്യമായ നേട്ടമൊന്നും ജോസഫേട്ടനുണ്ടായില്ല. കിംഗ്സ് ട്രെയിലേഴ്സ് അടച്ചുപൂട്ടി. സാമ്പത്തികമായി തകർന്നു. വണ്ടിച്ചെക്കുകൾ നൽകിയതിന്റെ പേരിൽ കുറച്ചുനാൾ ജയിലിൽ കിടന്നു. അവസാനം ദുബായ്പ്പുഴയിലെ ഒരു പത്തേമാരിയിൽ കയറി ഒളിച്ചോടി നാട്ടിലെത്തി. കടുത്ത പ്രമേഹം കൂട്ടിനുണ്ടായിരുന്നു.

ഒരു കമ്മ്യൂണിസ്റ്റ് കൊടി പുതച്ചുറങ്ങുക ജോസഫേട്ടന്റെ അന്ത്യാഭിലാഷമായിരുന്നു. ടി.കെ.രാമകൃഷ്ണനും എം.എം.ലോറൻസും ആ അന്ത്യാഭിലാം നിറവേറ്റി. എറണാകുളത്തെ തമ്മനത്തുള്ള പള്ളിയിലാണ് ജോസഫേട്ടനെ അടക്കം ചെയ്തത്. അതിശക്തമായി മഴ പെയ്തിരുന്നു. സെമിത്തേരിയിലെ നനഞ്ഞൊലിക്കുന്ന ഒരു ശവക്കുഴിയിൽ പെട്രോമാക്സുകളുടെ വെളിച്ചത്തിൽ ജോസഫേട്ടന്റെ ശവമഞ്ചം താഴേക്കിറക്കി. കൺവെട്ടത്തുനിന്ന് മറയുന്നത് ഞാൻ ദുഃഖത്തോടെ നോക്കിനിന്നു. മരിക്കുന്നതിനുമുമ്പ് ജോസഫേട്ടൻ എന്നോടു പറഞ്ഞു: "നീ ഒരിക്കലും വിപ്ലവത്തെ പരിഹസിക്കരുത്. ആ ദിനം വന്നെത്തുകതന്നെ ചെയ്യും." എന്നിട്ട് എന്നെ ഓർമ്മിപ്പിച്ചു. "നമുക്ക് എഴുതാൻ എത്രയെത്ര പഴയ കഥകളുണ്ട്. ഒക്കെ നീ മറക്കാതെ എഴുതണം."

ഞാൻ എല്ലാ കഥകളും മറക്കാതെ എഴുതിയോ?

(കലാകൗമുദി)

■

ഒരു സംഘടനാജീവിതത്തിന്റെ കൈവഴികൾ

1968 നവംബറിലാണ് ഷാർജയിൽ എന്റെ പ്രവാസജീവിതം ആരംഭിക്കുന്നത്. ഷാർജ എന്ന ഷേയ്ക്ക് രാജ്യം Trucial States എന്ന അറിയപ്പെട്ടിരുന്ന സംസ്ഥാനങ്ങിലൊന്നായിരുന്നു. അതാകട്ടെ ബ്രിട്ടീഷ് പൊളിറ്റിക്കൽ ഏജൻസിയുടെ നിയന്ത്രണത്തിലായിരുന്നു. 1971 ഡിസംബറിൽ ബ്രിട്ടീഷുകാരിൽനിന്നും സ്വാതന്ത്ര്യം നേടിയ ഷാർജ Trucial States ൽനിന്നും യുനൈറ്റഡ് അറബ് എമിറേറ്റ്സിന്റെ ഭാഗമായി മാറി.

അക്കാലത്ത് ഷാർജയിൽ രണ്ട് പട്ടാള ക്യാമ്പുകൾ നിലനിന്നിരുന്നു. ഒന്ന് കാലാൾപ്പട എന്നു വിശേഷിപ്പിക്കുന്ന ആർമിയുടേതും മറ്റേത് റോയൽ എയർഫോഴ്സിന്റേതുമായിരുന്നു. ഏക്കർക്കണക്കിനു വിസ്തൃതമായ വളച്ചുകെട്ടിയ ലോകങ്ങൾ. ഉള്ളിലേക്കു കടക്കാൻ പാസ്സു വേണം. പുറത്ത് മറ്റ് യു.എ.ഇയിലെ നഗരങ്ങളുമായി ബന്ധിപ്പിക്കുന്ന ഷാർജ എന്ന കൊച്ചുപട്ടണം. അവിടെ കഴിച്ചുകൂട്ടിയ കാലം എന്റെ ജീവിതത്തിലെ നിർണ്ണായകമായ ഒരു കാലഘട്ടമായിരുന്നു. പില്ക്കാലത്ത് ഞാൻ എഴുതിയ 'കടലിരമ്പങ്ങൾ' എന്ന നോവലിൽ ഈ ഭൂവിഭാഗത്തെ സൈനിക നഗരമെന്നാണ് വിശേഷിപ്പിക്കുന്നത്. ഏദനിലെ കമ്മ്യൂണിസ്റ്റ് അനുകൂലികളുടെ വിപ്ലവത്തെ തുടർന്ന് അവിടെനിന്നു കെട്ടുക്കെട്ടിയ ബ്രിട്ടീഷ് സൈന്യം തമ്പടിച്ചത് ഷാർജയിലെ മിലിട്ടറി എയർഫോഴ്സ് ക്യാമ്പുകളിലായിരുന്നു.

കമ്മ്യൂണിസ്റ്റ് അനുകൂല വിപ്ലവത്തെത്തുടർന്ന് ഏദനിൽനിന്നു വന്നു ചേർന്ന ഒരു ബ്രിട്ടീഷുകാരൻ സായ്പിന്റെ കീഴിൽ ഒരു പത്ര സ്ഥാപനം കെട്ടിപ്പൊക്കിയിരുന്നു. ഒരു ചെറിയ ഓഫ്സെറ്റ് പ്രസ്സിൽ A4 ഷീറ്റുകൾകൊണ്ട് അടിച്ചിറക്കുന്ന ആ പത്രത്തിലായിരുന്നു ഞാൻ ജോലി ചെയ്തിരുന്നത്. Trucial States അല്ലെങ്കിൽ യു.എ.ഇയിലെ ആദ്യത്തെ ഇംഗ്ലീഷ് ദിനപത്രമെന്നു വിളിക്കാവുന്ന റോയിറ്റേഴ്സ് ബുള്ളറ്റിന്റെ പത്രാധിപർ ടർണർ സായ്പ് എന്നു ഞങ്ങൾ വിളിക്കുന്ന

മറ്റൊരു ഇംഗ്ലീഷുകാരനായിരുന്നു. ഞങ്ങളുടെ ബോസാകട്ടെ ഡേവിഡ് ലെഡ്ജറും.

ബ്രിട്ടനിലെ ലേബർ പാർട്ടി ഗവൺമെന്റ് ഷാർജയിലെ തങ്ങളുടെ സൈനികവ്യൂഹത്തെ ഒന്നാകെ പിൻവലിക്കാൻ തീരുമാനിച്ചു. അക്കാലത്ത് ഒമാൻ പോലുള്ള അതിർത്തി രാജ്യങ്ങളിൽ ആഭ്യന്തര മായ അസ്വാസ്ഥതകൾ പുകയുന്നുണ്ടായിരുന്നു. Peoples Liberation Front For Oman And Arabian Gulf എന്നൊരു സംഘടനയും ഉദയം കൊണ്ടിരുന്നു. എന്റെ ബോസിനെപ്പോലുള്ളവർ അന്ന് കലശലായി സംശയിച്ചിരുന്നത് ഏദനിലെപ്പോലെ ഇവിടെയും കമ്മ്യൂണിസ്റ്റുകാർ അധികാരം പിടിച്ചെടുക്കുമോ എന്ന ഭയാശങ്കയായിരുന്നു. ആ കാല ഘട്ടത്തിന്റെ രാഷ്ട്രീയം ഞാൻ ഇങ്ങനെ രേഖപ്പെടുത്തിവച്ചിട്ടുണ്ട്:

"ഞാൻ ടെലിപ്രിന്റർ മുറിയിലേക്കു പോയി. എന്നിട്ട് സമകാല ചരിത്രത്തിന്റെ ഘടികാര സൂചികൾ വായിക്കാൻ തുടങ്ങി. സുഡാ നിലെ കമ്മ്യൂണിസ്റ്റ് പാർട്ടി നേതാവായ മഹജൂബിനെ ഭരണകൂടം കൊല ചെയ്തിരിക്കുന്നു! അലൻഡെയെയും സി.ഐ.എ സ്ഥാന ഭ്രഷ്ടനാക്കി വധിച്ചു! പക്ഷേ, വിയറ്റ്നാമിൽനിന്നും അമേരിക്കൻ പട്ടാളം കെട്ടുകെട്ടിയിരിക്കുന്നു! എത്യോപ്യയിലും അഫ്ഗാനിസ്ഥാ നിലും ഏദനിലും ചുകന്ന പുതിയ ഭൂപടങ്ങൾ ഉയരുകയാണ്.

മൊത്തത്തിൽ വിപ്ലവം ലോകമെങ്ങും ഉയിർത്തെഴുന്നേല്ക്കുക യാണ്. നഗരത്തിൽ ഞങ്ങളും ഒരു വിപ്ലവപക്ഷം രൂപീകരിച്ചിരുന്നു. ബാർബർ ഷോപ്പുകളിൽ എല്ലാ വാർത്തകളും വന്നെത്തും. ബാർബർ ചന്ദ്രൻ സ്വകാര്യം പറഞ്ഞു: "ഇവിടുത്തെ ഭരണകൂടം കമ്മ്യൂണിസ്റ്റു കാരെന്നു സംശയിക്കുന്ന ഒട്ടേറെ നാട്ടുകാരെ അറസ്റ്റു ചെയ്തു തട വിലാക്കിയിട്ടുണ്ട്. നിരോധിക്കപ്പെട്ട ഒരുപാട് ചൈനീസ് സാഹിത്യം അവർ കണ്ടുകെട്ടിയത്രെ!"

ഞാൻ ഹൃദയത്തിന്റെ ചിറകുകൾ ഒരു മയിലിനെപ്പോലെ വിടർത്തി. ആകാശത്ത് മഴവില്ലുകൾ വിടർന്നുനില്ക്കുന്നു. ദാ, ഇവി ടെയും ലോകമെമ്പാടും വിപ്ലവം വന്നെത്തുകയാണ്. നീലാകാശ ങ്ങളിൽ കാല്പനികതയുടെ നിലാവ് പരക്കുന്നു. ഞാനും ചന്ദ്രനും ദാസനും ചന്ദ്രശേഖരനും സരസേട്ടനും ബാലകൃഷ്ണൻനായരും ഒരു മുറിയിൽ ഒത്തുകൂടി. എന്നിട്ട് ചരിത്രം ഞങ്ങളെ ഏല്പിച്ച അനിവാര്യ മായ കടമകളെക്കുറിച്ച് സംസാരിക്കാൻ തുടങ്ങി." (കടലിരമ്പങ്ങൾ, പേജ് 114)

അന്ന് ഞങ്ങൾ കുറേ പേർ ഷാർജയിൽ ആരംഭിച്ച വിപ്ലവപക്ഷം പില്ക്കാലത്ത് ഒരു സംഘടനാജീവിതത്തിന്റെ തുടർച്ചയ്ക്കും വളർച്ചയ്ക്കും ഹേതുവായി. ഷാർജ കേന്ദ്രമാക്കി യു.എ.ഇ. മലയാളി അസോസിയേഷൻ എന്ന പേരിൽ ഒരു സാംസ്കാരിക സംഘടന യുണ്ടായി അതിന്റെ ഭാരവാഹി എന്ന നിലയിലാണ് ഞാൻ

അബുദാബിയിൽ ആദ്യമായി സന്ദർശിക്കുന്നത്. കയറ്റിറക്കങ്ങളും മണലുകളും നിറഞ്ഞ ഒരു പരുപരുത്ത പാത താണ്ടി വേണം വിദൂരമായ അബുദാബിയിലെത്താൻ. ഇന്നത്തെ കേരള സോഷ്യൽ സെന്റർ അന്നത്തെ കേരള ആർട്ട്സ് സെന്റർ എന്ന പേരിലാണ് അറിയപ്പെട്ടിരുന്നത്. ഒരുമനയൂർ സ്വദേശിയായ ശ്രീ. ബാഹുലേയനായിരുന്നു അതിന്റെ ജനറൽ സെക്രട്ടറി. ഒട്ടേറെ 16 MM മലയാള ചലച്ചിത്രങ്ങൾ സെന്ററിനു സ്വന്തമായുണ്ടായിരുന്നു. ആ ചലച്ചിത്രങ്ങൾ അവിടെനിന്നും മേടിച്ചുകൊണ്ടുവന്ന് ഷാർജയിലെ ഞങ്ങളുടെ മലയാളി അസോസിയേഷൻ പ്രദർശിപ്പിക്കുന്ന ദൗത്യം ഏറ്റെടുത്തത് ഞാനായിരുന്നു. അന്ന് അബുദാബിയിലെ ഒരു സന്ദർശനവേളയിൽ വെച്ചാണ് ശ്രീ. കെ.പി. ജോസഫിനെയും രാജേന്ദ്രനെയും കണ്ടുമുട്ടുന്നത്. അവർ ആർട്സ് സെന്ററിന്റെ സജീവ പ്രവർത്തകരായിരുന്നു. ഒരു ടെയിലറായിരുന്ന ജോസഫേട്ടൻ അബുദാബിയിലെ മലയാളികൾക്കിടയിൽ അറിയപ്പെടുന്ന ഒരു നടനും സാംസ്കാരിക പ്രവർത്തകനുമായിരുന്നു. സംഘടനാപ്രവർത്തകർ എന്ന നിലയിൽ അവർ രണ്ടു തവണ ഷാർജയിലും വന്നെത്തിയിരുന്നു.

പിന്നീട് 1974 അവസാനം ഞാൻ ഷാർജാ നഗരത്തിൽനിന്നും അബുദാബിയിലേക്കു മാറി. ഇന്ന് ഹോങ്കോങ്ങ് ബാങ്ക് എന്ന് അറിയപ്പെടുന്ന പഴയ ബ്രിട്ടീഷ് ബാങ്കിൽ ജോലി ലഭിച്ചതിനെത്തുടർന്നായിരുന്നു ആ മാറ്റം. അബുദാബിയിൽ വന്നതിനുശേഷം ജോസഫേട്ടനും രാജേന്ദ്രനും ഞാനുമടങ്ങുന്ന സംഘം പുരോഗമന സാംസ്കാരിക പ്രവർത്തനങ്ങൾക്കായി ഒഴിവുസമയം ഉഴിഞ്ഞുവെച്ചു. ദേശാഭിമാനി പത്രത്തിൽ ഒരു പ്രസ്താവനയെഴുതി ഇടതുപക്ഷ അനുഭാവികളെ വിളിച്ചുകൂട്ടാനും ഞങ്ങൾ ശ്രമം ചെയ്തു. ആ കൈവഴികളിലൂടെയാണ് പിന്നീട് പുതിയ പ്രവർത്തകർ എത്തിച്ചേർന്നത്. പില്ക്കാലത്ത് ബാലൻ, എം.ആർ. സോമൻ, എ.കെ. മൂസ, മുസ്തഫ, അഷ്റഫ്, എൻ.ഐ. മുഹമ്മദ്കുട്ടി എന്നിങ്ങനെ ഒട്ടേറെ സംഘടനാപ്രവർത്തകന്മാരുണ്ടായി. അക്കാലത്തുതന്നെ ബോംബെയിൽ നിന്നെത്തിച്ചേർന്ന ഇ.എസ്. ഗംഗാധരനും (ബോംബെ കേരളീയ കേന്ദ്രസംഘടനയുടെ പ്രധാന പ്രവർത്തകനായിരുന്നു ശ്രീ. ഇ.എസ്.) തന്റെ സംഭാവനകൾ അർപ്പിച്ചിരുന്നു.

1978 വരെയുള്ള പ്രവർത്തനങ്ങളുടെ ഫലമായി അബുദാബിയിൽ ഒരു പുതിയ സാംസ്കാരിക സംഘടന പ്രവർത്തിക്കുന്നതിനാസ്പദമായ ഒരു സാഹചര്യം രൂപപ്പെട്ടിരുന്നു. ആ കാലഘട്ടത്തിൽ അവിടത്തെ വ്യത്യസ്ത വീക്ഷണങ്ങളുള്ള നിരവധി മലയാളി സുഹൃത്തുക്കളുമായി നല്ല ബന്ധങ്ങൾ സൂക്ഷിക്കുവാൻ ഞങ്ങൾക്കു കഴിഞ്ഞിരുന്നു. കെ.പി.എം. അലി, ജോൺ ചീരൻ, അവാദ് വാടാനപ്പിള്ളി, നടന്മാരായ ഷെറീർ, സുധാകരൻ, ഇന്ത്യൻ സോഷ്യൽ സെന്ററിന്റെ

പ്രസിഡന്റായി സി.പി. നമ്പ്യാർ, സെക്രട്ടറി ജോൺ മാത്തൻ, ചലച്ചിത്രനടൻ റഹ്മാന്റെ പിതാവ് സാക്ഷാൽ റഹ്മാൻ എന്നിങ്ങനെ ഓർമ്മയിൽ വരുന്ന ചില പേരുകൾ മാത്രം എഴുതട്ടെ. തളിപ്പറമ്പുകാരനായ ശ്രീ. സി.പി. നമ്പ്യാരുമായുള്ള ബന്ധം പ്രത്യേകം എടുത്തു പറയേണ്ടതുണ്ട്. അദ്ദേഹം ഒരു ഇടതുപക്ഷ അനുഭാവിയും അമ്പതുകളുടെ കൽക്കത്ത തിസീസു കാലത്ത് ബോംബെയിൽ ജയിൽവാസം വരിച്ച വ്യക്തിയുമായിരുന്നു. 2014-ൽ അദ്ദേഹം നിര്യാതനായി. അബുദാബിയിലെ കേരള ആർട്സ് സെന്റർ, മലയാളി സമാജം, ഇന്ത്യ സോഷ്യൽ സെന്റർ എന്നിവിടങ്ങളിലെ സജീവപ്രവർത്തകനായി ഞാൻ മാറി. 1976ൽ ഇമ്പിച്ചിബാവ യു.എ.ഇയിലെത്തി. എ.കെ.ജി. സെന്റർ ഫണ്ട് പിരിവിനായിട്ടാണ് ഇമ്പിച്ചിബാവ എത്തിച്ചേർന്നത്. ഇടതുപക്ഷക്കാരെന്ന നിലയിൽ ഇതിനു മുമ്പായി മുൻ സ്പീക്കർ പി.ജെ. കുര്യൻ മാത്രമാണ് അവിടെ വന്നെത്തിയിട്ടുണ്ടായിരുന്നത്. ഒരു വിദേശയാത്രാമദ്ധ്യേ അദ്ദേഹം അവിടെ വന്നിറങ്ങുന്നുവെന്നതൊഴിച്ചാൽ ആദ്യമായി ഒരു ഫണ്ടു പിരിവ് ഉദ്ദേശ്യം വച്ചുകൊണ്ട് വന്നെത്തുന്നത് ഇമ്പിച്ചിബാവയാണ്.

1978 മാർച്ച് മാസത്തിൽ ശക്തി തിയ്യറ്റേഴ്സ് രൂപീകൃതമായി. ശക്തി തിയ്യറ്റേഴ്സിന്റെ രൂപീകരണം ഇപ്പോഴും വ്യക്തമായി ഓർക്കുവാൻ കാരണങ്ങളുണ്ട്. ഒന്ന് ഞാനും ശ്രീ. എം.ആർ. സോമനും ഒരുമിച്ചു താമസിക്കുന്ന ഫ്ളാറ്റിൽ വച്ചാണ് 'ശക്തി' രൂപംകൊള്ളുന്നത്. രണ്ട് എന്റെ മകൾ നീതി പിറന്നിട്ട് ഒരു മാസമേ ആയിരുന്നുള്ളൂ. ആയതിനാൽ അബുദാബി ശക്തി എന്ന സംഘടന എന്റെ ജീവിതത്തിൽനിന്ന് തുടച്ചുമാറ്റാനാവാത്ത ഒരു കാര്യമായി മാറി.

കല്ലിൽ കൊത്തിവച്ചതുപോലെ ഒരു സംഘടനാപ്രവർത്തനത്തിന്റെ ഏടുകൾ ഇന്നും മനസ്സിൽ ആലേഖനം ചെയ്തിരിക്കുന്നു. ശക്തിക്ക് അബുദാബിയുടെ സാംസ്കാരികമണ്ഡലത്തിൽ ഒരു ലിറ്റ്മസ് പേപ്പറാകാൻ കഴിഞ്ഞു. അതിശക്തമായ നാടകങ്ങളും കലാസൃഷ്ടികളും അവതരിപ്പിക്കുന്ന ഒരു കലാകാരന്മാരുടെ സംഘത്തെ വാർത്തെടുക്കാൻ കഴിഞ്ഞു. ഒട്ടേറെ സംവാദങ്ങൾ, സാംസ്കാരിക പ്രവർത്തനങ്ങൾ. അക്കാലത്താണ് അബുദാബി ശക്തി അവാർഡിനെക്കുറിച്ചുള്ള ചിന്ത ഉയരുന്നത്. 1986ൽ അബുദാബി ശക്തി അവാർഡിനെ സംബന്ധിച്ചിട്ടുള്ള ഒരു പ്രമേയം അവതരിപ്പിക്കപ്പെട്ടു.

"കുടിയേറ്റക്കാരായ നാം ഒരിടവേള കഴിഞ്ഞാൽ തിരിച്ചുപോകും. നമ്മുടെ പ്രവർത്തനത്തിന് ജന്മദേശമായ കേരളക്കരയിൽ മനുഷ്യന്റെ നന്മകൾക്കും പുരോഗമന സംസ്ക്കാരത്തിനും അനുകൂലമായ ഒരു ശാശ്വത സ്മാരകം ഉയരണം. കേരളത്തിലെ എഴുത്തുകാർക്കുള്ള

അവാർഡ് എന്ന നിലയിലായിരിക്കണം ആ ഓർമ്മ നിലനിർത്തേണ്ടത്. ആവശ്യമായ ഫണ്ട് സംഭരിച്ചുകൊണ്ട് അതിനുള്ള അടിത്തറ നാം സമാഹരിക്കണം." ആ പ്രമേയത്തിനാസ്പദമായ ചിന്തയ്ക്കും അവതരണത്തിനും ഈയുള്ളവൻ ഒരു ഹേതുവായി എന്നുള്ളത് ഒരു സംഘടനാപ്രവർത്തനത്തിന്റെ ചാരിതാർത്ഥ്യമായി ഞാൻ കരുതുന്നു. പില്ക്കാലത്ത് മലയാളത്തെ തിരിച്ചറിയുക, രക്ഷിക്കുക എന്ന മറുനാട്ടിലെ ഭാഷാപ്രചാരണത്തിന്റെ ഉപജ്ഞാതാവാകാനും ഈയുള്ളവനു കഴിഞ്ഞു.

1988ൽ എന്നെ അബുദാബി ശക്തിയുടെ പ്രസിഡന്റായി തിരഞ്ഞെടുത്തു.

അതേ കാലയളവിൽത്തന്നെ അബുദാബി കത്ത് എന്ന പേരിൽ ദേശാഭിമാനിയുടെ എഡിറ്റോറിയൽ പേജിൽ മദ്ധ്യപൗരസ്ത്യദേശത്തെ രാഷ്ട്രീയ വിശകലനം ചെയ്തുകൊണ്ടുള്ള എന്റെ കുറിപ്പുകൾ വരാൻ തുടങ്ങി. 1990ലെ ഗൾഫ് യുദ്ധക്കാലത്ത് ദേശാഭിമാനിയുടെ ലേഖകനെന്ന നിലയിലും എന്റെ റിപ്പോർട്ടുകൾ വളരെ പ്രാധാന്യം നൽകി അക്കാലത്ത് പത്രം പ്രസിദ്ധീകരിച്ചു. 1991-ൽ യുദ്ധക്കാലത്ത് ദേശാഭിമാനി കലൂർ ഓഫീസിലെത്തിയ എനിക്ക് സഖാവ് പി. കരുണാകരന്റെ നേതൃത്വത്തിൽ ഒരു സ്വീകരണം തന്നതും അദ്ദേഹം എനിക്ക് 15000 രൂപയുടെ പണക്കിഴി സമ്മാനിച്ചതും ഞാനത് സ്നേഹപൂർവ്വം നിരസിച്ചതും ഈ കുറിപ്പിന്റെ ഭാഗമായി ചേർക്കട്ടെ. അന്ന് ശ്രീ. അപ്പുക്കുട്ടൻ വള്ളിക്കുന്ന് അസോസിയേറ്റ് എഡിറ്ററും പി. കരുണാകരൻ മാനേജരുമായിരുന്നു.

ഒട്ടേറെ പ്രവർത്തകർ തങ്ങളുടെ ആശയവും ആവേശവുമായി ഒത്തുചേർന്ന് കനംവെപ്പിച്ച ഒരു പ്രസ്ഥാനമായിരുന്നു അബുദാബി ശക്തി. ആ പ്രവർത്തനത്തിന്റെ സജീവ സ്മാരകമായി അബുദാബി ശക്തി അവാർഡ് ഇന്ന് കേരളത്തിൽ നിറഞ്ഞുനിൽക്കുന്നു എന്നുള്ളത് എനിക്ക് എന്നും ചാരിതാർത്ഥ്യകരമായ ഒരു ഓർമ്മയാണ്.

(ശക്തി അവാർഡിന്റെ സംഘാടകനായിരുന്ന എരുമേലി പരമേശ്വരൻ പിള്ള ആവശ്യപ്പെട്ടപ്രകാരം ശക്തിയുടെ സോവനീറിനായി നൽകിയ ലേഖനം)

■

* ഈ സമാഹാരത്തിൽ ചേർത്ത മിക്കവാറും എല്ലാ ലേഖനങ്ങളും പല മലയാള പ്രസിദ്ധീകരണങ്ങളിലായി വന്നിട്ടുള്ളവയാണ്. പുസ്തകരൂപത്തിലാക്കിയപ്പോൾ ആവശ്യമായ എഡിറ്റിംഗ് നടത്തിയിട്ടുണ്ട്.

ഗ്രീൻബുക്സ്

ഗ്രന്ഥകർത്താവിന്റെ ഇതര കൃതികൾ

ദുബായ്പ്പുഴ വില 130.00

നിത്യസാക്ഷിയായ ദുബായ്പ്പുഴയുടെ തീരത്തിരുന്നു കൊണ്ട് ചരിത്രവും കാലവും അറബ് നാടുകളെ എങ്ങനെ മാറ്റി മറിച്ചു എന്ന് ഭയവിസ്മയങ്ങളോടെ അയവിറക്കുന്ന ഒരു സഞ്ചാരിയുടെ ദിനാന്ത്യക്കുറിപ്പുകൾ കൂടിയാണ് ദുബായ്പ്പുഴ. ഈ പുസ്തകവുമായുള്ള പരിചയം എന്നെ സംബന്ധിച്ചിടത്തോളം ആത്മാവിനെ വിമലീകരിക്കുന്ന ഒരനുഭവമായിരുന്നു.

– ഡോ. വി.രാജകൃഷ്ണൻ

നിരവധി പതിപ്പുകളിലൂടെ മലയാളത്തിൽ ശ്രദ്ധേയമായ പുസ്തകം. മൂന്ന് സർവ്വകലാശാലയിൽ പാഠപുസ്തകമായ കൃതി.

കടലിരമ്പങ്ങൾ വില 160.00

ലോകജനതയെ ഏകകണ്ഡമായി ഒന്നിപ്പിക്കുന്ന ഗോചരമോ അഗോചരമോ ആയ ഒന്നിന്റെ പ്രതീക്ഷയാണ് ബാബേൽ ഗോപുരം. ആധുനിക കാലത്ത് പെട്രോളിയം സമ്പത്തിലൂടെ ഒരു ബാബേൽ ഗോപുരം മരുഭൂമിയിൽ ഉയർന്നുവരുന്നു. ആയിരക്കണക്കിന് വർഷങ്ങൾക്കുശേഷം ബൈബിൾ ഭൂമികയിൽ ചിതറിപ്പോയ ജനങ്ങൾ ഒരിക്കൽക്കൂടി ഒന്നിച്ചു ചേരുന്നു. മരുഭൂമിയിലെ ഈ ആഗോളജീവിതത്തെക്കുറി ച്ചെഴുതിയ ബോധധാരാസമ്പ്രദായത്തിൽ രചിക്കപ്പെട്ട നോവലാണ് കടലിരമ്പങ്ങൾ.

ബാബേലിന്റെ തിരുശേഷിപ്പുകൾ വില 120.00

കടലിരമ്പങ്ങളെ ആസ്പദമാക്കി കേരളത്തിലെ പ്രശസ്ത നിരൂപകരുടെ പഠനങ്ങൾ.

www.ingramcontent.com/pod-product-compliance
Lightning Source LLC
LaVergne TN
LVHW090405051026
849518LV00006B/2240
* 9 7 8 8 1 8 4 2 3 4 4 3 5 *